專為華人設計的越南語

自學越南語
看完這本就能說！
【QR碼行動學習版】

全MP3一次下載

9786269640980

此為ZIP壓縮檔，請先安裝解壓縮程式或APP
iOS系統請升級至iOS13後再行下載，此為大型檔案
建議使用WIFI連線下載，以免占用流量，並確認連線狀況，以利下載順暢
。

影音多媒體輔助學發音
英文字彙擬音、中文擬音提示
零基礎也能輕鬆學越南語！

01 越南語發音變得好簡單

第一次學越南語便能輕鬆的掌握發音

　　越南語零基礎者也不擔心。發音部分除了越南語發音的說明之外，在母音、子音、介音及母音組合、尾音的單元，皆有 MP3 發音示範，每課發音中的單字發音順序為由上往下先念讀左邊欄，然後再念讀右邊欄。為了配合各字母的應用學習，所有單字的採用在此單元中不格外區分南、北音詞彙的不同。

　　此外，更有真人發音唇型示範圖可以參考（最正確的發音唇型請看線上的真人示範影片。為求教學影片畫面之最佳狀況，建議請使用電腦播放），如此雙管齊下，越南語發音不用怕再學不會。

02 越南語文法一網打盡

從初級到中級程度的文法一次到位

　　文法單元從越南語詞彙開始，分成 9 大單元分別詳解越南語的各詞性及句型。內容更以表格及大量的例句仔細說明及分類，掌握越南語文法將不再是難事。

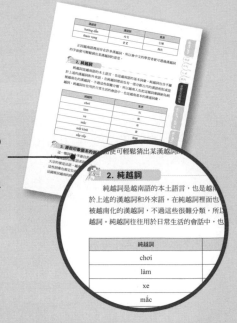

03 | 各種必用的越南語單字

初學階段，這些單字就能滿足你的需求

食、衣、住、行、育、樂、各種知識、文化及兩國特色的相關基礎單字一應俱全。將不用擔心準備開啟會話時，腦中的詞彙量不足。

越南語	中文意思
Việt Nam	越南
Hà Nội	河內
Sài Gòn	西貢
Thái Lan	泰國
Singapore	新加坡
Malaysia	馬來西亞
Myanmar	緬甸
Indonesia	印尼

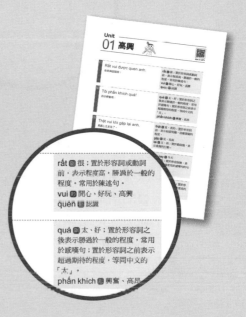

04 | 各種狀況必用的小短句

融會貫通這些小短句，迅速培養出會話的實力

特別選用 30 個情緒狀況下，大體上會用到的小短句。透過這些小短句逐句的累積，便能完成超強的溝通能力。

05 | 場景式生活會話

學好這一段，準備開始跟越南語人聊天交際

❶ 情境會話

精選 56 個生活場景必用的情境會話，都是生活中最實際常用的，例如：寒暄介紹、談論時間、天氣、愛好、家庭、用餐、購物、工作、娛樂等等，在與越南人的日常生活中肯定會用到的會話應有盡有！

❷ 單字與文法

單字及文法補充齊全，學會話變得好簡單。

其他說明

書中的單字當有標記  南 符號時指是南方習慣的用詞；標記 北 符號時指北方習慣的用詞；一般未特別標記者即為全國普遍通用詞彙。

本書錄音 B 開頭的音檔為北部音、N 開頭的音檔南部音。由於本書第【4 句型課】及【5 會話課】中的部分例句以南方人習慣的說話模式構句（即部分構句不適用於北方人的交談模式），故無北音的錄音內容。MP3 音檔數量龐大，建議使用電腦播放。

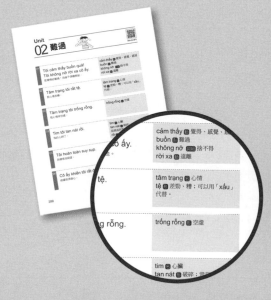

【4 句型課】及【5 會話課】的符號說明：

名 → 名詞	語 → 語助詞
形 → 形容詞	慣 → 慣用語
動 → 動詞	詞組 → 詞組
副 → 副詞	句型 → 句型
介 → 介系詞	語助詞 → 語助詞
代 → 代名詞	自稱代名詞 → 自稱代名詞
嘆 → 感嘆詞	人稱代名詞 → 人稱代名詞
連 → 連接詞	反身代名詞 → 反身代名詞
量 → 量詞	疑問語助詞 → 疑問語助詞

CONTENTS 目錄

CONTENTS 目錄

4 句型課 · 最口語的日常短句

5 會話課・情境模擬生活會話

CONTENTS 目錄

1

發音課
越南語的發音

教學影片 B00   教學影片 N00

掃瞄（教學影片 B00）QR 圖便可觀看完整的越南語北音發音示範教學
掃瞄（教學影片 N00）QR 圖便可觀看完整的越南語南音發音示範教學

Unit 01 越南語介紹

1-1.越南語的歷史

1.越南語發展史

　　越南語是京族的語言，同時也是越南國定的官方國語。越南語除了是85%越南人及400萬海外越僑的母語之外，也是在越南各少數民族的第二語言。依數據指出，越南語的使用人口為世界上排行第20名的語種。

　　越南語具有悠久的發展歷史。根據一些語言研究的文獻指出，越南語屬於南亞語系，與泰語、緬甸語、寮國語及柬埔寨語屬於同一個語系。不過在受移民和其他文化的影響，發展過程中不斷地變化，才造就了現代越南語的語言特性。其中，由於越南的地理位置和歷史發展與北方的中國密不可分，特別是在北屬時期受中文（漢語）的影響甚深，甚至於在越南語中有將近60%字源來自於中文的詞彙。

　　越南語跟中文一樣，也是一種具有聲調的語言。當聲調不同時，意思也會有所改變。而在越南的領土裡面，從北越一直到南越的腔調也略有不同。每個地區有不同的腔調，甚至於用語也不盡相同。越南語腔調分別依三大區域的腔調為主：北越是河內腔、中越是順化腔，而南越則以西貢腔為主。在這三種腔調裡面，順化腔因為發音及詞彙大幅度不同的關係，與另外兩者的狀況判若雲泥。但是，雖然腔調有所差異，但一般並不致於造成不同地區之間人們無法溝通的情事。此外，向來沒有任何具公信力的史料可以證明，哪個地區的腔調才是標準的越南語。

2.越南文字史

　　在越南文字史中，曾出現三種文字用來書寫越南語的文字，其分別是「漢字、喃字與國語字」。

漢字（Chữ Hán）

　　根據研究作品，由於當時的越南跟北方（當時的北方指的是古中國）有文化交流及往來，故漢字大約於公元前第一世紀就已經在越南出現了。從公元後初期到第十世紀，因越南成為中國古代王朝的屬地，漢字漸漸廣大地被使用並成為正式的越南文字。當越南成功獨立之後，漢字仍然被用來當作發展民族文化的重要工具。然而當時的漢字只在社會的上層流通，大多數平民百姓依然多是目不識丁的文盲。

喃字（Chữ Nôm）

　　承前所述，當時漢字雖然廣泛普及於現今越南的國土，但越南人本來就有自己的越南語，而漢字卻只能表記漢越音的詞彙，並無法表記純越語音的用語，這造成了語言及文字系統的混亂現象橫生。因此，在這個情況下，越南人需要有一種文字可以寫下屬於純越語的文字，因此喃字便在越南語發展的歷史中應運而生。喃字的結構是以中文為主，通常是借用兩個不同的漢字，一個表記其意義，並在周圍表記另一個漢字，表達該字的讀音。喃字於第六世紀發展逐漸成熟，並與漢字並列為當時越南的兩種正式編寫文字。喃字的發展最盛行的時期為17-19世紀。在這段期間裡，許多文學作品皆以喃字書寫。越南夙負盛名的文學作品《翹傳（Truyện Kiều）》，便是越南大詩豪阮攸（Nguyễn Du）以喃字所著的巨作之一。

國語文字（Chữ Quốc Ngữ）

　　16世紀中期，西方的傳教士正式來到越南傳教。為了方便記錄越南語，讓傳教的工作更加順利，故傳教士們便發明了國語文字。國語文字是指使用拉丁文字書寫越南語的文字。而法國的傳教士亞歷山德羅（Alexandre de Rhodes）便是研發出國語文字的一大幕後功臣。到了1772年，另一位法籍傳教士百多祿（Pigneau de Behaine）將國語文字作出了大幅度的修整，使得國語文字變得更加地完善。但是國語文字在越南的期初發展是令（越南）人厭惡的，因為當時法國開始殖民越南，而越南人認為這套文字是法國統治越南所使用的工具之一，故當時國語文字的應用只有殖民越南的法國統治政權一端孤芳自賞。到了19世紀末期，法國全面攻佔了越南的南方領土。在這段時間內，法國政權逼迫越南人改以國語文字代替漢字及喃字書寫南越的公文，

並要求廣泛應用國語文字，並公認為南越的正式文字。到20世紀，法國政府更加強推廣學習國語文字的運動。但出乎意料的是，國語文字的萌芽雖然期初被視來自殖民者的壓迫工具，但之後因大眾發現國語文字與歷來的漢字、喃字相較之下，不但容易唸而且方便記憶，結果不知不覺中成就了許多支持者自發性地應用國語文字的風潮。因此，國語文字逐漸走向全國普及化，複雜且難學的漢字與喃字則因此逐漸走入歷史。到了最後，自1945年開始，越南政府便決定以國語文字作為越南的官方文字，並列入正式的國語教育，也就是現代外國人一般在學習的「越南文」。

3.越南語字母表

越南語的字母表依英文字母表（或法文字母表）而創造的。跟英文的字母表不同的是越南語中沒有字母F, J, W 和 Z（但是可以應用在部分外來語上）。另外，越南語還有一些獨特的字母為：「Ă, Â, Đ, Ê, Ô, Ơ, Ư」。

越南語字母表有分成字母名稱與發音法（請看右頁圖表）。因為字母是由法國人發明的，越南語字母名稱唸起來比較像法語字母。通常拼單字的念法時會用發音來拼，但是要分解單字念字母時則會使用字母的名稱來唸（不過這沒有硬性規定，分解單字時使用哪種唸法有時會因人而異）。

例如：發音法：da 拼音為 **dờ a da**, 不能唸 **dê a da**

單獨字母：máy ATM（提款機）唸為 máy **a tê em**, HIV（愛滋病）唸為 **hát i vê**。

但是拼讀上（右頁圖表）並沒有具體規定要以哪種方式唸，主要只是依習慣約定俗成而已。

例如：4G（4G）應該唸 4 **giê**, 但生活上都唸 4 **gờ**

字母		發音	名稱	字母		發音	名稱
大寫	小寫			大寫	小寫		
A	a	a	a	N	n	nờ	en-nờ
Ă	ă	á	á	O	o	o	o
Â	â	ớ	ớ	Ô	ô	ô	ô
B	b	bờ	bê / bê bò	Ơ	ơ	ơ	ơ
C	c	cờ	xê	P	p	pờ	pê / bê phở
D	d	dờ	dê	Q	q	cờ	cu; quy
Đ	đ	đờ	đê	R	r	rờ	e-rờ
E	e	e	e	S	s	sờ	ét-xì / sờ nặng
Ê	ê	ê	ê	T	t	tờ	tê
G	g	gờ	giê	U	u	u	u
H	h	hờ	hát	Ư	ư	ư	ư
I	i	i	i ngắn	V	v	vờ	vê
K	k	cờ	ca	X	x	xờ	ích xì / xờ nhẹ
L	l	lờ	en-lờ	Y	y	i	i dài / i-cờ-rét
M	m	mờ	em-mờ				

1-2.越南文字拼音的結構

　　越南語用拉丁文拼音的，屬於表音文字的系統，每個字母代表一個音位。因此越南文字的結構與中文大相逕庭。

　　在分析越南語字之前先了解一下這些概念：

- **音位（簡稱「音」）**：是語言中能夠區別意義的最小聲音單位（例如「爸」這個字有兩個音位是 /ㄅ/ 和 /ㄚ/ 組成的）。台灣國語用注音符號代表音位，而越南語用拉丁字母代表音位。
- **音節**：是種由一個或多個音位形成的組合，是一個完整的語音（例

如「爸」這個字的音節是 /ㄅㄚˋ/）。不同的音位組合形成不同的音節。可能分成單音節詞（一個字只有唯一一個音節）和多音節詞（一個字可能有多音節）：像英文中有多音節詞，而像中文，越南語都是單音節詞（例如：英文的「table」（桌子）是一個字但有兩個音節，中文的「桌子」是兩個字及兩個不同的音節，越南語的「bàn」（桌子）是一個字有一個音節）。一個音節包括三個部分：聲母，韻母和聲調：

- ◆ **聲母**：是音節開頭的部分，是因音節中先發出的聲音。聲母又稱為子音。

- ◆ **韻母**：是接著聲母的部分。韻母由三個部分組成：介音，母音和尾音。其中，母音是韻母必有的部分，所以韻母有可能只有個母音，也可能是由母音跟其他部分組合。

- ◆ **聲調**：決定發音的抑揚頓挫。

- **文字**：由人發明，是一種用來記錄音位和音節的符號系統。音是無形的，但文字是有形的。文字特點如下：

- ◆ 每個語言可能用不同的文字系統來表音（如中文、英文、泰文用不同的文字系統）。

- ◆ 世界上的文字系統可以分成兩種：語素文字（中文、日本漢字）和表音文字（英文、越南語、泰語、韓語、日語的平假名和片假名）。

- ◆ 不同的語言用同一個文字系統但讀音可能不一樣（如：同一個字「to」，但英文唸 / tu: /、越南文則唸 / tɔ /；同一個字「日」，中文唸 / ㄖˋ /、日文唸 / にち /）。

- ◆ 在同一個語言，一個字不一定代表同一個音（例如：中文的「得」可以唸 / ㄉㄜˊ / 或 / ㄉㄟˇ /；英文的「live」當動詞時唸 / lɪv /、當形容詞時則唸 / lʌɪv /；「大」，日文則唸 / おお / 或 / だい /）。

- ◆ 因為字可能有多種唸法，所以語言學術家就發明統一國際音標以便正確發音各種語言。

- **越南文字的特點：**

- ◆ 越南語的文字屬於表音文字。

◆ 因為越南語是單一音節的語言，所以跟中文一樣，每個越文字都只有單一的一個讀音。

◆ 越南語中大部分每個字母固定代表一個音位亦無同一個字發音不同的現象。所以不需要國際音標來對照發音，只要了解越南拼音規則就可以準確唸出全部越南文字。

◆ 同上所述，因為越南語是單一音節的語言，所以一個音節就算是一個越南文字，不會像英文那樣，一個單字裡有好幾個音節。所以音節的結構也是越南文字的結構。

母音、子音、介音、尾音這幾個詞是聲音的分類，因為較為抽象，所以學習時比較難以想像，因此本書之後提到的這些名詞時指得是以字母或字母組合中，有形的「母音、子音、介音及尾音」。

•越南字的結構可以分解如下：

聲調			
聲母 （子音）	韻母		
	介音	母音	尾音

例如：TUẦN（週、星期）

聲調 玄聲			
聲母 （子音） T／t／	韻母 UÂN／wʌn／		
	介音 U／w／	母音 Â／ʌ／	尾音 N／n／

（＊）／／裡面是以國際音標的發音法。

在一個越南文字中，母音和聲調是最基本的部分。一個字可以沒有聲母、介音和尾音，但是非有母音與聲調不可。

例子	結構					意思
	聲母	介音	母音	尾音	聲調	
hoặc	h	o	ă	c	重聲	或
hoa	h	o	a	-	平聲	花
mặc	m	-	ă	c	重聲	穿
ca	c	-	a	-	平聲	唱
uống	-	-	uô	ng	銳聲	喝
ở	-	-	ơ	-	問聲	在

1.母音

母音是為喉嚨產出，不受到口腔裡面的任何阻礙的聲音。發母音時，雙唇不會合在一起讓氣流順暢流出來。母音發音的差別主要為舌頭的位置與嘴型的差異。

- **單母音**：是由一個字母代表的母音。

  越南語中有12個單母音

B00-02.MP3　　N00-02.MP3

字母	國際音標	字母	國際音標
a	/ a: /	o	/ ɔ /
ă	/ a /	ô	/ o /
â	/ ʌ /	ơ	/ ə: /
e	/ ɛ /	u	/ u /
ê	/ e /	ư	/ ɯ /
i	/ i /	y	/ i /

- **雙母音**：是由兩個字母代表的母音。越南語中有3個雙母音。按照它們在韻母中的位置不同，而有不同的寫法。

16

B00-03.MP3　N00-03.MP3

越南語發音

母音
子音
介音
尾音
基礎文法與構句
最常用的分類單字
最口語的日常短句
情境模擬生活會話
附錄

字母	國際音標
ia / -iê- / -ya / yê-	/ ie /
ua / uô-	/ uo /
ưa / ươ-	/ ɯɤ /

- ◆ **雙母音/ie/**
  - ▪ 「ia」：後無尾音。例如：mía（甘蔗）…
  - ▪ 「-iê-」：介於了音與尾音中間。例如：tiền（錢）
  - ▪ 「-ya」：置於介音「u」之後且無尾音。例如：khuya（深夜）
  - ▪ 「yê-」：置於介音「u」之後或有尾音但沒有子音。例如：uyển chuyển（曼妙）、yến tiệc（宴會）
- ◆ **雙母音/uo/**
  - ▪ 「ua」：後無尾音。例如：mua（買）、chùa（寺）
  - ▪ 「uô-」：後接尾音。例如：uống（喝）、muỗng（湯匙）
- ◆ **雙母音/ɯɤ/**
  - ▪ 「ưa」：後無尾音。例如：dừa（椰了）、ưa thích（喜歡）
  - ▪ 「ươ-」：後接尾音。例如：uyên ương（鴛鴦）、nước tương（醬油）

以下是總結母音發音的舌頭位置與嘴型：

舌位 舌的高度	前	後	
		非圓唇	圓唇
高	i / y / i /	ư / ɯ /	u / u /
中低	ia / ie /	ưa / ɯɤ /	ua / uo /
中高	ê / e /	ơ / əː / , â / ə /	ô / o /
低	e / ɛ /	a / aː / , ă / a /	o / ɔ /

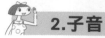

2.子音

子音是由喉嚨產生的聲音。聲音在從喉嚨到嘴唇的流動當中會遇到口腔裡如舌頭、牙齒、嘴唇等的阻礙。阻礙不同時會造就不同的子音。而越南語中共有27個子音,其中:

B00-04.MP3　N00-04.MP3

•17個單子音:由一個字母代表的子音。

字母	國際音標	字母	國際音標
b	/ ɓ /	n	/ n /
c	/ k /	r	/ ʐ /
d	/ j /	p	/ p /
đ	/ ɗ /	q	/ k /
g	/ ɣ /	s	/ ʂ /
h	/ h /	t	/ t /
k	/ k /	v	/ v /
l	/ l /	x	/ s /
m	/ m /		

B00-05.MP3　N00-05.MP3

•10個複子音:由兩或三個個字母組合代表的子音。

字母	國際音標	字母	國際音標
ch	/ c /	ng	/ ŋ /
gh	/ ɣ /	ngh	/ ŋ /
gi	/ z /	ph	/ f /
kh	/ x /	th	/ tʰ /
nh	/ ɲ /	tr	/ ʈ /

• 一個聲門塞音 / ʔ /：沒有字母代表的子音。這個子音語言學上比較複雜和抽象，所以在這本書定義的範圍內只有有字母代表的子音才當作子音。

在以上的子音，「c」、「k」或「q」都一樣唸 / k /，「g」和「gh」都一樣唸 / ɣ /，「ng」和「ngh」都一樣唸 / ŋ /。所以雖然有27個子音但只有23個音。

子音的發音列表如下：

發音方式 ＼ 發音部位			雙唇音	齒唇音	齒音	牙齦音	捲古音	硬顎音	軟顎音	聲門音
塞音	送氣				th /tʰ/					
	不送氣	清音	p /p/		t /t/		tr /ʈ/	ch /c/	c /k/ q /k/	- /ʔ/
		濁音	b /ɓ/			đ /ɗ/				
鼻音			m /m/			n /n/		nh /ɲ/	ng ngh /ŋ/	
擦音	清音			ph /f/	x /s/		s /ʂ/		kh /x/	h /h/
	濁音			v /v/	gi /z/		r /ʐ/	d /j/	g gh /ɣ/	
	邊音				l /l/					

* 「-」代表聲門塞音。

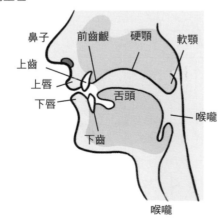

鼻子　前齒齦　硬顎　軟顎
上齒
上唇
下唇　舌頭
下齒　　　　　喉嚨

喉嚨　　　　　發音部位

19

3.介音

　　介音是介於子音和母音中間的音。一個音節不一定會有介音。介音能造就嘴唇圓形的韻母。越南語中「u」和「o」可扮演介音的角色。而這兩個介音一樣發 / w / 的音。依據接續的母音不同，使用的介音也有所不同。

- 如果後面是母音「a」、「ă」和「e」，介音則是「o」。例如：hoa（花）、khỏe khoắn（健康）、ngoằn ngoèo（彎曲）…
- 如果後面是母音「â」、「ê」、「ơ」或「y」，介音則是「u」。例如：thuế（稅）、huấn luyện（訓練）…
- 介音不能跟母音「ô」、「i」或「ư」組合。

* 注意：「ua」、「uô-」是雙母音。並不是介音和母音結合。
　　　「oi」、「ui」是母音「o」、「u」跟尾音「i」結合，並不是介音和母音結合。

4.尾音

　　尾音是結束音節的部分。一個音節中不一定會有尾音。越南語中有12個尾音，包括5個單子音字母尾音（-m、-p、-c、-t、-n）、3個雙子音字母尾音（-ng、-nh、-ch）、4個母音字母尾音（-i、-y、-u、-o）。其中4個母音字母的尾音，「-i」和「-y」都一樣唸 / i / ，「-u」和「-o」都一樣唸 / w / 。

5.聲調

　　越南語是有聲調的語言。越南語中有六個聲調，用五個不同的符號來表達如下：

B00-06.MP3　　N00-06.MP3

名稱	調值		符號	例子	意思
Thanh ngang－平聲	高－平	44	無符號	ma	鬼
Thanh sắc－銳聲	高－上	45	╱	má	媽媽
Thanh huyền－玄聲	平－低	32	╲	mà	而

20

名稱	調值		符號	例子	意思
Thanh hỏi－問聲	低－斷	⌐ 323	?	mả	墳墓
Thanh ngã－跌聲	高－斷	⌐ 325	~	mã	馬
Thanh nặng－重聲	低－下	⌐ 31	●	mạ	禾苗

聲調變化圖

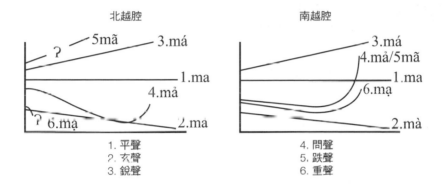

北越腔

5mã　?　3.má

1.ma

4.mả

?　6.mạ　2.mà

南越腔

3.má

4.mả/5mã

1.ma

6.mạ

2.mà

1. 平聲　　　4. 問聲
2. 玄聲　　　5. 跌聲
3. 銳聲　　　6. 重聲

　　以上的調值是北越腔。但是越南的北越腔和南越腔聲調也有點不同。以上的聲調變化圖可以看出：

- 實察上南越腔只有五個聲調：問聲和跌聲唸一模一樣。這是一個下去再上來的聲調，但沒銳聲那麼高。這個聲調也沒有北越腔問聲那麼低，也不像北越腔的跌聲那麼高。
- 南越腔和北越腔的重聲也不一樣。南越腔的重聲是先掉下去然後稍微上來一點點的腔；而北越腔則是自一開始便迅速下降。

　　為了更了解越南的聲調，此將國語的聲調和越南語的聲調進行對照：

國語聲調	調值	越南語聲調	調值	
			北越腔	南越腔
陰平	55	平聲	44	44
陽平	35	銳聲	45	45
去聲	51	玄聲	32	32
上聲	214	問聲	323	324
輕聲	21	跌聲	325	
		重聲	31	212

從表格裡面的調值可以出些結論

- 越南語的平聲和國語的陰平都屬於平聲，但中文的音調比較高。
- 越南語的銳聲和國語的陽平都是往上的聲調，但越南語的始發點比中文高。
- 越南語的玄聲和國語的去聲都是往下的聲音，但中文的始發點跟結束點差距很大，越南語玄聲的高低差距很小。而且玄聲算是低聲，去聲則是高聲。
- 國語上聲發音比較像南越腔的重聲，是一個往下再上來的音。不過國語上升的比較高。

聲調標法的規則

- 平聲沒有聲調符號。
- 銳聲和玄聲的聲調符號的寫法都是由上往下。
- 除了重聲寫在韻母下面，其他聲調符號都寫在韻母上面。
- 詳細聲調符號標法請看第21頁。

來玩一下越南語繞口令

Buổi trưa ăn bưởi chua

中午吃酸柚子

Con lươn nó luồn qua lườn

鱔魚牠穿過船底

Mặt mập mọc một mụt mụn

胖臉長一顆痘痘

Nồi đồng nấu ốc, nồi đất nấu ếch

銅鍋煮螺，土鍋煮青蛙

Anh Thanh ăn măng, anh Thăng ăn canh

青哥吃筍，升哥吃湯

Ớt xào sả ếch, ếch xào sả ớt

辣椒炒香茅和青蛙，青蛙炒香茅和辣椒

Ông Lê-nin lên núi lấy nước nấu lòng

列寧先生上山拿水煮內臟

Chị nhặt rau rồi luộc, em nhặt rau luộc rồi

姊姊挑青菜再煮，妹妹挑已經煮熟的青菜

Tay phải bắt con cọp, tay trái bóp con cọp

右手抓老虎，左手掐老虎

Hôm qua, qua nói qua mà hổng qua, hôm nay qua nói hổng qua mà qua lại qua

我昨天說來而不來，我今天說不來我卻來

Luộc hột vịt lộn, luộc lộn hột vịt lạc, ăn lộn hột vịt lạc, luộc lại hột vịt lộn lại lộn hột vịt lạc

煮鴨仔蛋，煮錯一般鴨蛋，吃錯一般鴨蛋，重煮鴨仔蛋又煮錯一般鴨蛋

B01-01.MP3 N01-01.MP3

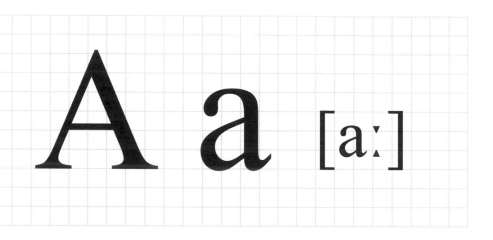

A a [aː]

Step 1 **看影片學發音**（請至第9頁刷QR碼便可觀看YOUTUBE線上發音示範教學影片）

請看光碟中發音影片，看著越南語老師的嘴巴一起練習說！

發音技巧

嘴巴舒展。發音「a」時，舌頭放低、展平，跟發音中文的「啊」一樣，氣流從喉嚨順暢出去口腔。音同注音的「ㄚ」或漢語拼音的「a」。

Step 2 用漢字擬音、英文字彙擬音快速學發音

書寫	a
國際音標	[aː]
漢字擬音	啊
英文字彙擬音	*father*（父親）

提示 韻母「a」與中文的「啊」唸得一模一樣。

Step 3 讀單字，練習發音

魚	cá
中文諧音	尬啊

火車站	nhà ga
中文諧音	尼啊－嘎

跌倒	ngã
中文諧音	額啊

冰茶	trà đá
中文諧音	衼－大

房子	nhà
中文諧音	尼啊

草屋	nhà lá
中文諧音	尼啊－辣

已經	đã
中文諧音	打

價格	giá cả
中文諧音	價－葛

雞	gà
中文諧音	嘎

歐巴桑	bà già
中文諧音	把－家

02 母音

B01-02.MP3　　N01-02.MP3

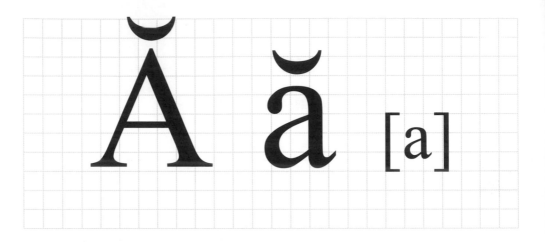

Ă ă [a]

Step 1 看影片學發音（請至第9頁刷QR碼便可觀看YOUTUBE線上發音示範教學影片）

請看光碟中發音影片，看著越南語老師的嘴巴一起練習說！

發音技巧

「ă」的發音跟「a」差不多。但是發音「ă」時，音比「a」短，氣流感覺有點卡在喉嚨。

Step 2 用漢字擬音、英文字彙擬音快速學發音

書寫	ă
國際音標	[a]
漢字擬音	啊（短音）
英文字彙擬音	*m**o**ther*（母親）

提示
- 「a」跟「ă」的發音差別在於「a」音發比較長，而「ă」音則唸一半而已。
- 「ă」的發音方式為「a」加上銳聲的音，即為「á」。
- 「ă」上面的符號並不是聲調符號而是字母的符號。
- 「ă」一定要跟尾音結合，不能自成韻母。例如：ăn（吃），cắt（剪）。

Step 3 讀單字，練習發音

穿（衣服）	mặc
中文諧音	馬克

浴巾	khăn tắm
中文諧音	坑－大麼

短	ngắn
中文諧音	額餓嗯

確定	chắc chắn
中文諧音	撤克－撤嗯

將要	sắp
中文諧音	煞布

緊張	căng thẳng
中文諧音	剛－躺

吃	ăn
中文諧音	安

閉眼	nhắm mắt
中文諧音	呢啊麼－罵的

Unit
02 母音

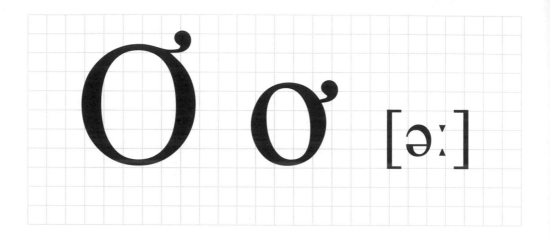

Step 1 **看影片學發音**（請至第9頁刷QR碼便可觀看YOUTUBE線上發音示範教學影片）

請看光碟中發音影片，看著越南語老師的嘴巴一起練習說！

發音時，嘴巴半閉，舌根向軟顎升起，舌頭位置比發音「a」在口腔裡面而高一點，與發音「餓」相似但音要拉長一點。

Step 2 用漢字擬音、英文字彙擬音快速學發音

書寫	ơ
國際音標	[ə:]
漢字擬音	餓（長音）
英文字彙擬音	*sir*（先生）

提示 「ơ」右邊的符號並不是聲調符號而是字母的符號。

Step 3 讀單字，練習發音

在	ở		基礎	cơ sở
中文諧音	噁		中文諧音	哥一使

開	mở		雞肉河粉	phở gà
中文諧音	摩		中文諧音	佛一嘎

市場	chợ		教堂	nhà thờ
中文諧音	扯		中文諧音	尼啊一特

載、運	chở		大老婆	vợ cả
中文諧音	扯額		中文諧音	瓦惡一嘎

旗子、棋子	cờ		孤零	bơ vơ
中文諧音	葛		中文諧音	播餓一瓦餓

B01-04.MP3   N01-04.MP3

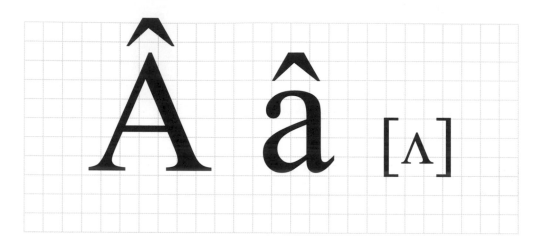

$$\hat{A} \quad \hat{a} \quad [\Lambda]$$

Step 1 看影片學發音（請至第9頁刷QR碼便可觀看YOUTUBE線上發音示範教學影片）

請看光碟中發音影片，看著越南語老師的嘴巴一起練習說！

發音技巧

「â」的發音跟「ơ」差不多。但是發音「â」時，音比「ơ」短，氣流感覺有點卡在喉嚨。

Step 2 用漢字擬音、英文字彙擬音快速學發音

書寫	â
國際音標	[ʌ]
漢字擬音	二（短音）
英文字彙擬音	*cut*（剪）

請問
- 「ơ」跟「â」的發音差別就是「ơ」音比較長，「â」音則唸一半而已。
- 「â」的音就是「ơ」加上銳聲的音「ớ」。
- 「â」上面的符號並不是聲調符號而是字母的符號。
- 跟「ă」一樣，「â」一定要跟尾音結合，不能自成韻母。例如：ân（恩），cấm（禁止）。

Step 3 讀單字，練習發音

腳部	chân
中文諧音	真

恩人	ân nhân
中文諧音	恩－嫩

矮	thấp
中文諧音	踏布

絡繹	tấp nập
中文諧音	大布－哪布

要	cần
中文諧音	艮

誘人	hấp dẫn
中文諧音	哈布－嚴

窄、緊	chật
中文諧音	假的

釣魚	câu cá
中文諧音	鉤－尬

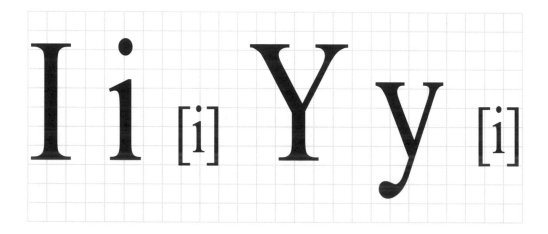

I i [i] Y y [i]

Step 1 **看影片學發音**（請至第9頁刷QR碼便可觀看 YOUTUBE 線上發音示範教學影片）

請看光碟中發音影片，看著越南
語老師的嘴巴一起練習說！

發音技巧

　　這兩個字母唸法一某一樣。發
音時，雙齒稍微閉起，雙唇稍微張
開。舌尖碰下齒背，舌面升起。發
音跟中文的「一」相似。

Step 2 用漢字擬音、英文字彙擬音快速學發音

書寫	i / y
國際音標	[i]
漢字擬音	一
英文字彙擬音	*me*（我）

提示
- 雖然「i」的名字叫做「i ngắn」（短 i），「y」的名字則是「i dài」（長 i），但是不代表發音長度不同。名字只用來分別的，發音則是一某一樣。
- 這兩個字母的書寫規則請參考本章 Unit 6 的拼音規則。

Step 3 讀單字，練習發音

走、去	đi
中文諧音	弟

匯率	tỉ giá
中文諧音	低一價

麵	mì
中文諧音	米

護士	y tá
中文諧音	醫一大

美國	Mỹ
中文諧音	迷

心思	ý nghĩ
中文諧音	意一額疑

比賽、考試	thi
中文諧音	踢

知己	tri kỷ
中文諧音	遮一一個以

B01-06.MP3　　N01-06.MP3

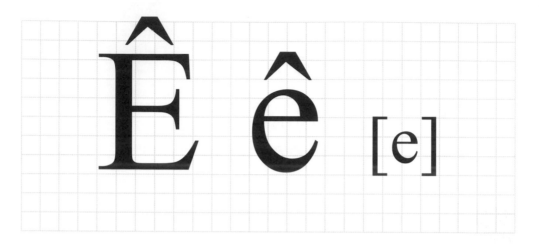

Ê ê [e]

Step 1 **看影片學發音**（請至第9頁刷QR碼便可觀看YOUTUBE線上發音示範教學影片）

請看光碟中發音影片，看著越南
語老師的嘴巴一起練習說！

發音技巧

　　發音時張口度半閉，舌尖碰
下齒背，舌面向硬顎升起跟發音
「i」有點像，但嘴巴張開較大。

Step 2 用漢字擬音、英文字彙擬音快速學發音

書寫	ê
國際音標	[e]
漢字擬音	耶
英文字彙擬音	*play*（玩）

提示
- 「ê」跟「i」的發音差別就是發「i」音時，舌頭的高度比較高，而且以嘴型比相，發「ê」音時開口較大。
- 「ê」跟中文的「耶」不太一樣，差別就是「耶」偏向/ɛ/音，發出來舌面平平的，舌頭位置比較低。發「ê」音時，舌頭位置偏向口腔上排的位置。
- 「ê」上面的符號並不是聲調符號而是字母的符號。

Step 3 讀單字，練習發音

遲到	trẽ
中文諧音	折

保鏢	vệ sĩ
中文諧音	偉－十

嫌棄	chê
中文諧音	街

回家	về nhà
中文諧音	偉－尼啊

職業	nghề
中文諧音	額也

身體	cơ thể
中文諧音	個－體

家鄉	quê
中文諧音	瓜葉

體制	thể chế
中文諧音	鐵－價

B01-07.MP3　N01-07.MP3

E e [ɛ]

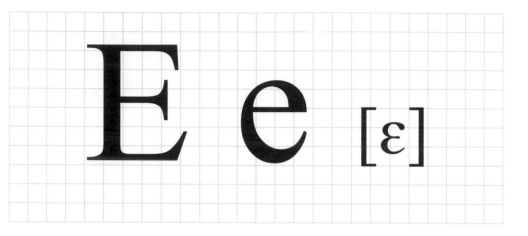

Step 1 **看影片學發音**（請至第9頁刷QR碼便可觀看YOUTUBE線上發音示範教學影片）

請看光碟中發音影片，看著越南
語老師的嘴巴一起練習說！

發音技巧

　　發音時，開口度較小，嘴型扁
平，嘴唇向兩側稍微延伸，舌頭放
低，舌尖碰下齒背，舌頭兩側高過
於下齒。

Step 2 用漢字擬音、英文字彙擬音快速學發音

書寫	e
國際音標	[ɛ]
漢字擬音	耶
英文字彙擬音	b<u>e</u>d（床）

提示 · 「e」跟「ê」發音的差別就是發音「e」時，舌頭位置比較低，嘴形比較向雙邊展開。

· 「e」的發音跟中文的「也」有點像。但「也」是由兩個母音 /i/ 和 /ɛ/ 結合的，越南語的「e」是發「也」後面的音而已。

Step 3 讀單字，練習發音

芝麻	mè
中文諧音	滅

茶葉	lá chè
中文諧音	辣—姐

跌倒	té
中文諧音	映

小三	vợ bé
中文諧音	偉—背

年輕	trẻ
中文諧音	者

爸媽	ba mẹ
中文諧音	八—滅

韭菜	hẹ
中文諧音	喝惡

放暑假	nghỉ hè
中文諧音	餓以—喝餓

B01-08.MP3　N01-08.MP3

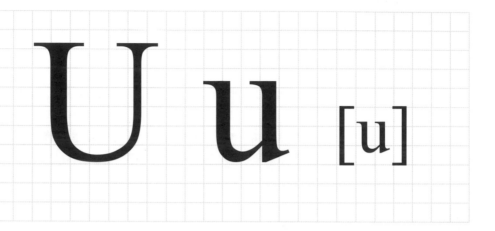

U u [u]

Step 1 看影片學發音（請至第9頁刷QR碼便可觀看YOUTUBE線上發音示範教學影片）

請看光碟中發音影片，看著越南語老師的嘴巴一起練習說！

發音技巧

　　發音時，嘴型凸出來且合起來變成個圓形。跟中文「烏」的發音差不多。音同注音的「ㄨ」或漢語拼音的「u」。

Step 2 用漢字擬音、英文字彙擬音快速學發音

書寫	u
國際音標	[u]
漢字擬音	烏
英文字彙擬音	*too*（也）

提示 ● 「u」的發音跟中文的「烏」有些差別。「烏」是由兩個音 /w/ 和 /u/ 結合的，越南語的「u」是發「烏」後面的音而已。

Step 3 讀單字，練習發音

睡覺	ngủ
中文諧音	額五

木瓜	đu đủ
中文諧音	督－賭

櫃子	tủ
中文諧音	賭

房東	chủ nhà
中文諧音	主－尼啊

舊	cũ
中文諧音	鵑

首府	thủ phủ
中文諧音	圖－服

笨	ngu
中文諧音	額嗚

有趣	thú vị
中文諧音	兔－委

B01-09.MP3   N01-09.MP3

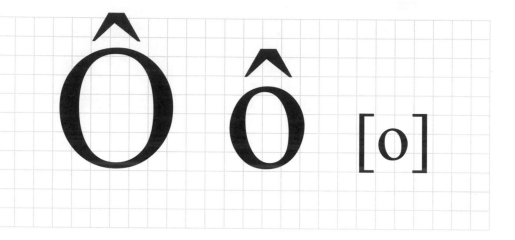

Ô ô [o]

Step 1 **看影片學發音**（請至第9頁刷QR碼便可觀看YOUTUBE線上發音示範教學影片）

請看光碟中發音影片，看著越南語老師的嘴巴一起練習說！

發音技巧

　　發音時，嘴唇也凸出來變成個圓形，跟發音「u」相似，但發音「ô」時，嘴唇之間的空隙比較大，舌頭位置比較低。音同注音的「ㄛ」。

Step 2 用漢字擬音、英文字彙擬音快速學發音

書寫	ô
國際音標	[o]
漢字擬音	喔
英文字彙擬音	*no*（不）

提示 ・「ô」跟「u」發音的差別就是發音「ô」時，嘴唇之間的空隙比較大，舌頭位置比較低。

・「ô」上面的符號並不是聲調符號而是字母的符號。

Step 3 讀單字，練習發音

墳墓	mộ
中文諧音	某

汽車	ô tô
中文諧音	喔－都

數字	số
中文諧音	嗖

背包	ba lô
中文諧音	八－摟

老虎	hổ
中文諧音	吼

老街	phố cổ
中文諧音	紑－狗

玉米	ngô
中文諧音	餓哦

彩券	vé số
中文諧音	位－瘦

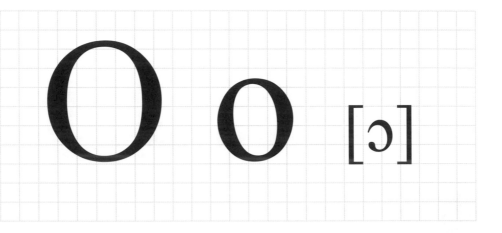

O o [ɔ]

Step 1 看影片學發音（請至第9頁刷QR碼便可觀看YOUTUBE線上發音示範教學影片）

請看光碟中發音影片，看著越南語老師的嘴巴一起練習說！

發音技巧

　　發音時，舌頭往後縮放低，嘴唇以圓形張開。跟發音「ô」相似，但嘴型張開比較大而舌頭位置比「ô」低。

Step 2 用漢字擬音、英文字彙擬音快速學發音

書寫	o
國際音標	[ɔ]
漢字擬音	喔
英文字彙擬音	s<u>aw</u>（鋸子）

提示 「o」跟「ô」發音的差別就是發音「o」時，舌頭位置比較低，嘴巴的開度比較大。

Step 3 讀單字，練習發音

大	to
中文諧音	的哦

小	nhỏ
中文諧音	尼嘆

有	có
中文諧音	個哦

狗	chó
中文諧音	臭

清楚	rõ
中文諧音	柔

牛肉河粉	phở bò
中文諧音	佛一跛

彈簧	lò xo
中文諧音	樂哦一西哦

紅葡萄	nho đỏ
中文諧音	尼喔一第嘆

倉庫	nhà kho
中文諧音	呢啊一摳

百日咳	ho gà
中文諧音	齁一嘎

B01-11.MP3　　N01-11.MP3

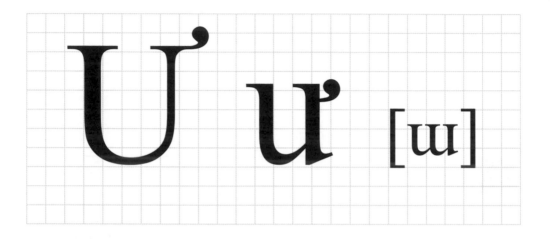

Ư ư [ɯ]

Step 1　**看影片學發音**（請至第9頁刷QR碼便可觀看YOUTUBE線上發音示範教學影片）

請看光碟中發音影片，看著越南語老師的嘴巴一起練習說！

發音技巧

　　發音時，舌頭往後縮而抬起，造成氣流卡在喉嚨裡面。

Step 2 用漢字擬音、英文字彙擬音快速學發音

書寫	ư
國際音標	[ɯ]
漢字擬音	四
英文字彙擬音	*uh-huh*（嗯）

提示・「ư」右邊的符號並不是聲調符號而是字母的符號。

Step 3 讀單字，練習發音

字	chữ
中文諧音	池

婦女	phụ nữ
中文諧音	府－奴餓

陶瓷	sứ
中文諧音	是餓

週三	thứ tư
中文諧音	兔－的餓

信	thư
中文諧音	特餓

獅子	sư tử
中文諧音	獅－德餓

試	thử
中文諧音	特惡

處理	xử lý
中文諧音	死－力

兇	dữ
中文諧音	一餓

姿勢	tư thế
中文諧音	俄－貼

B01-12.MP3　　N01-12.MP3

IA ia [ie]

Step 1 **看影片學發音**（請至第9頁刷QR碼便可觀看YOUTUBE線上發音示範教學影片）

發音技巧

　　這是雙母音。發音時，輪流唸每個母音「i」跟「e」就可以發出來雙母音「ia」的音。音同注音的「ㄧㄝ」或漢語拼音的「ie」。

請看光碟中發音影片，看著越南語老師的嘴巴一起練習說！

Step 2 用漢字擬音、英文字彙擬音快速學發音

書寫	ia
國際音標	[ie]
漢字擬音	耶
英文字彙擬音	*year*（年）

提示 • 「ia」是雙母音，由兩個字母「i」跟「a」結合。「ia」裡面的「a」雖然書寫是「a」，但是唸成母音「e」的音。

Step 3 讀單字，練習發音

盤子	đĩa
中文諧音	碟

甘蔗	mía
中文諧音	滅

除法	chia
中文諧音	街

啤酒	bia
中文諧音	鱉

叉子	nĩa
中文諧音	你餓

意義	ý nghĩa
中义諧音	意－額姐

騎樓	vỉa hè
中文諧音	碟－賀耶

地理	địa lý
中文諧音	碟－理

鬥魚	lia thia
中文諧音	咧－貼

公墓	nghĩa địa
中文諧音	額姐－碟

B01-13.MP3　N01-13.MP3

Ưa ưa [ɯɤ]

Step 1 看影片學發音（請至第9頁刷QR碼便可觀看YOUTUBE線上發音示範教學影片）

請看光碟中發音影片,看著越南
語老師的嘴巴一起練習說!

發音技巧

　　這是雙母音。發音時,輪流唸
每個母音「ư」跟母音「ơ」就可以
發出來這「ưa」的音。音同注音的
「ㄜ」或漢語拼音的「e」。

Step 2 用漢字擬音、英文字彙擬音快速學發音

書寫	ưa
國際音標	[ɯɤ]
漢字擬音	喝
英文字彙擬音	（無）

提示 • 「ưa」是雙母音，由兩個字母「ư」跟「a」結合。「ưa」裡面的「a」雖然書寫是「a」，但是唸成母音「ơ」的音的音。

Step 3 讀單字，練習發音

還沒；了沒	**chưa**
中文諧音	串餓

窗戶	**cửa sổ**
中文諧音	格－瞍

洗	**rửa**
中文諧音	惹餓

火車	**xe lửa**
中文諧音	瞎－樂餓

承諾	**hứa**
中文諧音	賀餓

午餐	**bữa trưa**
中文諧音	不餓－這餓

雨	**mưa**
中文諧音	摸啊

修改	**sửa chữa**
中文諧音	捨啊－撤啊

瓜子	**dưa**
中文諧音	一餓啊

牛奶	**sữa bò**
中文諧音	射啊－跛

B01-14.MP3　N01-14.MP3

UA ua [uo]

Step 1 看影片學發音（請至第9頁刷 QR 碼便可觀看 YOUTUBE 線上發音示範教學影片）

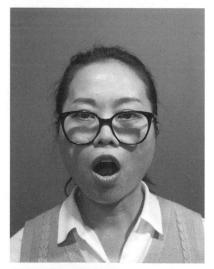

這是雙母音。發音時，輪流唸每個母音「u」跟母音「ô」就可以發出來這「ua」的音。音同注音的「ㄛ」或漢語拼音的「uo」。

請看光碟中發音影片，看著越南語老師的嘴巴一起練習說！

Step 2 用漢字擬音、英文字彙擬音快速學發音

書寫	ua
國際音標	[uo]
漢字擬音	烏哦
英文字彙擬音	*sure*（確定）

提示 ●「ua」是雙母音，由兩個字母「u」跟「a」結合。「ua」裡面的「a」雖然書寫是「a」，但是唸成字母「ô」的音。

Step 3 讀單字，練習發音

的	của
中文諧音	果

買	mua
中文諧音	木哦

酸	chua
中文諧音	戳

廟、寺	chùa
中文諧音	楚啊

筷子	đũa
中文諧音	奪

雨季	mùa mưa
中文諧音	母哦－麼啊

跑車	xe đua
中文諧音	瞎－多

緞帶舞	múa lụa
中文諧音	木哦－裸

西洋棋	cờ vua
中文諧音	葛－嗚啊

酸奶	sữa chua
中文諧音	射啊－戳

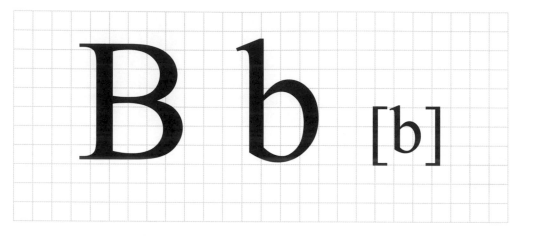

B b [b]

Step 1 **看影片學發音**（請至第9頁刷QR碼便可觀看YOUTUBE線上發音示範教學影片）

請看光碟中發音影片，看著越南語老師的嘴巴一起練習說！

發音技巧

　　嘴唇子音。發音時先把雙唇閉起，然後再放開把口腔裡面的氣流送出。有點像注音的「ㄅ」或漢語拼音的「b」，但是發音比較輕。

Step 2 用漢字擬音、英文字彙擬音快速學發音

書寫	b
國際音標	[b]
漢字擬音	爸
英文字彙擬音	*big*（大）

提示 ・中文的「ㄅ」跟越南文的「b」唸法差別是越南語的「b」雙唇闔起的程度沒有跟中文的「ㄅ」那麼緊，所以氣流出來也比較順暢，唸起來也比較輕。

Step 3 讀單字，練習發音

牛	bò
中文諧音	飽

氣球	bong bóng
中义諧音	崩一甭

忙碌	bận
中文諧音	本

朋友們	bạn bè
中文諧音	版一北

啤酒	bia
中文諧音	憋

包子	bánh bao
中文諧音	綁一包

游泳	bơi
中文諧音	播一

海灘	bờ biển
中文諧音	播一眨

胖	béo
中文諧音	逼意歐

鱉、甲魚	ba ba
中文諧音	巴一巴

B01-16.MP3　N01-16.MP3

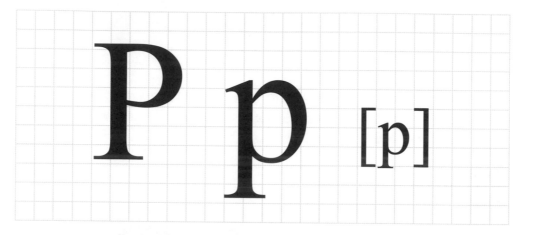

P p [p]

Step 1 看影片學發音（請至第9頁刷QR碼便可觀看YOUTUBE線上發音示範教學影片）

發音技巧

　　嘴唇子音。發音時，雙唇緊閉，然後再放開把口腔裡面的氣流送出。音同注音的「ㄆ」或漢語拼音的「p」。

請看光碟中發音影片，看著越南語老師的嘴巴一起練習說！

Step 2 用漢字擬音、英文字彙擬音快速學發音

書寫	p
國際音標	[p]
漢字擬音	趴
英文字彙擬音	*pen*（筆）

提示 • 跟「b」的發音比起，「p」嘴唇闔上的緊度比較緊，所以氣流出來比較強烈，用手掌放在嘴巴前面可以容易感覺到氣流。生活上，大部分越南人都唸「b」和「p」差不多一樣。

• 子音「p」在越南語中很少用到，大部分出現在外來語。「p」通常跟「h」結合造成複子音「ph」。

Step 3 讀單字，練習發音

電池	pin
中文諧音	拼

越南榴蓮餅	bánh pía
中文諧音	綁－婆

豬肝醬	pa tê
中文諧音	趴－爹

野餐	picnic
中文諧音	瞥克－膩克

沙壩鎮	Sa Pa
中文諧音	沙－趴

鋼琴	piano
中文諧音	瞥－啊－諾

B01-17.MP3　　N01-17.MP3

M m [m]

Step 1 **看影片學發音**（請至第9頁刷QR碼便可觀看YOUTUBE線上發音示範教學影片）

請看光碟中發音影片，看著越南語老師的嘴巴一起練習說！

發音技巧

　　嘴唇子音。發音時先把雙唇閉起，跟唸「b」一樣，但是軟顎下降，氣流往鼻子出來。音同注音的「ㄇ」或漢語拼音的「m」。

Step 2 用漢字擬音、英文字彙擬音快速學發音

書寫	m
國際音標	[m]
漢字擬音	麼
英文字彙擬音	*meet*（看見）

Step 3 讀單字，練習發音

想	**muốn**
中文諧音	目摁

幸運	**may mắn**
中文諧音	賣－馬恩

顏色	**màu**
中文諧音	馬歐

疲勞	**mệt mỏi**
中文諧音	美的－抹一

眼睛	**mắt**
中文諧音	馬特

密碼	**mật mã**
中文諧音	馬特－蟆

開	**mở**
中文諧音	某

涼快	**mát mẻ**
中文諧音	罵特－滅

貓	**mèo**
中文諧音	妙

丟臉	**mất mặt**
中文諧音	罵特－馬的

03 子音

B01-18.MP3　N01-18.MP3

PH ph [f]

Step 1　看影片學發音（請至第9頁刷QR碼便可觀看YOUTUBE線上發音示範教學影片）

請看光碟中發音影片，看著越南語老師的嘴巴一起練習說！

發音技巧

　　齒唇子音。發音時，上齒咬下唇，當中留一條狹縫，讓氣流摩擦通過，同時上齒放開下唇。音同注音的「ㄈ」或漢語拼音的「f」。

Step 2 用漢字擬音、英文字彙擬音快速學發音

書寫	ph
國際音標	[f]
漢字擬音	紓
英文字彙擬音	*five*（五）

請問 • 「ph」是複子音，由兩個字母「p」跟「h」結合。不過它是代表一個音位，並不是兩個音位結合。

Step 3 讀單字，練習發音

電影	phim
中文諧音	夫一麼

咖啡	cà phê
中文諧音	嘎一啡

街	phố
中文諧音	紓

右邊	bên phải
中文諧音	奔一法一

佛	Phật
中文諧音	法的

麻煩	phiền phức
中文諧音	飛恩－分克

罰	phạt
中文諧音	法的

豐富	phong phú
中文諧音	豐一富

（姓氏）范	Phạm
中文諧音	法

辦法	phương pháp
中文諧音	夫餓英－髮布

B01-19.MP3　　N01-19.MP3

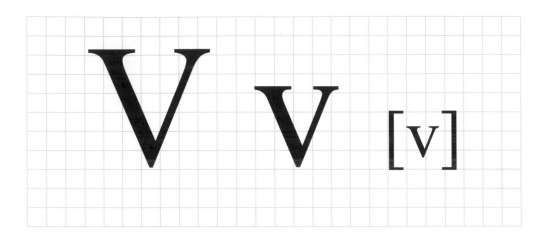

V v [v]

Step 1 **看影片學發音**（請至第9頁刷QR碼便可觀看YOUTUBE線上發音示範教學影片）

請看光碟中發音影片，看著越南語老師的嘴巴一起練習說！

發音技巧

　　齒唇子音。發音跟「ph」相同，但是上齒和下唇的緊度沒「ph」強。所以氣流出來比較順暢。

Step 2 用漢字擬音、英文字彙擬音快速學發音

書寫	v
國際音標	[v]
漢字擬音	（無）
英文字彙擬音	*very*（很）

提示 • 中文沒有跟「v」相似的音。可以以英文「very」的「v」來發音。

• 南越腔常把「v」唸成「d」，但是寫還是一樣寫「v」。例如：「**v**ui **v**ẻ」（愉快）南越人會唸成「**d**ui **d**ẻ」。

Step 3 讀單字，練習發音

因為	vì
中文諧音	偉

進	vào
中文諧音	瓦哦

事情	việc
中文諧音	米克

畫畫	vẽ
中文諧音	喂

大象	voi
中文諧音	窩一

醫院	bệnh viện
中文諧音	餅－穩

辛苦	vất vả
中文諧音	襪克－瓦

愉快	vui vẻ
中文諧音	烏一－唯

面試	phỏng vấn
中文諧音	諷－問

辦公室	văn phòng
中文諧音	溫－諷

61

B01-20.MP3　N01-20.MP3

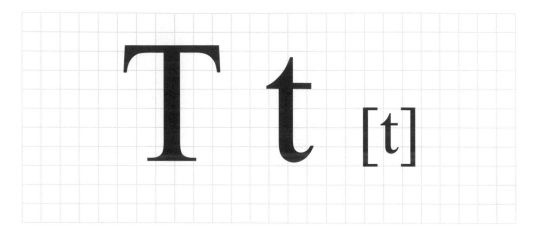

$$T\ t\ [t]$$

Step 1 **看影片學發音**（請至第9頁刷QR碼便可觀看YOUTUBE線上發音示範教學影片）

請看光碟中發音影片，看著越南語老師的嘴巴一起練習說！

發音技巧

　　舌尖和上齒背的子音。發音時，舌尖碰上齒背，然後舌尖放開讓氣流送出去。音同注音的「ㄉ」或漢語拼音的「d」。

Step 2 用漢字擬音、英文字彙擬音快速學發音

書寫	t
國際音標	[t]
漢字擬音	的
英文字彙擬音	_tea_（茶）

Step 3 讀單字，練習發音

我	tôi
中文諧音	都一

蘋果	táo
中文諧音	大哦

名字	tên
中文諧音	嗲恩

手	tay
中文諧音	嗲

耳朵	tai
中文諧音	搭一

好奇	tò mò
中文諧音	斗一抹

相信	tin tưởng
中文諧音	顛－賭恩

新聞	tin tức
中文諧音	顛－德個

想像	tưởng tượng
中文諧音	得餓鞥－得餓鞥

電視	ti vi
中文諧音	低－微

B01-21.MP3　N01-21.MP3

TH th [tʰ]

Step 1 **看影片學發音**（請至第9頁刷QR碼便可觀看YOUTUBE線上發音示範教學影片）

請看光碟中發音影片，看著越南語老師的嘴巴一起練習說！

發音技巧

　　舌尖和上齒背的子音。發音跟「t」一樣，但是「th」要送氣的。音同注音的「ㄊ」或漢語拼音的「t」。

Step 2 用漢字擬音、英文字彙擬音快速學發音

書寫	th
國際音標	[tʰ]
漢字擬音	特
英文字彙擬音	*think*（思想）

提示 • 「th」是有送氣的音。

• 「th」是複子音，由字母「t」跟「h」結合而成的。

Step 3 讀單字，練習發音

喜歡	thích
中文諧音	替克

舒服	thoải mái
中文諧音	偷矮－賣

試	thử
中文諧音	圖

欣賞	thưởng thức
中文諧音	土恩－兔克

常常	thường
中文諧音	土恩

原諒	tha thứ
中文諧音	他－兔

藥	thuốc
中文諧音	陀個

老實	thành thật
中文諧音	他嗯－塔的

月份	tháng
中文諧音	燙

親切	thân thiết
中文諧音	烟－題額的

B01-22.MP3　N01-22.MP3

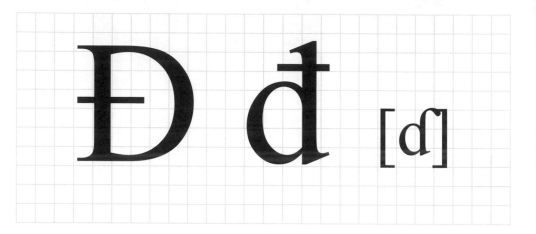

 Step 1 **看影片學發音**（請至第9頁刷QR碼便可觀看YOUTUBE線上發音示範教學影片）

請看光碟中發音影片，看著越南語老師的嘴巴一起練習說！

 發音技巧

　　舌尖和上齒齦的子音。發音「đ」時，跟發音跟「t」有點像，但是「t」氣流是在舌尖和上齒齦摩擦的，「đ」氣流則是卡在舌根而造成聲音。

Step 2 用漢字擬音、英文字彙擬音快速學發音

書寫	đ
國際音標	[d]
漢字擬音	無
英文字彙擬音	*they*（他們）

請問
- 中文沒有跟「đ」相似的音，對華人來說發音相當難。「t」跟「đ」的差別就是發音「t」時，氣流阻礙由舌尖和上齒背面造成的。而發音「đ」時，氣流阻礙由舌根和軟顎結合而造成的。所以「đ」的音就在舌根的位置發出的。
- 「đ」上面的符號並不是聲調符號而是字母的符號。

Step 3 讀單字，練習發音

對	đúng
中文諧音	度恩

電話	điện thoại
中文諧音	點－妥一

漂亮	đẹp
中文諧音	底布

特別	đặc biệt
中文諧音	打個－瘸克

貴	đắt
中文諧音	大的

木瓜	đu đủ
中文諧音	督－賭

痛	đau
中文諧音	大烏

走路	đi bộ
中文諧音	低－補

B01-23.MP3　N01-23.MP3

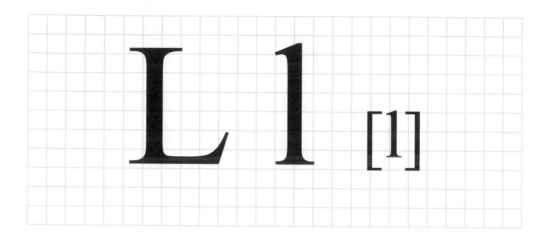

L l [1]

Step 1　**看影片學發音**（請至第9頁刷QR碼便可觀看YOUTUBE線上發音示範教學影片）

發音技巧

　　舌尖和上齒背的子音。發音時舌尖碰上齒背，跟發音跟「t」有點像，但是「l」發音比較輕鬆，氣流順暢出來。音同注音的「ㄌ」或漢語拼音的「l」。

請看光碟中發音影片，看著越南語老師的嘴巴一起練習說！

Step 2 用漢字擬音、英文字彙擬音快速學發音

書寫	l
國際音標	[l]
漢字擬音	了
英文字彙擬音	_look_（看）

Step 3 讀單字，練習發音

做，辦	làm
中文諧音	喇麼

勞動	lao động
中文諧音	撈－懂

火	lửa
中文諧音	樂啊

連續	liên tục
中文諧音	連－賭個

久	lâu
中文諧音	摟

履歷	lí lịch
中文諧音	力－裡克

薪水	lương
中文諧音	勒翁

冷氣	máy lạnh
中文諧音	賣－懶

拿	lấy
中文諧音	累

輪流	lần lượt
中文諧音	冷－勒餓特

B01-24.MP3　　N01-24.MP3

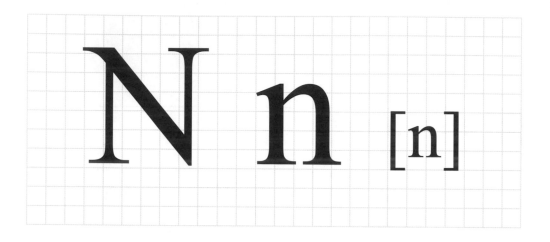

N n [n]

Step 1　看影片學發音（請至第9頁刷QR碼便可觀看YOUTUBE線上發音示範教學影片）

請看光碟中發音影片，看著越南語老師的嘴巴一起練習說！

發音技巧

　　舌尖和上齒齦的子音。發音時舌尖碰上齒齦，氣流從鼻腔出來。音同注音的「ㄋ」或漢語拼音的「n」。

Step 2 用漢字擬音、英文字彙擬音快速學發音

書寫	n
國際音標	[n]
漢字擬音	呢
英文字彙擬音	*new*（新）

Step 3 讀單字，練習發音

說	nói
中文諧音	耨

重	nặng
中文諧音	哪恩

煮	nấu
中文諧音	那歐

養	nuôi
中文諧音	怒哦一

山	núi
中文諧音	怒一

國家	đất nước
中文諧音	大的－訥克

越南	Việt Nam
中文諧音	偉的－那麼

牽手	nắm tay
中文諧音	那麼－嗲

熱水	nước nóng
中文諧音	訥克－訥翁

祖母	bà nội
中文諧音	把－吼一

B01-25.MP3　N01-25.MP3

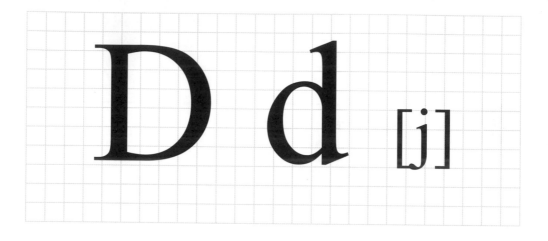

Đ đ [j]

Step 1 **看影片學發音**（請至第9頁刷QR碼便可觀看YOUTUBE線上發音示範教學影片）

發音技巧

　　舌面子音。發音時，舌面抬起，氣流通過舌面和硬顎出來而造成聲音。

請看光碟中發音影片，看著越南語老師的嘴巴一起練習說！

Step 2 用漢字擬音、英文字彙擬音快速學發音

書寫	d
國際音標	[j]
漢字擬音	鴨
英文字彙擬音	*yes*（是的）

提示 北越腔常把「d」唸成「gi」的音，但是寫還是一樣寫「d」。例如：「**d**a」（皮膚）北越人會唸成「**gi**a」。

Step 3 讀單字，練習發音

皮膚	da
中文諧音	呀

教	dạy
中文諧音	雅欸

椰子	dừa
中文諧音	一惡啊

鳳梨	dứa
中文諧音	意惡啊

容易	dễ
中文諧音	也

打掃	dọn dẹp
中文諧音	勇－也布

標緻	duyên dáng
中文諧音	鴛－喬

吩咐	dặn dò
中文諧音	雅嗯－有

逛	đi dạo
中文諧音	第－雅歐

民族	dân tộc
中文諧音	呀恩－斗克

B01-26.MP3　N01-26.MP3

GI gi [z]

Step 1 **看影片學發音**（請至第9頁刷QR碼便可觀看YOUTUBE線上發音示範教學影片）

請看光碟中發音影片，看著越南語老師的嘴巴一起練習說！

發音技巧

　　跟「d」的發音方式一樣。不過雙齒咬起來讓氣流經過雙齒的縫隙摩擦牙齒而出來造成氣流的聲音。

Step 2 用漢字擬音、英文字彙擬音快速學發音

書寫	gi
國際音標	[z]
漢字擬音	家
英文字彙擬音	_zoo_（動物園）

提示
- 「gi」是複子音由字母「g」跟「i」結合而造成的。
- 「gi」的寫法有點特別要注意。如果「gi」後面接著母音「i」或有母音「i」開頭的韻母，一個「i」會被省略。例如：gii → gì（什麼），giiếng → giếng（井）。
- 南越腔常把「gi」唸成「d」，但是寫還是一樣寫「gi」。例如：「**giá**」（價錢）南越人會唸成「**dá**」。

Step 3 讀單字，練習發音

價格	giá
中文諧音	價

洗衣服	giặt đồ
中文諧音	雅的－斗

富有	giàu
中文諧音	咬

教育	giáo dục
中文諧音	要－語個

什麼	gì
中文諧音	以

家庭	gia đình
中文諧音	家－頂

床	giường
中文諧音	意餓鞯

介紹	giới thiệu
中文諧音	葉一－鐵烏

B01-27.MP3　N01-27.MP3

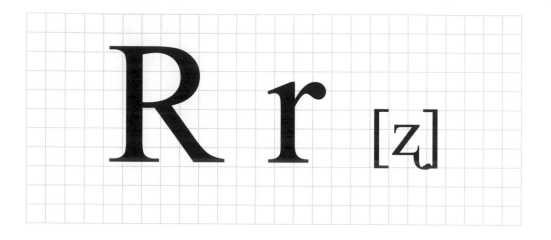

R r [z]

Step 1 **看影片學發音**（請至第9頁刷QR碼便可觀看YOUTUBE線上發音示範教學影片）

請看光碟中發音影片，看著越南語老師的嘴巴一起練習說！

發音技巧

　　彈舌子音。發音時舌尖碰硬腭，然後彈舌讓氣流向外衝出而造成聲音。音同注音的「ㄖ」或漢語拼音的「r」。

Step 2 用漢字擬音、英文字彙擬音快速學發音

書寫	r
國際音標	[ʐ]
漢字擬音	熱（彈舌）
英文字彙擬音	_r_un（跑）

提示 ・「r」雖然是個彈舌音，不過在生活上因為方便發音所以不用彈舌那麼清楚，稍微捲舌一點就好。

・北越腔常把「r」唸成「gi」，但是寫還是一樣寫「r」。例如：「rẻ」（便宜）北越人會唸成「giẻ」。所以北越腔沒有分別三個字母「d」、「gi」、「r」，都一樣唸「gi」。

・南越腔常把「r」唸成「g」，但是寫還是一樣寫「r」。例如：「rất」（很）南越人會唸成「gất」。

Step 3 讀單字，練習發音

便宜	rẻ
中文諧音	惹

了	rồi
中文諧音	蕊一

很	rất
中文諧音	熱的

蔬菜	rau
中文諧音	熱凹

有空	rảnh rỗi
中文諧音	瓤－柔一

麻煩	rắc rối
中文諧音	熱個－躁一

清楚	rõ ràng
中文諧音	柔－嚷

鮮艷	rực rỡ
中文諧音	惹克－揉

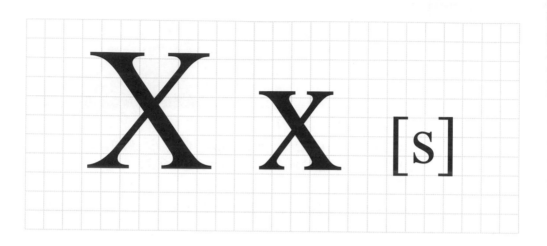

X x [s]

Step 1 看影片學發音 （請至第9頁刷QR碼便可觀看YOUTUBE線上發音示範教學影片）

請看光碟中發音影片，看著越南語老師的嘴巴一起練習說！

發音技巧

　　舌尖子音。發音時，兩排牙齒閉起來。氣流從舌尖開始經過兩排牙齒縫隙而造成聲音。音同注音的「ㄙ」或漢語拼音的「s」。

Step 2 用漢字擬音、英文字彙擬音快速學發音

書寫	x
國際音標	[s]
漢字擬音	色
英文字彙擬音	_see_（看見）

Step 3 讀單字，練習發音

看	xem
中文諧音	閪麼

倒霉	xui xẻo
中文諧音	蘇——小

遠	xa
中文諧音	撒

考慮	xem xét
中文諧音	閪麼—社的

藍色 / 綠色	xanh
中文諧音	三

醜陋	xấu xí
中文諧音	撒—系

車子	xe
中文諧音	蝦

奢侈	xa xỉ
中文諧音	撒—洗

芒果	xoài
中文諧音	搜矮

下車	xuống xe
中文諧音	嗽翁—蝦

B01-29.MP3　N01-29.MP3

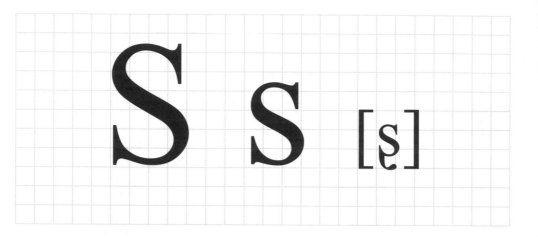

S s [ʂ]

Step 1　**看影片學發音**（請至第9頁刷QR碼便可觀看YOUTUBE線上發音示範教學影片）

請看光碟中發音影片，看著越南語老師的嘴巴一起練習說！

發音技巧

　　捲舌子音。發音時，舌頭往上捲，氣流從舌面流出舌尖與硬顎的空隙而造成聲音。音同注音的「ㄕ」或漢語拼音的「sh」。

Step 2 用漢字擬音、英文字彙擬音快速學發音

書寫	s
國際音標	[ʂ]
漢字擬音	是
英文字彙擬音	*she*（她）

提示
- 「s」雖然是個捲舌音，不過在生活上因為方便講話所以不用彈舌那麼清楚。
- 南部腔常把「s」唸成「x」。

Step 3 讀單字，練習發音

錯	sai
中文諧音	篩
生產	sản xuất
中文諧音	閃－需啊的
書	sách
中文諧音	廈克
超市	siêu thị
中文諧音	修－體
生活	sống
中文諧音	受恩
乾淨	sạch sẽ
中文諧音	傻克－俠
爽	sướng
中文諧音	射餓輸
機場	sân bay
中文諧音	深－吧一

B01-30.MP3　　N01-30.MP3

TR tr [t]

Step 1　**看影片學發音**（請至第9頁刷QR碼便可觀看YOUTUBE線上發音示範教學影片）

請看光碟中發音影片，看著越南語老師的嘴巴一起練習說！

發音技巧

　　彈舌子音。發音時，舌尖黏在硬顎上，舌面抬高，然後突然放開讓氣流向外衝出來，發音比較重。

Step 2 用漢字擬音、英文字彙擬音快速學發音

書寫	tr
國際音標	[t]
漢字擬音	這（彈舌）
英文字彙擬音	*tree*（樹木）

提示
- 「tr」是複子音，由字母「t」跟「r」結合而造成的。
- 「tr」跟「r」都是彈舌音，但發音的差別為「r」是舌尖的音，「tr」則是舌面的音。
- 「tr」雖是個彈舌音，但在生活上為了方便講話故不用彈舌那麼清楚。
- 北越腔常把「tr」唸成「ch」，但是寫還是一樣寫「tr」。例如：「**tr**ường」（學校）北越人會唸成「**ch**ường」。
- 一部分南越人也把「tr」唸成「ch」。

Step 3 讀單字，練習發音

年輕	trẻ
中文諧音	這也

遲到	trễ giờ
中文諧音	折一一惡

茶	trà
中文諧音	眨

回答	trả lời
中文諧音	扎一樂一

白	trắng
中文諧音	扎昂

中心	trung tâm
中文諧音	中一大麼

學校	trường
中文諧音	勒翁

尊重	tôn trọng
中文諧音	賣一懶

B01-31.MP3　N01-31.MP3

CH ch [c]

Step 1 **看影片學發音**（請至第9頁刷QR碼便可觀看YOUTUBE線上發音示範教學影片）

請看光碟中發音影片，看著越南語老師的嘴巴一起練習說！

發音技巧

　　舌面子音。發音方式比「tr」相同，但是沒有彈舌和捲舌。音同注音的「ㄐ」或漢語拼音的「j」。

Step 2 用漢字擬音、英文字彙擬音快速學發音

書寫	ch
國際音標	[c]
漢字擬音	街
英文字彙擬音	*chin*（下巴）

提示 • 「ch」是複子音，由字母「c」跟「h」結合而造成的。

• 「ch」跟注音的「ㄐ」發音有點差別就是注音的「ㄐ」發音是有點摩擦音在舌尖，而「ch」發音比較順暢。

Step 3 讀單字，練習發音

你好	chào
中文諧音	繳

慶祝	chúc mừng
中文諧音	出克－猛

給	cho
中文諧音	抽

確定	chắc chắn
中文諧音	撤克－撤嗯

慢	chậm
中文諧音	假麼

勤勞	chăm chỉ
中文諧音	家麼－擠

慶祝	chúc
中文諧音	祝克

品質	chất lượng
中文諧音	撤的－滷鞥

跑	chạy
中文諧音	袄一

製造	chế tạo
中文諧音	撤－島

B01-32.MP3　N01-32.MP3

NH nh [ɲ]

Step 1 看影片學發音（請至第9頁刷QR碼便可觀看YOUTUBE線上發音示範教學影片）

請看光碟中發音影片，看著越南語老師的嘴巴一起練習說！

發音技巧

　　帶有鼻音的子音。發音時，舌面碰硬顎，舌尖碰下齒背。氣流往鼻腔出來。

Step 2 用漢字擬音、英文字彙擬音快速學發音

書寫	nh
國際音標	[ɲ]
漢字擬音	（無）
英文字彙擬音	（無）

提示 ・「nh」是複子音由字母「n」跟「h」結合而造成的。

Step 3 讀單字，練習發音

小	nhỏ
中文諧音	呢吼

發簡訊	nhắn tin
中文諧音	呢嗯－顛

多	nhiều
中文諧音	呢一惡烏

輕音樂	nhạc nhẹ
中文諧音	呢啊個－呢惡

看	nhìn
中文諧音	抾

想家	nhớ nhà
中文諧音	呢哦－呢啊

跳	nhảy
中文諧音	呢矮

優雅	nho nhã
中文諧音	尼喔－呢雅

喝酒	nhậu
中文諧音	呢偶

接受	chấp nhận
中文諧音	插布－呢惡恩

B01-33.MP3　　N01-33.MP3

NG ng / NGH ngh [ŋ]

Step 1 **看影片學發音**（請至第9頁刷QR碼便可觀看YOUTUBE線上發音示範教學影片）

請看光碟中發音影片，看著越南語老師的嘴巴一起練習說！

發音技巧

　　帶有鼻音的子音。發音時，舌根觸碰硬顎，舌頭放低，氣流往鼻腔流出。

Step 2 用漢字擬音、英文字彙擬音快速學發音

書寫	ng 或 ngh
國際音標	[ŋ]
漢字擬音	（無）
英文字彙擬音	*singer*（歌手）

提示
- 「ng」或「ngh」是複子音，由字母「n」、「g」、及部分情況接「h」所組合而成的。
- 「ng」跟「nh」發音的差別是在舌頭接觸顎的位置。「nh」是舌面接觸硬顎，「ng」或「ng」則是舌根接觸軟顎。
- 「ng」跟「ngh」發音一樣，但是書寫的時候有差別：
  - 若接「e」、「ê」或「i」時，便寫成「ngh」。
  - 其他情況寫「ng」。
- 中文裡面沒有跟「ŋ」相似的音。所以想發好這個音就是從喉嚨發出有帶著鼻音的「ㄥ」音。

Step 3 讀單字，練習發音

好吃	ngon
中文諧音	額喔恩

假日	ngày nghỉ
中文諧音	額矮－額以

坐	ngồi
中文諧音	額偶一

休息	nghỉ ngơi
中文諧音	額以－額餓一

聽	nghe
中文諧音	額耶

職業	nghề nghiệp
中文諧音	額也－額也布

B01-34.MP3   N01-34.MP3

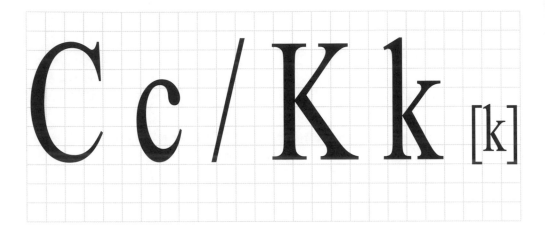

C c / K k [k]

Step 1 看影片學發音（請至第9頁刷QR碼便可觀看YOUTUBE線上發音示範教學影片）

請看光碟中發音影片，看著越南語老師的嘴巴一起練習說！

發音技巧

　　舌根子音。發音時，舌根碰軟顎，然後突然放開讓氣流出來。音同注音的「ㄍ」或漢語拼音的「g」。

Step 2 用漢字擬音、英文字彙擬音快速學發音

書寫	c 或 k
國際音標	[k]
漢字擬音	個
英文字彙擬音	*c*at（貓）

提示
• 「c」跟「k」發音一樣，但在書寫的時候有所差別：
 - 如果後面是字母「e」、「ê」、「i」或「y」就寫「k」。
 - 其他情況時寫「c」。

Step 3 讀單字，練習發音

飯	cơm	冰淇淋	kem
中文諧音	個麼	中文諧音	個麼

改革	cải cách	會計師	kế toán
中文諧音	改－尬克	中文諧音	給－透安

謹慎	cẩn thận	經驗	kinh nghiệm
中文諧音	艮－疼	中文諧音	個英－額耶麼

柳丁	cam	叫	kêu
中文諧音	嘎麼	中文諧音	個餓烏

QU qu [kw]

看影片學發音（請至第9頁刷QR碼便可觀看YOUTUBE線上發音示範教學影片）

發音技巧

　　舌根子音。發音時，嘴型凸出來且合起來變成個圓形。氣流從舌根向外衝出。發音像中文的「瓜」但沒有後面「啊」的音。

請看光碟中發音影片，看著越南語老師的嘴巴一起練習說！

Step 2 用漢字擬音、英文字彙擬音快速學發音

書寫	qu
國際音標	[kw]
漢字擬音	瓜
英文字彙擬音	*quiet*（安靜）

提示
- 「q」是一個特別的子音，它必須有介音「u」配著才可以跟其他韻母結合。
- 「qu」如果後面接著有介音「u-」開頭的韻母結合，那時候一個「u」會被省略。例如：quuýt → quýt（橘子）。
- 「qu」後面不能接著母音「o」、「ô」、「ư」或有「o」、「ư」開頭的韻母。
- 南越腔常只有唸「qu」後面/w/的音，所以跟「烏」的「ㄨ」發音一樣。

Step 3 讀單字，練習發音

果實	**quả**
中文諧音	寡

決定	**quyết định**
中文諧音	烏葉的－頂

忘記	**quên**
中文諧音	棍

橘子	**quả quýt**
中文諧音	寡－貴的

褲子	**quần**
中文諧音	滾

老家	**quê quán**
中文諧音	規－冠

禮物	**quà**
中文諧音	寡

關心	**quan tâm**
中文諧音	關－嗒麼

B01-36.MP3 N01-36.MP3

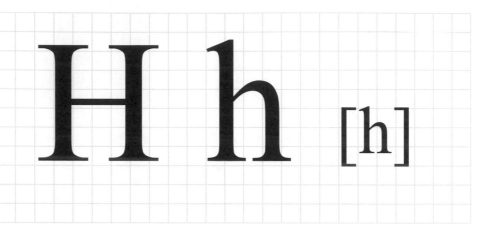

H h [h]

Step 1 **看影片學發音**（請至第9頁刷QR碼便可觀看YOUTUBE線上發音示範教學影片）

喉嚨子音。音同注音的「ㄏ」或漢語拼音的「h」（台灣腔）。

請看光碟中發音影片，看著越南語老師的嘴巴一起練習說！

Step 2 用漢字擬音、英文字彙擬音快速學發音

書寫	h
國際音標	[h]
漢字擬音	喝
英文字彙擬音	_high_（高）

提示 越南語的「h」跟台灣腔的「ㄏ」唸起來一樣。但是如果以北京腔來講，越南的「h」沒有像北京腔有摩擦音。

Step 3 讀單字，練習發音

學	học
中文諧音	吼個

緊張	hồi hộp
中文諧音	吼ーー吼布

唱	hát
中文諧音	哈的

踴躍	hăng hái
中文諧音	夯ー害

夏天	hè
中文諧音	喝餓

後悔	hối hận
中文諧音	後ーー很

親吻	hôn
中文諧音	喝翁

好色	háo sắc
中文諧音	號ー煞克

開會	họp
中文諧音	喝偶布

大方	hào phóng
中文諧音	好ー鳳

KH kh [x]

Step 1　看影片學發音（請至第9頁刷QR碼便可觀看YOUTUBE線上發音示範教學影片）

請看光碟中發音影片，看著越南語老師的嘴巴一起練習說！

發音技巧

　　舌根摩擦子音。發音時，舌根接近軟顎，讓氣流摩擦經過舌根跟軟顎的縫隙。音同注音的「ㄎ」或漢語拼音的「k」。

Step 2 用漢字擬音、英文字彙擬音快速學發音

書寫	kh
國際音標	[x]
漢字擬音	克
英文字彙擬音	（無）

提示 「kh」是複子音，由字母「k」、「h」結合而造成的。

Step 3 讀單字，練習發音

不／零	không
中文諧音	空

克服	khắc phục
中文諧音	克－府個

難	khó
中文諧音	扣

謙虛	khiêm tốn
中文諧音	克煙麼－拖

乾	khô
中文諧音	摳

困難	khó khăn
中文諧音	扣－克恩

哭	khóc
中文諧音	喝翁

恐怖	khủng khiếp
中文諧音	恐－克煙布

渴	khát
中文諧音	喝偶布

能力	khả năng
中文諧音	卡－嚷

B01-38.MP3   N01-38.MP3

G g / GH gh [ɣ]

Step 1 **看影片學發音**（請至第9頁刷QR碼便可觀看YOUTUBE線上發音示範教學影片）

請看光碟中發音影片，看著越南語老師的嘴巴一起練習說！

發音技巧

　　舌根摩擦子音。發音時，舌根接近軟顎，讓氣流摩稍微擦經過舌根跟軟顎的空隙。跟發音「kh」比起，「gh」的氣流比較順暢，沒有發音「kh」那麼重。

Step 2 用漢字擬音、英文字彙擬音快速學發音

書寫	g 或 gh
國際音標	[ɣ]
漢字擬音	（無）
英文字彙擬音	*go*（走）

提示
- 中文沒有跟「g」相似的音。可以以英文「go」的「g」來發音。但是英文「g」跟越南語的「g」也有一點差別，即英文的「g」沒有摩擦音，越南語的「g」則有。
- 「g」跟「gh」發音一樣，但是書寫的時候有所差別：
  - 如果後面接著字母是「e」、「ê」、「i」就寫「gh」。
  - 其他情況時寫「g」。

Step 3 讀單字，練習發音

見面	**gặp**
中文諧音	嘎布

記錄	**ghi chép**
中文諧音	個一一結布

鏡子	**gương**
中文諧音	姑恩

努力	**cố gắng**
中文諧音	夠一鋼

上癮	**ghiền**
中文諧音	個一恩

木椅	**ghế gỗ**
中文諧音	給一狗

B01-39.MP3　N01-39.MP3

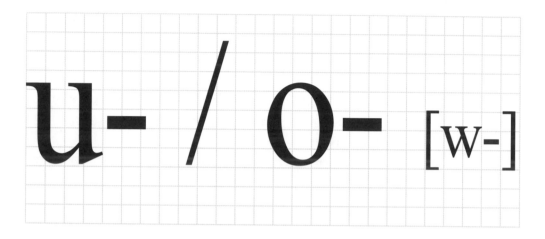

$$u- / o- [w-]$$

Step 1 **看影片學發音**（請至第9頁刷QR碼便可觀看YOUTUBE線上發音示範教學影片）

請看光碟中發音影片，看著越南語老師的嘴巴一起練習說！

發音技巧

　　這兩個介音發音為母音「u」的音，嘴型凸出來且合起來變成圓形。唸介音時要輕快地唸過去，接著再清晰地唸後面相應的母音。

Step 2 用漢字擬音、英文字彙擬音快速學發音

書寫	u- 或 o-	漢字擬音	烏一
國際音標	[w-]	英文字彙擬音	無

提示
- 介音與母音結合的時候，介音只是副部分，主要的部分在介音後面的母音。介音讓嘴唇變成圓形。
- 介音有兩個書寫「u-」或「o-」，依據後面的母音，但是唸法一模一樣。
  - 若後有接著母音是「â」、「ê」、「ơ」、「y」寫成「u-」。
  - 若後無接著母音是「a」、「ă」、「e」寫成「o-」。
- 雙母音「ia」在介音後有兩種書寫：
  - 若後無附著尾音，寫作「uya」。
  - 若後有附著尾音，寫作「uyê-」。
- 「ua」或「uô-」是雙母音，並不是介音和母音結合。
- 除了以｜列出的母音以外，介音不可以跟其他母音結合。
- 南越腔：有介音的韻母前無子音或有子音「h」時，南越人常把介音或「h」和介音的組合唸成南越腔的「qu」。例如：「uy tín」（威信）常會唸成「quy tín」；「huy hoàng」（輝煌）則常會唸成「quy quàng」。

介音與母音組合表

介音	介音與母音組合					
u-	uê	uơ	uy	uya	uâ-	uyê-
o-	oa	oe	oă-			

*「-」符號代表必須跟其他部分結合

Step 3 讀單字，練習發音

租	thuê
中文諧音	凸耶

健康	súc khỏe
中文諧音	是烏個一可哦耶

B01-40.MP3   N01-40.MP3

-m [-m]

Step 1 **看影片學發音**（請至第9頁刷QR碼便可觀看YOUTUBE線上發音示範教學影片）

請看光碟中發音影片，看著越南語老師的嘴巴一起練習說！

發音技巧

　　雙唇尾音。發音時，唸完前面的部分再把雙唇閉緊結束音節，氣流向鼻腔發出字母「m」的音。

Step 2 用漢字擬音、英文字彙擬音快速學發音

書寫	-m	漢字擬音	麼
國際音標	[-m]	英文字彙擬音	*number*（號碼）

提示
- 尾音是結束韻母的音位。一個韻母有或沒有尾音。
- 南越腔：
  - 「ăm」和「âm」一樣唸「ăm」。
  - 「om」、「ôm」和「ơm」一樣唸「ơm」。
  - 「im」和「iêm」一樣唸「im」

尾音 -m 的組合表

	尾音 -m 的組合										
單母音	am	ăm	âm	em	êm	im	om	ôm	ơm	um	-ưm*
雙母音	-iêm	yêm*	ươm	uôm							
介音與母音組合	oam*	oăm*	-oem*								

* 星星符號表示很少用到的韻母
*「-」符號代表必須跟其他部分結合

Step 3 讀單字，練習發音

貪心	tham lam
中文諧音	他麼－拉麼

紅毛丹	chôm chôm
中文諧音	抽麼－抽麼

露營	cắm trại
中文諧音	尬麼－窄

越南碎米飯	cơm tấm
中文諧音	個麼－姑麼

B01-41.MP3　　N01-41.MP3

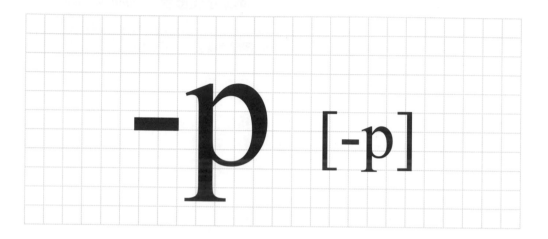

-p [-p]

Step 1 **看影片學發音**（請至第9頁刷QR碼便可觀看YOUTUBE線上發音示範教學影片）

請看光碟中發音影片，看著越南語老師的嘴巴一起練習說！

發音技巧

　　雙唇尾音。發音時，唸完前面的部分再把雙唇閉緊結束音節，氣流出來時被突然閉緊的雙唇擋住而形成字母「p」的音。

Step 2 用漢字擬音、英文字彙擬音快速學發音

書寫	-p	漢字擬音	布
國際音標	[-p]	英文字彙擬音	*stop*（停）

提示
- 有尾音「-p」的韻母除了銳聲和重聲外，不能跟其他聲調結合。
- 南越腔：
  - 「ăp」和「âp」一樣唸「ăp」。
  - 「op」和「ôp」和「ơp」一樣唸「ơp」。
  - 「ip」和「iêp」一樣唸「ip」。

尾音 -p 的組合表

	尾音 -p 的組合								
單母音	ap	ăp	âp	ep	-êp	-ip	op	ôp	-ơp	up
雙母音	-iêp	ươp								
介音與母音組合	oap*		-uyp*							

* 星星符號表示很少用到的韻母

*「-」符號代表必須跟其他部分結合

Step 3 讀單字，練習發音

腳踏車	xe đạp
中文諧音	蝦－打布

合法	hợp pháp
中文諧音	喝布－法布

安排	sắp xếp
中文諧音	煞布－謝布

閃電	sấm chớp
中文諧音	煞麼－撤布

B01-42.MP3　N01-42.MP3

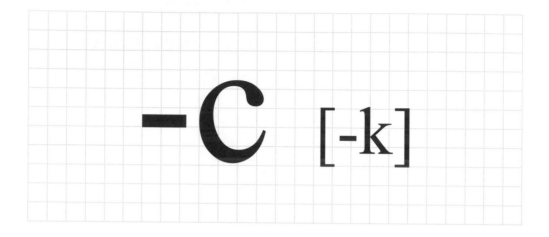

-C [-k]

Step 1 **看影片學發音**（請至第9頁刷QR碼便可觀看YOUTUBE線上發音示範教學影片）

請看光碟中發音影片，看著越南
語老師的嘴巴一起練習說！

發音技巧

　　舌根尾音。發音時，唸完前面
的部分再把舌根與軟顎造成阻礙擋
住氣流，氣流經過此阻礙，嘴巴稍
微張開讓氣流出去。

Step 2 用漢字擬音、英文字彙擬音快速學發音

書寫	-c	漢字擬音	個
國際音標	[-k]	英文字彙擬音	*book*（書）

提示
- 越南語的尾音「-c」跟英文的尾音「-k」發音有點不一樣。就是英文的「-k」發出來很明顯聽到「個」的音。反而，越南語的尾音「-c」因為受到發音器官阻礙，所以發出來的音沒那麼清楚。
- 有尾音「-c」的韻母除了銳聲和重聲外，不能跟其他聲調結合。
- 尾音「-c」的變音現象：如果「-c」前面是單母音「o」、「ô」、「u」依然先按「-c」發音但是最後嘴唇群起來讓氣流堵在腔口裡面。
- 「ooc」是一個特別的韻母，跟「oc」的差別就是發音長度。「ooc」發音比「oc」長。
- 南越腔都把「oc」和「ôc」一樣唸「oc」。

尾音 -c 的組合表

	尾音 -c 的組合							
單母音	ac	ăc	-âc	ec*	oc	ôc	uc	ưc
雙母音	-iêc	-uôc	ươc	-ooc*				
介音與母音組合	oac*	-oăc						

* 星星符號表示很少用到的韻母

*「-」符號代表必須跟其他部分結合

Step 3 讀單字，練習發音

瀑布	thác nước
中文諧音	踏個－呢餓個

祝福	chúc phúc
中文諧音	畜個－富個

B01-43.MP3　N01-43.MP3

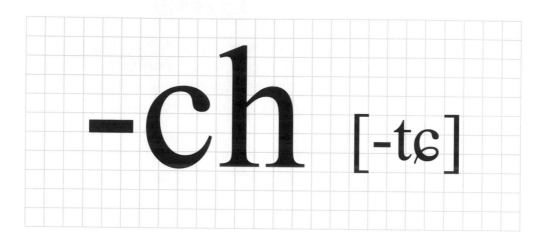

-ch [-tɕ]

Step 1　看影片學發音（請至第9頁刷QR碼便可觀看YOUTUBE線上發音示範教學影片）

請看光碟中發音影片，看著越南語老師的嘴巴一起練習說！

發音技巧

　　舌面尾音。發音時，唸完前面的部分再把兩排牙齒稍微閉起，舌頭平平地放在腔口裡面，發出字母「ch」的音。

Step 2 用漢字擬音、英文字彙擬音快速學發音

書寫	-ch	漢字擬音	車
國際音標	[-tɕ]	英文字彙擬音	*watch*（看）

提示
- 越南語的尾音「-ch」跟英文的尾音「-ch」發音有點不一樣，就是英文的「-ch」發出來很明顯聽到「車」的音。反而，越南語的尾音「-ch」因為受到發音器官阻礙，所以發出來的音沒那麼清楚。
- 「-ch」跟「-c」的差別就是「-c」發音時雙齒張開，「-ch」發音時則雙齒稍微閉起。
- 有尾音「-ch」的韻母除了銳聲和重聲外，不能跟其他聲調結合。
- 南越腔的唸法有點不一樣，發音時，舌尖塞住雙齒的小小縫隙，發音比較輕。

尾音 -ch 的組合表

	尾音 -ch 的組合		
單母音	ach	êch	ich
介音與母音組合	oach	-uêch*	uych*

* 星星符號表示很少用到的韻母

*「-」符號代表必須跟其他部分結合

Step 3 讀單字，練習發音

方式	cách thức
中文諧音	尬車－特個

興趣	sở thích
中文諧音	捨－替車

觀光客	khách du lịch
中文諧音	咖車－幽－理車

尺寸	kích cỡ
中文諧音	克意車－個

109

B01-44.MP3　N01-44.MP3

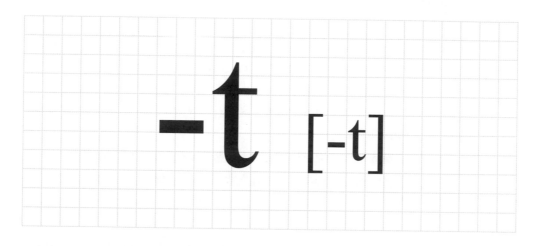

-t [-t]

Step 1 **看影片學發音**（請至第9頁刷QR碼便可觀看YOUTUBE線上發音示範教學影片）

請看光碟中發音影片，看著越南語老師的嘴巴一起練習說！

發音技巧

舌尖尾音。發音時，唸完前面的部分再把舌尖碰上齒背，發出字母「t」的音。

Step 2 用漢字擬音、英文字彙擬音快速學發音

書寫	-t	漢字擬音	的
國際音標	[-t]	英文字彙擬音	*cat*（貓）

提示
- 越南語的尾音「-t」跟英文的尾音「-t」發音有點不一樣。就是英文的「-t」發出來很明顯聽到「的」的音。反而，越南語的尾音「-t」因為受到發音器官阻礙，所以發出來的音沒那麼清楚。
- 有尾音「-t」的韻母除了銳聲和重聲外，不能跟其他聲調結合。
- 南越腔
  - 把韻母「êt」唸成韻母「êch」的音；把韻母「it」唸成韻母「ich」的音。
  - 韻母 ot、ôt、ơt 結束的階段沒有把舌尖碰觸上齒背，而是將嘴巴張開讓氣流出去。
  - 其他韻母把尾音「-t」唸成尾音「-c」的音。

尾音 -t 的組合表

	尾音 -t 的組合									
單母音	at	ăt	ât	et	-êt	it	ot	ôt	ơt	ut	-ưt
雙母音	-iêt	yêt*	uôt	ươt						
介音與母音組合	oat	oăt*	-oet*	uât	uyt	uyêt				

* 星星符號表示很少用到的韻母

*「-」符號代表必須跟其他部分結合

Step 3 讀單字，練習發音

潮濕	ẩm ướt
中文諧音	餓麼－餓嗯的

抽煙	hút thuốc
中文諧音	護的－陀個

B01-45.MP3　N01-45.MP3

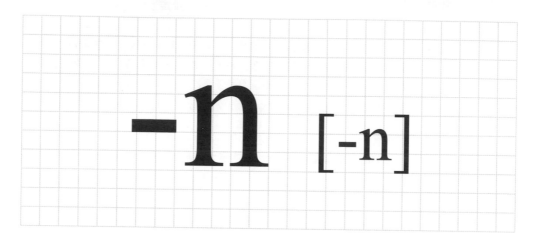

-n [-n]

Step 1 看影片學發音（請至第9頁刷QR碼便可觀看YOUTUBE線上發音示範教學影片）

請看光碟中發音影片，看著越南語老師的嘴巴一起練習說！

發音技巧

　　舌尖尾音。發音時，唸完前面的部分再把舌尖碰上齒背，音從鼻腔發出字母「n」的音。

Step 2 用漢字擬音、英文字彙擬音快速學發音

書寫	-n	漢字擬音	嗯
國際音標	[-n]	英文字彙擬音	*can*（可能）

提示 ・南越腔：

- 把韻母「in」唸成韻母「inh」的音。

- 韻母 on、ôn、ơn 結束的階段沒有把舌尖碰上上齒背，發音較長。

- 其他韻母把尾音「-n」唸成尾音「-ng」的音。

尾音 -n 的組合表

	尾音 -n 的組合									
單母音	an	ăn	ân	en	-ên	in	on	ôn	ơn	un
雙母音	-iên	yen	uôn	ươn						
介音與母音組合	oan	oăn*	-oen*	uân	uyên					

* 星星符號表示很少用到的韻母

* 「-」符號代表必須跟其他部分結合

Step 3 讀單字，練習發音

安全	an toàn	禮拜	tuần lễ
中文諧音	安－短	中文諧音	盹－雷

人員	nhân viên	總是	luôn luôn
中文諧音	額嗯－問	中文諧音	路嗯－路嗯

B01-46.MP3　N01-46.MP3

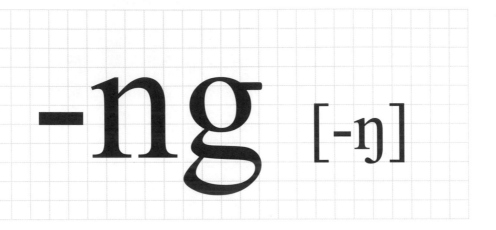

-ng [-ŋ]

Step 1 **看影片學發音**（請至第9頁刷QR碼便可觀看YOUTUBE線上發音示範教學影片）

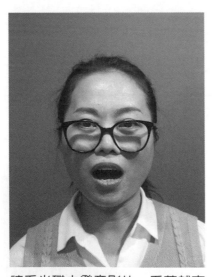

發音技巧

　　舌跟鼻尾音。發音時，唸完前面的部分再將舌根碰觸上硬顎，音從鼻腔發出字母「ng」的音。

請看光碟中發音影片，看著越南語老師的嘴巴一起練習說！

Step 2 用漢字擬音、英文字彙擬音快速學發音

書寫	-ng	漢字擬音	燈
國際音標	[-ŋ]	英文字彙擬音	*sing*（唱）

> **提示**
> - 「-ng」跟「-n」的差別就是「-n」發音時雙齒稍微閉起，而「-ng」發音時則嘴巴張開。
> - 尾音「-ng」的變音現象：如果「-ng」的前面是單母音「o」、「ô」、「u」時，嘴唇合起來讓氣流堵在腔口裡面。
> - 「oong」是一個特別的韻母，跟 ong 的差別在於發音長度不同。「oong」發音比「ong」長。
> - 南越腔都把「ong」和「ông」一樣唸成「ong」。

尾音 -ng 的組合表

	尾音 ng 的組合							
單母音	ang	ăng	-âng	-eng*	ong	ông	ung	ưng
雙母音	-iêng	uông	ương	-oong*				
介音與母音組合	oang	oăng*	-uâng*					

* 星星符號表示很少用到的韻母

*「-」符號代表必須跟其他部分結合

Step 3 讀單字，練習發音

銀行	**ngân hàng**
中文諧音	額跟－夯

感興趣	**hứng thú**
中文諧音	橫－兔

加油	**đổ xăng**
中文諧音	斗－西骯

喝水	**uống nước**
中文諧音	烏甕－呢餓個

B01-47.MP3   N01-47.MP3

-nh [-nh]

Step 1 看影片學發音（請至第9頁刷QR碼便可觀看YOUTUBE線上發音示範教學影片）

發音技巧

　　舌面鼻子尾音。發音時，唸完前面的部分再把雙齒稍微閉起，舌頭平平地放在口腔裡面，音從鼻腔發出字母「nh」的音。

請看光碟中發音影片，看著越南語老師的嘴巴一起練習說！

Step 2 用漢字擬音、英文字彙擬音快速學發音

書寫	-nh
國際音標	[-ŋ]
漢字擬音	（無）
英文字彙擬音	（無）

提示　• 尾音「nh」跟「ng」都是舌根鼻音。它們的差別就是「ng」發音素置在舌根，「nh」發音素則置在舌面。

　• 南越腔的唸法有點不一樣，發音時，舌尖塞住雙齒的小小縫隙，發音比較輕。

尾音 -nh 的組合表

	尾音 -nh 的組合		
單母音	anh	ênh	inh
介音與母音組合	oanh	-uênh*	uynh*

* 星星符號表示很少用到的韻母

*「-」符號代表必須跟其他部分結合

Step 3 讀單字，練習發音

競爭	**cạnh tranh**
中文諧音	艮－沾

英文	**tiếng Anh**
中文諧音	第英－啊英

聰明	**thông minh**
中文諧音	通－瞇英

經營	**kinh doanh**
中文諧音	個英－鴛

B01-48.MP3　N01-48.MP3

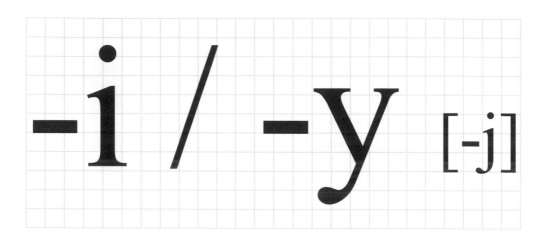

-i / -y [-j]

Step 1　**看影片學發音**（請至第9頁刷QR碼便可觀看YOUTUBE線上發音示範教學影片）

發音技巧

　　母音的尾音。發音時，唸完前面的部分再唸出母音「i」的音。中音放在尾音前面的部分，所以前面唸長和強，後面唸比較短和弱。

請看光碟中發音影片，看著越南語老師的嘴巴一起練習說！

Step 2 用漢字擬音、英文字彙擬音快速學發音

書寫	-i 或 -y	漢字擬音	誰
國際音標	[-i]	英文字彙擬音	*say*（說）

提示
- 韻母「ay」雖然寫母音「a」但是音是母音「ă」的音。所以「ai」跟「ay」的差別是「ai」發音比較長，「ay」則發音比較短。
- 南越腔：
  - 「ai」和「ay」一樣唸成「ai」。
  - 「oi」和「ôi」一樣唸成「oi」。
  - 「ui」和「uôi」一樣唸成「ui」。
  - 「ưi」和「ươi」一樣唸成「ưi」。

尾音 -i / -y 的組合表

	尾音 -I / -y 的組合							
-i	ai	oi	ôi	ơi	ui	-ưi	-uôi	-ươi	oai
-y	ay	ây	-oay	-uây*				

* 星星符號表示很少用到的韻母

*「-」符號代表必須跟其他部分結合

Step 3 讀單字，練習發音

臺灣	Đài Loan
中文諧音	ㄞ－路安

惡臭	hôi thối
中文諧音	齁ㄧ－透ㄧ

二十	hai mươi
中文諧音	嗨－目餓ㄧ

鼻子	lỗ mũi
中文諧音	摟－模ㄧ

B01-49.MP3 N01-49.MP3

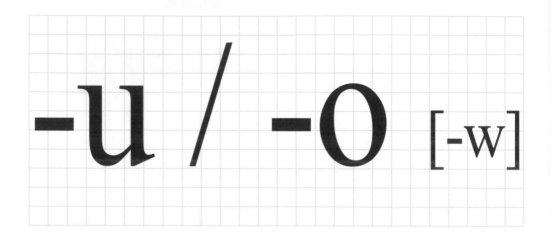

-u / -o [-w]

Step 1 **看影片學發音**（請至第9頁刷QR碼便可觀看YOUTUBE線上發音示範教學影片）

請看光碟中發音影片，看著越南語老師的嘴巴一起練習說！

 發音技巧

　　發音尾音「-u」或「-o」時，唸完前面的部分再把雙唇凸出，發出母音「u」的音。中音放在尾音前面的部分，所以前面唸長和強，後面唸比較短和弱。

Step 2 用漢字擬音、英文字彙擬音快速學發音

書寫	-u 或 -o	漢字擬音	收
國際音標	[-w]	英文字彙擬音	*show*（表示）

提示
- ・韻母「au」雖然寫母音「a」但是音是母音「ă」的音。所以「ao」跟「au」的差別是「ao」發音比較長，「au」則發音比較短。
- 韻母「iêu」如果前面沒有子音，把「i」改成「y」，韻母變成「yêu」。
- 南越腔：
  - 「au」和「ao」一樣唸「ao」。
  - 「iu」和「-iêu」一樣唸「iu」。
  - 「ưu」和「ươu」一樣唸「ưu」。

尾音 -u / -o 的組合表

				尾音 -u / -o 的組合					
-u	au	âu	iu	êu	ưu	-iêu	yêu	-ươu	-uyu*
-o	ao	eo	-oao*	-oeo*					

* 星星符號表示很少用到的韻母

*「-」符號代表必須跟其他部分結合

Step 3 讀單字，練習發音

棕色	màu nâu
中文諧音	某－呢歐

要求、需求	yêu cầu
中文諧音	一烏－狗

歐洲	châu Âu
中文諧音	抽－歐

紅酒	rượu vang
中文諧音	日歐烏－汪

Unit
06 拼音與書寫規則

6-1.越南語文字系統歸納表

越南語音位表

子音		介音	母音		尾音		
單子音	複子音		單母音	雙母音	單子音	複子音	母音
b-	ch-	u- / o-	a	ia / -iê- / -ya / yê-	-c	-ch	-i / -y
c-	gh-		ă	ua / uô-	-m	-ng	-u / -o
d-	gi-		â	ưa / ươ-	-n	-nh	
đ-	kh-		e		-p		
g-	nh-		ê		-t		
h-	ng-		i				
k-	ngh-		o				
l-	ph-		ô				
m-	qu-		ơ				
n-	th-		u				
r-	tr-		ư				
p-			y				
s-							
t-							
v-							
x-							

＊「 - 」符號代表必須跟其他部分結合

越南語韻母表

母音	-m	-p	-c	-t	-n	-ng	-nh	-ch	-i	-y	-o	-u
a	am	ap	ac	at	an	ang	anh	ach	ai	ay	ao	au
ă-	ăm	ăp	ăc	ăt	ăn	ăng						
â-	âm	âp	-âc	ât	ân	âng				ây		âu
e	em	ep	ec	et	en	-eng					eo	
ê	êm	-êp		-êt	-ên		ênh	êch				êu
i	im	-ip		it	in		inh	ich				iu
o	om	op	oc	ot	on	ong			oi			
ô	ôm	ôp	ôc	ôt	ôn	ông			ôi			
ơ	ơm	-ơp		ơt	ơn				ơi			
u	um	up	uc	ut	un	ung			ui			
ư	-ưm		ưc	-ưt		ưng			-ưi			ưu
ia / iê- / yê-	-iêm / yêm	-iêp	-iêc	-iêt / yêt	-iên / yên	-iêng						-iêu / yêu
ua / uô-	uôm		-uôc	uôt	uôn	uông			uôi			
ưa / ươ-	ươm	ươp	ươc	ươt	ươn	ương			ươi			-ươu
y												
介音 + 母音	-m	-p	-c	-t	-n	-ng	-nh	-ch	-i	-y	-o	-u
oa	oam	oap	oac	oat	oan	oang	oanh	oach	oai	-oay	-oao	
oă-	oăm		-oăc	oăt	oăn	oăng						
oe	-oem			-oet	-oen						-oeo	
uâ-				uât	uân	-uâng				-uây		
uê							-uênh	-uêch				
uy		-uyp		uyt			uynh	uych				-uyu
uyê-				uyêt	uyên							
oo-			-ooc			-oong						
ươ												
uya												

*「-」符號代表必須跟其他部分結合

6-2.拼音規則

　　越南語沒有很多的拼音規則，只要了解越南語字彙的結構就可以拼出越南語的發音。但是也要注意以下規則：

- 子音「c」和「k」：發音一樣，寫法差異如下：
  - 當接續的母音為「e」、「ê」、「i」、「y」開頭的韻母時，子音便書寫成「k」。例如：kiểm kê（盤點）…
  - 除此之外，其他的情況下，子音皆書寫成「c」。例如：con cá（魚）…
- 子音「g」和「gh」：發音一樣。
  - 當接續的母音為「e」、「ê」、「i」開頭的韻母時，子音便書寫成「gh」。例如：ghế（椅子）、ghen（吃醋）…
  - 除此之外，其他的情況下，子音皆書寫成「g」。例如：ghế gỗ（木椅）、gương（鏡子）…
- 子音「ng」和「ngh」：發音一樣，都是「/ŋ/」：
  - 當接續的母音為「e」、「ê」、「i」開頭的韻母時，子音便書寫成「ngh」。例如：nghe（聽）、nghiêm（立正）…
  - 除此之外，其他的情況下，子音皆書寫成「ng」。例如：ngủ（睡覺） nghỉ ngơi（休息）
- 單母音「y」：只能跟子音「h」、「k」、「l」、「m」、「s」、「t」、「v」、「qu」、「th」相結合。
- 單母音「i」和「y」：這兩個單母音自成韻母時，發音一樣。會依場合不同，分別擇用「i」或「y」，規則如下：
  - 如果自成韻母，漢越詞（漢越詞解釋請看第二章）會書寫成「y」，例如：y học（醫學）、ý kiến（意見）…；相反，如果是純越詞（純越詞解釋請看第二章）則會書寫成「i」，例如：ì ạch（慢吞吞）…
  - 當接續在子音「h」、「k」、「l」、「m」、「s」、「t」、「v」、「qu」後面時，若是漢越詞寫「i」或「y」皆可，例如：lý do = lí do（理由）、kỹ sư = kĩ sư（工程師）…如果是純越詞只能寫「i」，例如：ví tiền（錢包）、lì lợm（頑皮）。分辨漢越詞和純越詞對外國讀者來說相當難（但母語為中文的人士一旦弄清楚其規則後，對於日後的學習將無往不利）。因此，為了預防寫錯字且避免記過於繁多的，應用時可以在所有的子音後面都用「i」，這種情況下絕對不會錯。

- 子音「q」：後面一定要接續母音「u」，才可以跟其他韻母再組合拼音。

    ◆ 「qu」不能跟母音「o」、「ư」結合。

    ◆ 如果「qu」的後面接續母音「u」開頭的韻母，將會有一個「u」會被省略。例如：qu + uốc = **quốc**（國）、qu + uyết = **quyết**（決）⋯

- 子音「gi」：如果後面接續母音「i」開頭的韻母，將會有一個「i」會被省略。例如：gi + ì = **gì**（什麼）、gi + iếng = **giếng**（井）

- 有介音的韻母不能跟子音「c」、「g」、「k」、「m」、「r」、「p」、「v」、「gh」、「gi」、「ngh」、「ph」和結合：這些尾音的韻母只能與銳聲或重聲的音節結合。

6-3.聲調標法

聲調符號只能放在母音的位置。除了平聲無聲調符號，重聲放在母音下面之外，其他聲調符號都置於母音的上方。以下是手寫時的標記法：

- 有帽子的母音字母（â、ê、ô）：

    ◆ 銳聲、問聲需寫在帽子右邊或上方中間處。例如：phổ biến（普遍）

    ◆ 玄聲寫在帽子左邊、右邊或上方中間處即可。

    ◆ 跌聲寫在帽子上面中間。例如：tiễn（送別）

- 有月亮帽子的母音（ă）：聲調符號標在月亮符號上面的中間。例如：vằn thắn（混沌）⋯

- 如果韻母裡面只有一個母音：聲調符號就放在母音上下的位置。例如：bố（爸爸）、mẹ（媽媽）、gì（什麼）、bàn（桌子）⋯

- 如果韻母裡面出現有帶著符號的字母（ă、â、ê、ô、ơ、ư）：聲調符號就往往放在這些字母的位置，例如：muốn（想要）、truyền thuyết（傳說）⋯。如果韻母有「ư」和「ơ」，聲調符號就放在ơ的位置，例如：rượu gạo（米酒）⋯

- 若為音節結束為「oa」、「oe」或「uy」的字彙：聲調位置放哪個母音的位置都可以。例如：khỏe = khoẻ（健康）、hỏa = hoẻ（火）、thủy = thuỷ（水）⋯

- 如果字彙裡面的字母多於一個母音：聲調符號就置放於尾音前一個的母音處。例如：thoải mái（舒服）、áo dài（奧黛）、queo phải（右

轉），khuỷu tay（手肘）、kế hoạch（計劃）、quýt（橘子）…

6-4.大寫規則

因為越南語文字使用拉丁字的系統，所以大寫的規律跟英文差不多。

- 句子開頭的第一個字母。
  例如：Tôi là sinh viên.（我是學生。）
- 專有名詞如地名、人名、公司名字等每個字的開頭字母要大寫。
  例如：Việt Nam（越南）、vịnh Hạ Long（下龍灣）、Hồ Chí Minh
  （胡志明）、Công ty An Bình（安平公司）
- 多音節詞的外語拼音，第一個音節的開頭字母要大寫。
  例如：Indonesia（印尼）、Campuchia（柬埔寨）、Singapore（新加
  坡）、Lê-nin（列寧）、Mát-x-cơ-va（莫斯科）
- 搭配著人名的頭銜，第一個音節的開頭字母可以大寫，表示敬重。
  例如：Tổng thống Tưởng Giới Thạch（蔣介石總統）、Chủ tịch Hồ Chí
  Minh（胡志明主席）、Đại tướng Võ Nguyên Giáp（武元甲大
  將）、Giám đốc Trương（張經理）
- 機關或組織單位的名稱，第一個音節的開頭字母要大寫。
  例如：Công ty ABC（ABC公司）、Ngân hàng XYZ（XYZ銀行）、
  Ủy ban Thành phố Hà Nội（河內市委員會）、Văn phòng Văn
  hóa và Kinh tế Đài Bắc tại Việt Nam（駐越南台北經濟文化辦事
  處）
- 節日，第一個音節的開頭字母要大寫。
  例如：tết Trung thu（中秋節）、ngày Quốc khánh（國慶日）
- 文化藝術作品的名稱，第一個音節的開頭字母要大寫。
  例如：tạp chí Kinh tế（經濟雜誌）、từ điển Kỹ thuật（科技辭典）、
  tiểu thuyết Tam quốc diễn nghĩa（三國演義小說）、phim Ngọa
  hổ tàng long（臥虎藏龍電影）

6-5.標點符號

越南語中常用的標點符號號如下：

名稱	符號	用途	例子
Dấu chấm 句點	.	用於陳述句的結尾。	Tôi là bác sĩ. 我是醫生。
Dấu hỏi 問號	?	用於疑問句的結尾。	Anh có phải là bác sĩ không? 你是醫生嗎？
Dấu chấm cả 驚嘆號	!	用於感嘆句或祈使句的結尾。	Cái áo này đẹp quá! 這件衣服好漂亮！ Hãy đi theo tôi! 請跟我來！
Dấu ba chấm 刪節號	...	常放於句尾，有時候也放在句中，用於： 1. 表示尚有話者所未列舉出的人、事、物的意思。與中文的「等」相似。 2. 表示聲音的長度。 3. 表示話者說的話斷斷續續，不順暢。	1. Việt Nam có rất nhiều món ăn ngon như phở, bánh mì, chả giò... 越南有很多好吃的料理，例如河粉、法國麵包、炸春捲等。 2. Nó khóc hu... hu... hu... 她嗚嗚嗚地哭泣。
Dấu phẩy 逗號	,	1. 區分句子的重要部分和副部分。 2. 表示列舉的人、事、物。與中文的「、」號相似。 3. 表示複句分段的部分。	1. Ở Việt Nam, mọi người thường đi làm bằng xe máy. 在越南，人們常騎摩托車上班。 2. Tôi biết nói tiếng Anh, tiếng Hoa, tiếng Nhật và tiếng Việt. 我會講英文、中文、日語和越南語。 3. Nếu tôi là anh, thì tôi sẽ mua căn nhà đó. 如果我是你的話，我會買那間公寓。

Dấu chấm phẩy 分號	;	分段表述具有平等意義的複句。	Ông ấy là thầy giáo của tôi; ông ấy cũng là cha tôi. 他是我的老師，也是我的爸爸。
Dấu hai chấm 冒號	:	1. 預告事情。 2. 說明、列出前述內容的成分。	1. Chú ý: Ngày mai có bão. 注意：明天有颱風。 2. Nhà tôi có 4 người: ba mẹ tôi, anh trai và tôi. 我家有四個人：我爸媽、哥哥和我。
Dấu ngoặc đơn 括號	( )	對前述的內容進行加註	Chợ Bến Thành (thành phố Hồ Chí Minh) là một địa điểm du lịch nổi tiếng. 檳城市場（胡志明市）是一個很有名的景點。
Dấu ngoặc kép 引號	" "	1. 引用他人的話、名言、口號、成語等。 2. 強調諷刺的意思或有其他隱私意思。 3. 分別想說明的主體跟其他部分。 跟中文的「」相似。	1. Sau khi xem phim xong, anh ấy hỏi tôi: "Anh thấy bộ phim này thế nào?" 看完電影後，他問我：「你覺得這部電影如何？」 2. Cô ấy nghĩ đàn ông ai cũng rất thích "ăn phở". 她認為男人誰都喜歡「吃河粉」。（越南語「ăn phở（吃河粉）」是指外遇的意思） 3. "Nghiêng" là từ dài nhất trong tiếng Việt. 「nghiêng」是越南語中最長的單字。

2

文法課
最常用的文法和句型

Unit 01 越南語詞彙

　　越南語的語言發展淵遠流長，再加上與許多異文化的交錯與融合，造就了越南語多樣與豐富的語言特性。依據其來源和結構，可以將越南語的詞彙分類成以下幾種詞類。

1.來源分類

1. 漢越詞

　　漢越詞是以越語音來唸漢字的詞類，就像語言同樣受過漢化的日本人、韓國人分別使用他們的日、韓語來唸漢字一樣。

　　因為受漢族文化及1000年前北屬（漢朝）時期的影響，促使了許多漢越詞留存在至今的越南語中。漢越詞融入越南語中最蓬勃的時期，主要是在唐朝到10世紀之間。在唐朝的統治期間，唐朝的古漢音變成了越南的官方語言。在此階段裡，越南語已經發展出有一定規律結構的完整漢越詞系統。因此越南語的發音跟唐代的官音相似。10世紀之後，越南的古王朝脫離中國獨立，兩國的接觸亦開始漸行漸遠。另一方面，後來的中國也變成將現代中文當作官方語言使用。故越南語跟中文便開始產生了南轅北轍的發展。

　　漢越詞在越南語的詞彙裡面佔約60%-80%的數量，特別是在如政治、經濟、文化、科技、藝術等專業領域裡相當常見。漢越詞的用語讓人感覺有正式及專業感，故往往使用於正式的文書裡。例如：cộng sản（共產）、sản phẩm（產品）、phẩm chất（品質）、chất lượng（質量）等。另外，越南人也有趨向以漢越詞取人的名字。

關於漢越詞：

• 大部分漢越詞是有多音節的詞彙（通常是兩個音節）。例如：hòa bình（和平）、hạnh phúc（幸福）、gia đình（家庭）、câu lạc bộ（俱樂部）等。也有一部分是單音節但比較少，例如：học（學）、筆

（bút）、cao（高）、tuyết（雪）、đảng（黨）、thường（常）等。

- 大多數的漢越詞都有相似意思的純越詞。但使用漢越詞時聽起來有正式、優雅的語感。

漢越詞	純越詞	意思
hôn lễ	đám cưới	婚禮
phi cơ	máy bay	飛機
hỏa xa	xe lửa	火車
ngoại quốc	nước ngoài	外國
nhi đồng	trẻ em	兒童

- 漢越詞的結構是「修飾語＋中心語」。純越詞反而則是「中心語＋修飾語」。

漢越詞		純越詞		意思
修飾語	中心語	中心語	修飾語	
độc giả		người đọc		讀者
độc: 讀	giả: 者	người: 人、者	đọc: 讀、唸	
ngoại quốc		nước ngoài		外國
ngoại: 外	quốc: 國	nước: 國家	ngoài: 外面	

- 雖然漢越詞都有相當的漢越音，但並不是全部漢越音都使用。

漢字	漢越音（不再使用）	純越詞
吃	ngật	ăn
喝	hát	uống
休息	hưu tức	nghỉ ngơi
餐廳	xan sảnh	nhà hàng

• 大部分發音相似的漢字可能會是同一個漢越音。所以會中文的學習者可以推論或猜出某字的漢越音是什麼。

漢字	漢越音
成、誠、城	thành
公、工、功、攻	công
子、紫、死	tử

* 因為很多漢越詞用同樣的漢越音，所以越南人往往不太知道漢越詞原本的意思是什麼。

• 但也有例外，有一些漢字同音，但是漢越音就不一樣。

漢字	漢越詞
魚	ngư
娛	ngu
㴍	du
餘	dư

• 漢越詞有些可能跟原本的中文的意思不一樣。

漢字	漢越音	中文意思
一切	nhất thiết	必須
仔細	tử tế	和善
便宜	tiện nghi	完備
傷害	thương hại	憐恤
入口	nhập khẩu	進口
博士	bác sĩ	醫生
叮嚀	đinh ninh	想當然
困難	khốn nạn	混蛋、下流
安寧	an ninh	治安

漢字	漢越音	中文意思
平靜	bình tĩnh	冷靜
後門	hậu môn	肛門
方便	phương tiện	工具
決裂	quyết liệt	激烈
神像	thần tượng	偶像
自己	tự kỷ	自閉症
表情	biểu tình	抗議
計算	kế toán	會計
雖然	tuy nhiên	但是
點心	điểm tâm	早餐

• 還一些漢越詞則是跟中文的順序顛倒。

中文意思	漢越音	漢字
例外	ngoại lệ	外例
告訴	tố cáo	訴告
命運	vận mệnh	運命
和諧	hài hòa	諧和
簡單	đơn giản	單簡
月經	kinh nguyệt	經月
熱鬧	náo nhiệt	鬧熱
累計	tích lũy	計累
關聯	liên quan	聯關
聲音	âm thanh	音聲
語言	ngôn ngữ	言語

•有些漢越詞同地方有不同的漢越音。不過現在在使用面上慢慢地趨向統一。

漢越音		現在常用的	漢字
北越	南越		
Hoàng	Huỳnh	Hoàng, Huỳnh	黃（姓）
Vũ	Võ	Vũ, Võ	武（姓）
tiến	tấn	tiến	進
sinh	sanh	sinh	生
nhất	nhứt	nhất	一
thái	thới	thái	太
ân	ơn	ân, ơn	恩
bảo	bửu	bảo	寶
lĩnh	lãnh	lĩnh, lãnh	領
an	yên	yên, an	安
bản	bổn	bản	本
chính	chánh	chính, chánh	政
thịnh	thạnh	thịnh, thạnh	盛

•還有一些漢越詞是由越南人自行研發的，所以中文詞彙裡才查無此字。

漢越音	漢語詞	意思
phi công	飛工	飛行員
phát thanh	發聲	播音
truyền hình	傳形	電視
y tá	醫佐	護士
lâm tặc	林賊	山老鼠

漢越音	漢語詞	意思
hướng dẫn	向引	引導
tham vọng	貪望	抱負

正因越南語裡面存在許多漢越詞，所以會中文的學習者便可透過漢越詞的字面便可輕鬆猜出某漢越詞的意思。

2. 純越詞

純越詞是越南語的本土語言，也是越南語的基本詞彙。純越詞包含不屬於上述的漢越詞和外來語。在純越詞裡面也有一部分跟古代的漢語相似或是被越南化的漢越詞，不過這些很難分類，所以越南人也把這種詞彙歸納為純越詞。純越詞往往用於日常生活的會話中，也是越南基本的溝通詞彙。

純越詞	意思
chơi	玩
làm	做
xe	車
mắc	貴
mắt kính	眼鏡
sắp xếp	安排

3. 源自印歐語系的詞彙

這一類詞彙多半源自於法語、英語、俄語等印歐語系的語言。在這些融入了越南語的印歐語系詞彙之中，因法國曾經殖民過越南之故，所以數量最大宗的便是法語。越南人在吸收了這些詞彙之後，並改成用越南語發音，而這些詞彙也被定位成越南語的正式用語。上述這些外來語大部分都是19世紀法國殖民越南的時候傳入的。

越南外來語	來源	意思
bít tết	bifteck（法語）	牛排
sơ mi	chemise（法語）	襯衫
kem	crème（法語）	冰淇淋
xà bông	savon（法語）	肥皂
ti vi	TV（英文）	電視
mít tinh	meeting（英文）	大會

現在因為受到國際化的影響，越南在生活會話中，某些詞彙也常直接用英文來表示，特別是年輕人格外有這個傾向。

2. 結構分類

1. 單一詞

「Từ đơn（單一詞）」指只有一個音節但有詞意的詞彙。例如：đi（去）、đẹp（漂亮）、nhà（房子）、vì（因為）、trên（上面）等。

單一詞在越南語中不多（約25%），但卻是最基本且最重要的用於日常生活的詞彙，一方面也是構成複合詞和重疊詞的基本成分。

2. 複合詞

「Từ ghép（複合詞）」指具有兩個音節以上結合而形成詞義的詞彙。複合詞可以分成主要兩種：

（1）Từ ghép đẳng lập（獨立複合詞）：獨立複合詞的成分不從屬彼此，將單字拆解開時每個部分都其獨立的字義存在。一般來說，獨立複合詞常帶著集體或概括的意思。獨立複合詞常見的結構有這些：

成分部分相關的意思		例子	解釋
成分部分同義	純越詞＋漢越詞	máu huyết（血液） bạn hữu（朋友）	máu：「血」的純越詞；huyết：「血」的漢越詞 bạn：「朋友」的純越詞；hữu：「友」的漢越詞
	兩個漢越詞	tiện lợi（便利）	tiện：「便」的漢越詞；lợi：「利」的漢越詞
	兩個純越詞	chờ đợi（等待） xinh đẹp（漂亮）	chờ 和 đợi 都是等的意思；xinh 和 đẹp 都是漂亮的意思
成分部分相關		nhà cửa（房屋） quần áo（衣服）	nhà: 房子；cửa：門 quần：褲子；áo：上衣
成分部分反義		sớm muộn（早晚） lớn nhỏ（大跟小）	sớm：早；muộn：遲 lớn：大；nhỏ: 小

　　雖然大部分獨立複合詞的每個成分都可以單獨當獨立的單字，但也有些獨立複合詞中，會有一個成分語義不明。這個語義不明的部分就不能單獨當作一個單字使用。

例子	解釋	中文意思
xe cộ	xe: 車 cộ: 語義不明	車輛
đường sá	đường: 路 sá: 語義不明	街道
chợ búa	chợ: 市場 búa: 語義不明	市場

　　（2）Từ ghép chính - phụ（正副複合詞）：正副複合詞是指一個成分依靠另外一個成分的字彙。被依靠的部分是主要成分，另外一個部分是輔助成分。主要成分指事件或事物，輔助成分則是在強調主要成分之下，與其他的集體作區分使用。

在這種正副複合詞，主要部分和輔助部分的位置也不一樣。通常純越詞或被越化的漢越詞主要成分在前面，輔助成分擺在後面。而漢越詞的順序則相反。

	例子	主要成分	輔助成分
純越詞	xe lửa（火車）	xe：車	lửa：火
	dưa hấu（西瓜）	dưa：瓜	hấu：沒有意思
漢越詞	ngân hàng（銀行）	hàng：「行」的漢越詞	ngân：「銀」的漢越詞
	bệnh viện（醫院）	viện：「院」的漢越詞	bệnh：「病」的漢越詞

（3）Từ ghép ngẫu hợp（偶合複合詞）

　　是由兩個沒有意思的音節結合而造成有意思的複合詞。

例子	中文意思	例子	中文意思
bồ câu	鴿子	xì dầu	醬油
sầu riêng	榴槤	xà lách	萵苣
tài xế	司機	ba lô	背包

3. 重疊詞

　　「Từ láy（重疊詞）」也算是複合詞，不過它是依音節發音與聲調，在一定的造字規則下產生的詞。重疊詞大部分有兩個音節。在重疊詞中，有一部分或整個音節重疊的詞兩種。重疊詞因配合音調使詞彙有音樂感，另也可以表示性質的程度、動作的重複等。

　　本書不仔細解釋重疊詞的造字規則，指稍微介紹各種重疊詞。以音節結構可以分成兩種：

（1）部分重疊詞：只有一個音節的部分重複。

　　　－字母重複：vui vẻ（愉快）、mệt mỏi（疲勞）、sạch sẽ（乾淨）、mát mẻ（涼快）

－韻母重複：lúng túng（慌張—> 被人家問話時，不知道該怎麼辦）、ân cần（諄諄）、lác đác（寥寥）、 bâng khuâng（惘然）

（2）完整重疊詞：整個音節重複：đo đỏ（紅紅的）、 rầm rầm（隆隆）

3. 語法功能分類

　　根據句子中的語法功能，越南語的詞彙分成不同的詞類，每個不同的詞類有不同的作用。越南語中的詞類包括：名詞、動詞、形容詞、代名詞、量詞、數詞、關連詞…等等。

　　下一個章節會詳細介紹各種詞類。

Unit
02 名詞（Danh từ）

　　名詞是語言中最重要的詞類之一。名詞用於表示人、事物、現象或抽象概念的名稱。在句子中，名詞常當主語使用。名詞可以跟指定代名詞和數詞結合。名詞分成兩大類：

1.專有名詞

　　專有名詞表示人名、地名、組織或作品的名稱等。這些人或事物是唯一的實體。

　　例如：Việt Nam（越南）、Đài Bắc（台北）、Hồ Chí Minh（胡志明）、Bộ Giáo dục（教育部）、Tập đoàn Formosa（台塑集團）、Tây Du Ký（西遊記）…

* 注意：

ᒡ 如果專有名詞是外來語（除了漢越詞之外），越南語通常直接使用英文名稱。

　　例如：New York（紐約）、Tokyo（東京）、Malaysia（馬來西亞）、Isaac Newton（艾薩克牛頓）…

ᒡ 如果用越南語表音外國名稱，每個音節中間有「-」符號。但是這種寫法現在比較少用，大部分都直接用英文名稱。

　　例如：In-đô-nê-xi-a（印尼）、Mát-xcơ-va（莫斯科）…

ᒡ 專有名詞要寫大寫。請看126頁的大寫規則。

* 越南人名字特色

　　越南人名字中的開頭是姓。越南人名字的結構是「**姓＋墊名＋名字**」。其中墊名可有可無，但名字是這種狀態的越南人的人數偏少。自古時起，墊名便有區分性別的功能：如果墊名是「Văn（**文**）」時代表男性，墊名是「Thị（**氏**）」時則代表女性，如：（Trần Văn Huy **陳文輝**、Nguyễn Thị Ngọc **阮氏玉**）。但現在越南人的取名趨向已經慢慢不一定是「Văn」和「Thị」了，多走向現代感的取名方式，例如：（Trần Minh Huy **陳明輝**、Nguyễn

Bích Ngọc **阮碧玉**），因為原來的「Văn」跟「Thị」在越南語中讓名字聽起來很沒有美感。

越南語的溝通裡，人名還有一個很明確的特色，便是最直接當人稱代名詞使用，即指型態上不像中文那樣固定應用「你、我、他」的稱呼，而是應用人名一個蘿蔔一個坑地指名（道姓）。稱呼他人時，越南人使用名字加上一個指家庭關係的名詞（如：anh Huy、chị Ngọc）稱呼。與台灣人的稱呼習慣不同，越南人不會用姓或整個名字來稱呼。

2.普通名詞

普通名詞指人、事物、現象的名稱總稱或抽象的概念。普通名詞可以分成以下類型：

1.集合名詞

指同類或有相關的集體事物。集體量詞常有兩個音節。

例如：bạn bè（友人）、đường sá（道路）、xe cộ（車輛）、quần áo（衣服）、thức ăn（食物）bàn ghế（桌椅）、cây cối（樹木）、sách vở（書本）...

集體量詞不能跟數詞或個體量詞（指指示單一物件的量詞）結合。

例如：錯：~~1 cái bàn ghế~~（×）

　　　　對：1 bộ bàn ghế（一套桌椅）

2.個體名詞

指單一個體的事物。這是數量最多的名詞。非集體名詞常常是單音節。非集體名詞可以分成以下部分（如下頁的表）：

類別	解釋	例子
物體的名詞	指人、物件、動物或植物。 這種名詞占最多。 這種名詞常跟個體量詞結合。 例如：1 cái bàn（一張桌子）	bàn（桌子）、ghế（椅子）、quần（褲子）、kỹ sư（工程師）、con trai（男生）、chó（狗）、gà（雞）、hoa hồng（玫瑰）、lúa（稻米）…
材料的名詞	指材料的名詞。 這種名詞常透過數詞與跟測量量詞結合。 例如：2 lít xăng（兩公升汽油）	đường（糖）、sữa（牛奶）、dầu（油）、vải（布）、rượu（酒）、đất（土）、sắt（鐵）…
抽象名詞	指抽象概念。 抽象名詞可以直接（或透過量詞）跟數詞結合。 例如：1 gia đình（一個家庭）、 　　　1 mối tình（一段感情）	gia đình（家庭）、cuộc sống（生活）、ngoại hình（外貌）、tình cảm（感情）、mục tiêu（目標）…

3.量詞

　　量詞是表示人、事、物或動作的單位。跟中文一樣，越南語也有很多量詞。越南語的量詞可以分為兩種：分別是名量詞和動量詞。

 1.名量詞

　　表示人或事物的數量。名量詞跟名詞結合的結構是：「數詞＋名量詞＋名詞」

　　越南語的名量詞又可以分成三種：個體量詞、集合量詞和度量詞。以下是常用的名量詞。

量詞	用法	範例	意思
1. 自然單位名量詞			
cái	• 最常用的量詞。類似中文的「個」	1 **cái** bàn 1 **cái** máy tính 1 **cái** áo 1 **cái** nón	一張桌子 一台電腦 一件衣服 一頂帽子
người	• 用於人。類似中文的「個」	1 **người** bạn 1 **người** đàn ông	一個朋友 一個男人
vị	• 用於人，表示敬重、禮貌。類似中文的「位」	1 **vị** bác sĩ 1 **vị** giám đốc	一位醫生 一位經理
con	• 用於動物。類似中文的「隻、條、匹、頭」等 • 河流或路。類似中文的「條」 • 其他：郵票、刀子	1 **con** gà 1 **con** cá 1 **con** sông 1 **con** dao 1 **con** tem	一隻雞 一條魚 一條河 一把刀 一張郵票
🇻南 cuốn / 🇻北 quyển	• 用於書本。類似中文的「本」	1 **cuốn** từ điển 1 **quyển** sách	本辭典 本書
cây	• 用於長條狀且有硬度的物品。類似中文的「支、根」	1 **cây** viết 1 **cây** đèn cầy 1 **cây** dù	一支筆 一根蠟燭 一把傘
que	• 用於短條狀且有硬度的物品。類似中文的「支、根」	1 **que** tăm 1 **que** diêm	一根牙籤 一根火柴
chiếc	• 用於交通工具 • 用於衣服 • 一雙裡面的一個	1 **chiếc** xe 1 **chiếc** quần tây 1 **chiếc** giày	一輛車 一條西褲 一隻鞋子
🇻南 trái / 🇻北 quả	• 用於水果 • 用於球狀的物體。類似中文的「顆、粒」	1 **trái** táo 1 **quả** bong bóng 1 **quả** chuối	一顆蘋果 一顆氣球 一根香蕉
củ	• 用於塊莖類的植物	1 **củ** khoai tây 1 **củ** cà rốt	顆馬鈴薯 一根紅蘿蔔

bài	• 用於歌曲、詩或文學作品。類似中文的「首」	1 **bài** hát 1 **bài** thơ	一首歌 一首詩
tờ	• 用於紙類的物品。類似中文的「片」	1 **tờ** giấy 1 **tờ** báo	一張紙 一份報紙
tấm	• 用於布片或紙張等薄平狀物體。類似中文的「張」等 • 用於扁又硬的物體。類似中文的「片」等	1 **tấm** vải 1 **tấm** ảnh 1 **tấm** ván 1 **tấm** thẻ	一塊布 一張照片 一塊板子 一張卡片
bức	• 用於照片、信封、牆壁	1 **bức** ảnh 1 **bức** tranh 1 **bức** tường	一張照片 一幅畫 一面牆壁
sợi	• 用於線狀物。類似中文的「條」	1 **sợi** dây xích 1 **sợi** tóc	一條鐵鏈 一根頭髮
viên / cục	• 用於小而圓的物體。中文相似的「塊」	1 **cục** nước đá 1 **viên** thuốc	一塊冰塊 一顆藥
hạt	• 用於細小而圓的物體。中文相似的「粒」	1 **hạt** đậu 1 **hạt** cát	一顆豆子 一粒沙
căn	• 用於相互毗鄰的建築物、空間。	1 **căn** phòng 1 **căn** nhà	一間房間 一棟房子
ngôi	• 用於獨立的建築物	1 **ngôi** nhà 1 **ngôi** chùa	一棟房子 一座寺廟
tòa	• 用於大型的建築物	1 **tòa** cao ốc 1 **tòa** lâu đài	一棟大樓 一座城堡
cơn	• 用於自然現象與疾病。類似中文的「陣」等	1 **cơn** mưa 1 **cơn** gió 1 **cơn** bệnh	一陣雨 一陣風 一場病
trận	• 用於比賽、戰爭、天災	1 **trận** bóng đá 1 **trận** bão 1 **trận** chiến	一場足球 一陣颱風 一場戰爭

144

đóa	• 用於單一一支的花朵。類似中文的「朵」	1 **đóa** hồng	一朵玫瑰
điếu	• 用於香菸	1 **điếu** thuốc	一根菸
vở	• 用於戲劇	1 **vở** kịch	一場戲劇
bộ	• 用於電影	1 **bộ** phim	一部電影
hiệp	• 用於比賽。類似中文的「局」、「回合」	1 **hiệp** đấu	一局比賽
ván / bàn	• 用於棋奕	1 **ván** cờ tướng	一盤象棋
suất	• 用於成套、整體的事物。類似中文的「份、場」	1 **suất** cơm 1 **suất** phim	一份餐（飯） 一場電影
buổi	• 用於一段時間帶的事物。類似中文的「段」等	1 **buổi** nói chuyện	一段話
cuộc	• 用於一段過程。類似中文的「通、場」	1 **cuộc** điện thoại 1 **cuộc** biểu tình	一通電話 一場示威遊行
tràng	• 用於一段連續發出的響聲。類似中文的「陣」	1 **tràng** pháo tay	一陣掌聲
mối	• 用於情感。類似中文的「份」	1 **mối** tình	一段感情
2. 集合量詞			
cặp	• 類似中文的「對、副」	1 **cặp** tình nhân 1 **cặp** mắt kính	一對情侶 一副眼鏡
đôi	• 類似中文的「雙、對」	1 **đôi** giày 1 **đôi** mắt	一雙鞋子 一雙眼睛
bộ	• 類似中文「套」	1 **bộ** quần áo 1 **bộ** bàn ghế	一套衣服 一套桌椅
đống	• 類似中文的「堆」	1 **đống** quần áo dơ	一堆髒衣服
dãy	• 用於一段連續相接的同類物體。類似中文的「排」	1 **dãy** nhà	一排房子

hàng	• 用於一段隔間一樣的事物。類似中文的「排」	1 **hàng** cây	一排樹
đàn / bầy	• 用於指集合的動物。類似中文的「群」	1 **bầy** chim 1 **đàn** cá	一群鳥 一群魚
nhóm	• 用於指集合的人群。類似中文的「群」	1 **nhóm** khách du lịch	一群旅客
chùm	• 類似中文的「串」	1 **chùm** nho 1 **chùm** chìa khóa	一串葡萄 一串鑰匙
buồng	• 用於大型水果時的「串」	1 **buồng** dừa	一串椰子
bó	• 很多長型東西的集合。類似中文的「把」或「束」	1 **bó** rau 1 **bó** hoa	一把菜 一束花
xấp	• 類似中文的「疊」	1 **xấp** tiền	一疊鈔票
nắm	• 類似中文的「把」	1 **nắm** gạo	一把米
3. 度量詞			
南 ký / 北 cân	公斤	1 **ký** cam	一（公）斤的柳丁
tấn	噸	1 **tấn** xi măng	一噸水泥
mét	公尺	1 **mét** vải	一公尺的布
ki-lô-mét	公里	1 **ki-lô-mét** đường sắt	一公里的鐵路
mét vuông	平方公尺	1 **mét vuông** đất	一平方公尺的土地
mét khối	立方公尺	1 **mét khối** nước	一立方公尺的水
lít	公升	1 **lít** sữa	一公升的牛奶
hộp	盒	1 **hộp** cơm 1 **hộp** bánh	一盒便當 一盒餅乾
gói	包	1 **gói** mì 1 **gói** thuốc lá	一包泡麵 一包香菸

thùng	箱、桶	1 **thùng** mì gói 1 **thùng** xăng	一箱泡麵 一桶汽油
南 chén / 北 bát	碗	1 **chén** canh	一碗湯
南 ly / 北 cốc	杯	1 **ly** cà phê 1 **ly** nước	一杯咖啡 一杯水
chai	瓶	1 **chai** rượu	一瓶酒
lon	罐	1 **lon** bia	一罐啤酒
bữa	頓	1 **bữa** cơm	一頓飯
phần	份	1 **phần** cơm trưa	一份午餐
南 miếng / 北 mẩu	• 用於一大塊中的一個部分。類似中文的「塊」	1 **miếng** bánh ngọt	一塊蛋糕
lát	• 用於一大塊中切好的一片	1 **lát** sandwitch	一片三明治
múi	• 用於柑橘類果肉的一部分	1 **múi** quýt	一片橘子
đoạn	• 用於距離中的一個部分。類似中文的「段」	1 **đoạn** đường	一段路
cuộn	• 用於纏繞狀物體。類似中文的「卷」	1 **cuộn** giấy vệ sinh	一卷衛生紙
chuyến	• 用於交通工具的班次。中文相似的「班」	1 **chuyến** xe 1 **chuyến** máy bay	一班車 一班飛機
giọt	• 用於一點一點向下掉落的液體。類似中文的「滴」	1 **giọt** máu	一滴血
vũng	• 用於一片集聚的液體。類似中文的「灘」	1 **vũng** nước	一灘水

2.動量詞

動量詞表示動作數次的單位。動量詞跟動詞結合的結構為：「動詞 + 數詞 + 動量詞」。

以下是常用的動量詞：

量詞	用法	範例	意思
cái	• 最常用的量詞。類似中文的「一個」等	cắn 1 **cái** hôn 1 **cái** xem 1 **cái** đá 1 **cái**	咬一口 親一個 看一眼 踢一腳
chút / lát / tí	• 類似中文的「一下」	chờ 1 **chút** ngủ 1 **lát**	等一下 睡一下
lần	• 類似中文的「次、遍」	nói 2 **lần**	說兩次
chuyến	• 類似中相似的「趟」	đi 1 **chuyến**	去一趟
trận	• 類似中文的的「頓」	đánh 1 **trận** khóc 1 **trận**	打一頓 哭一頓
giấc	• 用於睡覺。即「一覺」	ngủ 1 **giấc**	睡一覺

4.名詞片語[1]

　　名詞片語是指含有名詞的一群相關的字。其中，會有一個名詞是中心語（需要強調的部分），其他部分當修飾語負責修飾中心語。越南語名詞片語是由「中心語＋修飾語」的結構組成與「修飾語＋中心語」的中文名詞片語完全相反。這一點是越南語文法中與中文最大的差別。請看以下例子：

例子		中心語		修飾語	
越南語	中文	越南語	中文	越南語	中文
giày da	皮鞋	giày	鞋	da	皮
giày da đỏ	紅色的皮鞋	giày	鞋	da đỏ	皮 紅色

1　片語：是由一群相關但不具有「主詞－動詞」關係的字所組成

例子		中心語		修飾語	
越南語	中文	越南語	中文	越南語	中文
đôi giày da đỏ của tôi	我的紅色皮鞋	giày	鞋	da đỏ của tôi	皮 紅色 我的
đôi giày da đỏ (mà) tôi mua năm ngoái	我去年買的紅色皮鞋	giày	鞋	da đỏ (mà) tôi mua năm ngoái	皮 紅色 我去年買的

從上面的例子可以歸納出一些結論：

- 越南語的名詞片語的順序與中文顛倒：主要的部分或要強調的部分擺在最前面，要補充的部分則擺在後面。
- 「của」只能連接所有格的關係或兩個名詞的關係。可以說「của」是類似中文的「的」。

  例如：đôi giày da đỏ **của** tôi（我的一雙紅色皮鞋）
- 如果是形容詞修飾名詞，名詞和形容詞中間不能放「của」。

  例如：giày da **của** đỏ → ✕
- 如果修飾語是有動詞的片語，也可以加上連接詞「mà」來強調修飾語。（但「mà」也可以省略。）

  例如：Đôi giày da đỏ (**mà**) tôi mua năm ngoái hư rồi.（我去年買的皮鞋壞了。）

  Người (**mà**) hiểu tôi nhất là mẹ tôi.（最了解我的人是我媽媽。）
- 如果名詞有帶著說明的部分，名詞前面一定要有量詞。

5.名詞的副詞

副詞可修飾名詞，表示數量、方式等各種意思。

- **những / các**：表示多數、複數。

  Những người làm ở ngân hàng này lương rất cao.（在這家銀行工作的人薪水很高。）

  Các nước trên thế giới đều yêu hòa bình.（世界上各國都愛好和平。）

* 注意：「nhũng」和「các」的差別：

   ↳ các 表示整個集體的全部；nhũng 則是表示集體之中的一些成分。

     Các doanh nhân Đài Loan thường biết nói tiếng Việt.（台商往往會講越南語。）→ 指全部的台商

     Những doanh nhân Đài Loan này nói tiếng Việt rất giỏi.（這些台商講越南語很厲害。）→ 指多數的台商

   ↳ Những可以跟疑問代名詞（如：ai、gì、đâu）結合，「các」則不行。

     Hôm qua các anh đã đi **những** đâu và làm **những** gì?（你們昨天去了哪些地方和做了些什麼？）

   ↳ các常用於稱呼與其描述。所以các可以跟人稱代名詞結合。

     Khi nào **các** bạn về Đài Loan?（你們（各位朋友）什麼時候回台灣？）

- **mọi**：表示包括全部所提到的對象。

  Mọi cửa hàng tiện lợi đều mở cửa 24 giờ.（所有的（全部）的便利商店都開24個小時。）

- **mỗi**（每）：強調一個集體中的一個成分，而這個成分代表集體的性質。

  Tiền lương cơ bản **mỗi** giờ là 140 Đài tệ.（基本薪資是140台幣每個小時）

  Mỗi ngày tôi đều đi tập gym.（我每天都去健身。）

- **từng**（一個一個地）：強調每個在集體中的成分都要逐一地進行某個動作的意思。

  Từng người xếp hàng lên xe.（一個一個的排隊上車。）

- **tất cả / toàn thể**（所有、全部）：表示全部集體的成分，後面常接著「nhũng」、「các」。後面的名詞是集體的成分。

  Tất cả các nhân viên công ty tôi đều không thích ông giám đốc mới.（我公司所有的員工都不喜歡新的經理。）

- **cả**（整）：表示整個集體，後面的名詞是指整個集體的，並不是指集體的成分。

  Cả công ty tôi đều không thích ông giám đốc mới.（我公司裡全公司（的人）都不喜歡新的經理。）

6.名詞與其他詞性的組合

除了一般結構完全是名詞的名詞之外，也有一些名詞可以透過與動詞或形容詞的結合，而產生另一組新的名詞。以下列舉一些常見可以與其他詞性組成新名詞的詞頭。

詞頭	詞類	可拼的例子
sự	動詞	tiến bộ（進步）、phát triển（發展）、sống（活）、giúp đỡ（幫忙）、ủng hộ（支持）、hợp tác（合作）、lựa chọn（選擇）
	形容詞	chăm chỉ（認真）、lười biếng（懶惰）、xấu xa（醜惡）、phức tạp（複雜）、thiếu hụt（缺乏）、mất mát（損失）、bình đẳng（平等）、phức tạp（複雜）
việc	及物動詞	học（學習）、chăm sóc（照顧）、giúp đỡ（幫忙）、ăn uống（飲食）、ủng hộ（支持）、hợp tác（合作）
cuộc	跟時間發展有關的動詞	sống（活）、cách mạng（革命）、cải cách（改革）、khủng hoảng（恐慌）
cái	形容詞	tốt（好）、xấu（壞）、đẹp（漂亮）
	動詞	chết（死）、ăn（吃）、mặc（穿）
niềm	有正面意思的動詞	tin（相信）、hy vọng（希望）
	有正面意思的形容詞	vui（開心）、tự hào（自豪）
nỗi	有負面意思的形動詞	thất vọng（失望）、nhớ（想念）、sợ（怕）、lo（擔心）、tuyệt vọng（絕望）
	有負面意思的形容詞	buồn（難過）、khổ（辛苦）、đau（痛苦）
tính	形容詞。類似中文的「性」	hiệu quả（有效）、cạnh tranh（競爭）

Unit
03 數詞（Số từ）

數詞表示事物的數量或順序。越南語的數字也是使用阿拉伯數字。

1. 基數詞

 1. 自然數的唸法

(1) 100以下

數字	0	1	2	3	4	5
唸法	không	một	hai	ba	bốn	năm
數字	6	7	8	9	10	
唸法	sáu	bảy	tám	chín	mười	

* 注意數字唸法：

↳ 11到19就把十「mười」加上1到9的數字（如：11唸「mười một」、19唸「mười chín」等）。

↳ 20、30、40等後面的0唸成「mươi」或「chục」（如：30唸「ba **mươi**」或「ba **chục**」、40唸「bốn **mươi**」或「bốn **chục**」）。但如果後面不是0，只能唸「mươi」，並不可以唸「chục」（如：23唸「hai **mươi** ba」、52唸「năm **mươi** hai」等）。

↳ 11唸「mười **một**」，但21、31、41等的「1」唸「**mốt**」（如：21唸「hai mươi **mốt**」、61唸「sáu mươi **mốt**」等）。

↳ 15、25、35等的「5」唸「**lăm**」，並不是唸「năm」（例如：15唸「mười **lăm**」、55唸「năm mươi **lăm**」等）。也可以唸「nhăm」，但是寫要寫「lăm」，不寫「nhăm」。

↳ 24、34、44等的「4」可以唸「bốn」或「tư」（如：24唸「hai mươi **bốn**」或「hai mươi **tư**」，45唸「bốn mươi **bốn**」或「bốn mươi **tư**」等）。

(2) 100以上

越南語	數字	中文	例子	唸法
trăm	x00	百	100 200	một trăm hai trăm
nghìn / ngàn	x.000	千	1.000 3.000	một nghìn ba nghìn
chục nghìn / chục ngàn / mươi nghìn / mươi ngàn	x0.000	萬	10.000 40.000	mười nghìn bốn mươi nghìn
trăm nghìn / trăm ngàn	x00.000	十萬	100.000 500.000	một trăm nghìn năm trăm nghìn
triệu	x.000.000	百萬	1.000.000 6.000.000	một triệu sáu triệu
chục triệu	x0.000.000	千萬	10.000.000 70.000.000	mười triệu bảy mươi triệu
trăm triệu	x00.000.000	億	100.000.000 800.000.000	một trăm triệu tám trăm triệu
tỷ	x.000.000.000	十億	1.000.000.000 9.000.000.000	một tỷ chín tỷ

* 注意數字唸法：
  ↳ 越南語的數字最高的數字單位是「tỷ」（十億）。
  ↳ 越南語的數字系統跟英文數字系統一樣，就是採用千位分隔，並不是像中文是萬、千分隔。
  ↳ 越南語正式數字系統用句點符號「.」來分隔數字。但也有人習慣用逗點符號「,」來分隔。
  ↳ 越南語正式的數字系統沒有萬的單位。但是有少數人習慣用萬來算，那時候萬就唸「vạn」。例如：10.000 唸「một **vạn**」，90.000 唸「chín **vạn**」。
  ↳ 0在百數字以上的十位唸「lẻ」或「linh」。例如：108唸「một trăm **lẻ** tám」或「một trăm **linh** tám」。
  ↳ 0在千數字以上百位唸「không」。例如：1.015 唸「một nghìn **không** trăm mười lăm」、10.009唸「mười nghìn **không** trăm lẻ chín」等。

因為越南金額的面額相當大，最小是100盾紙鈔、最大是500.000盾紙鈔。因為數字太大時唸起來也很麻煩，所以當以口語談論價錢時，如果超過10.000盾，大家常把 ngàn/nghìn（千）這個字省略掉，例如：50.000盾唸「năm mươi」或「năm chục」。寫價格時為了減少空間也把千寫成「k」，例如：200.000盾寫成200k。

 2. 分數的唸法

(1) 分數：

越南語的分數符號「/」叫做「phần」。與中文不同，越南語的分數說法是：分子＋phần＋分母。

例如：$\frac{1}{3}$ 唸「một **phần** ba」

$\frac{2}{10}$ 唸「hai **phần** mười」

 * 注意：如果分母是4時，可以唸「bốn」或「tư」。例如：$\frac{3}{4}$ 時，唸「ba phần **bốn**」或「ba phần **tư**」都可以。

(2) 「％」唸「phần trăm」

例如：20% 唸「hai mươi **phần trăm**」

 * 注意：要注意越南地址的門牌號碼如果在巷子內時有時候寫像分數（橫寫），但並不是分數。如果用在地址的話，「/」符號要唸「trên」或「xuyệt」。其中，「/」前面是指幾巷，「/」後面指的門牌號碼。

例如：25/4 Trần Hưng Đạo 唸「25 **trên** 4 Trần Hưng Đạo」或「25 **xuyệt** 4 Trần Hưng Đạo」。

(3) 小數的唸法

越南語正式數字系統用逗點「,」來分隔數字，唸「phẩy」或「phết」。但也有人習慣用句點符號「.」來分隔，如果用句點符號就唸「chấm」。

例如：0,5 唸「không **phẩy** năm」或「không **chấm** năm」。

2. 序數詞

序數詞是表示順序排列的用詞。越南語序數詞的結構為「thứ＋自然數」。例如：thứ 2（第二）、thứ 3（第三）。

＊序數詞唸法注意：

- 第一唸「thứ nhất」，並不是唸「thứ một」。
- 第二可以唸「thứ hai」或「thứ nhì」。
- 第四唸「thứ tư」，並不是唸「thứ bốn」。不過第十四、第三十四等的四可以唸「bốn」。
- 序數詞當修飾語時，序數詞要擺在中心語後面。例如：người **thứ tư**（第四個人）
- 在很多場合，「thứ」常常會被省略。在這種情況下，序數詞裡面的數詞要按照自然數的唸法而唸。

例子	全寫	縮寫
第一次	lần thứ nhất	lần một
第二次	lần thứ hai / lần thứ nhì	lần hai
第四課	bài thứ tư	bài bốn
第十四頁	trang thứ mười bốn	trang mười bốn

3. 表示不確定數量

- **mấy / vài**（幾）：放在量詞前面，用於可數的名詞。
  Tôi định đi thư viện mượn **vài** quyển sách.
  （我打算去圖書館借幾本書。）
- **một số / một vài**（一些）：用於可數的名詞，放在量詞前面。
  Một vài người bị dị ứng hải sản.
  （有一些人對海鮮過敏。）
- **một ít / một chút**（一點、一些）：置在不可數的名詞前面，修飾不可數的名詞。

Mẹ đi chợ mua **một ít** thịt bò và vài bó rau.

（媽媽去市場買一些牛肉跟幾把蔬菜。）

* 兩個連續的自然數，如：ba bốn cái（三四個）、bảy tám cái（七八個）。用於可數的名詞，置在量詞前面。

Trường tôi chỉ có **ba bốn** bạn rớt đại học. 我學校只有三、四個同學考不上大學。

* **hàng + chục / trăm / ngàn / vạn / triệu / tỷ...** 表示不確定的大數量，如：hàng chục（數以十計）、hàng trăm（數以百計）、hàng ngàn（數以千計）、hàng vạn（數以萬計）⋯

Mỗi ngày có **hàng ngàn** khách du lịch đến tham quan Cố Cung.

（每天有數以千計的旅客來參觀故宮。）

4. 估量副詞

* **khoảng / (khoảng) chừng / độ / cỡ / tầm**（大概、大約）：放在數詞前面。

Diện tích Việt Nam **khoảng** 330,000 Km^2.

（越南的面積大約330,000平方公里。）

* **hơn**（多）**/ trên**（以上）；**dưới**（以下）；**trong vòng**（以內）；**không đến / chưa đến / không tới / chưa tới**（不到）：置於數詞之前。

Việt Nam có **hơn** 50 dân tộc.

（越南有五十多個民族。）

Trong vòng 1 tháng cô ấy đã giảm được **hơn** 5 ký.

（一個月內她瘦（減）了五公斤多。）

Lương một tháng của tôi **chưa đến** 20 ngàn Đài tệ.

（我一個月的薪水不到兩萬台幣。）

* 注意：「hơn」也可以放在量詞後面，如：Trong vòng 1 tháng cô ấy đã giảm được 5 ký hơn.（一個月內她瘦（減）了五公斤多。）

- **trở lên**（以上）；**trở xuống**（以下）：置於量詞之後。

  Mỗi ngày tôi học 10 từ mới **trở lên**.（我每天學十個以上的生字。）

- **mỗi / có / có mỗi**（只有）：置於數詞前面，表示話者覺得數量少。

  相反的是 đến / những，則表示話者覺得數量比他想的還要更多。

  Cô ấy đi Việt Nam **có mỗi** 2 ngày mà xài đến 50 ngàn Đài tệ.

  （她去越南只有兩天但花到了五萬台幣之多。）

越南的錢幣

Unit
04 代名詞（Đại từ）

　　代名詞是用於稱呼或代替已提過或已知道的名詞、動詞或形容詞等減少重複的詞性。代名詞可以代替單字、子句[1]、片語甚至於句子。

1.人稱代名詞

　　人稱代名詞是指代替人名稱呼的詞，可以分成三種：第一人稱代名詞（自稱）、第二人稱代名詞（稱呼對方）、第三人稱代名詞（稱呼第三者）。越南語稱呼系統比較複雜、不同性別、年齡、關係、地位等就用不同的人稱代名詞。所以如果是熟悉越南語的人，一聽越南人們之間用什麼詞互稱，通常也就可以猜出來他們之間是什麼關係。

 1. 基本人稱代名詞

	單數		複數	
	越南語	中文	越南語	中文
第一人稱代名詞	tôi	我（不分男女，跟同輩或晚輩談話時的自稱）	chúng tôi / tụi tôi / bọn tôi	我們（不分男女，跟同輩或晚輩談話時的自稱，不包括聽者）
			chúng ta / mình	我們（不分男女，不分年齡，包括聽者）
	em	我（不分男女，跟同輩或長輩談話時的自稱）	chúng em / tụi em / bọn em	我們（不分男女，跟長輩談話時的自稱，包括聽者）

1　子句：是由一群相關並含有主詞與動詞的字所組成的句子。

		單數		複數	
		越南語	中文	越南語	中文
	tao	我（不分男女，跟同輩、晚輩或帶著不必敬重對方時的自稱）	chúng tao / tụi tao / bọn tao	我們（不分男女，跟同輩、晚輩或帶著不必敬重對方時的自稱）
	mình / 北 tớ	我（不分男女，有帶著親密感的自稱）	chúng mình / tụi mình / bọn mình / chúng tớ / bọn tớ	我們（不分男女，有帶著親密感的自稱）
第二人稱代名詞	bạn	你（不分男女，同輩）	các bạn / mấy bạn	你們（不分男女，同輩）
	anh	你（男性長輩或同輩）	các anh / mấy anh	你們（男性長輩或同輩）
	chị	妳（女性長輩或同輩）	các chị / mấy chị	妳們（女性長輩或同輩）
			anh chị	你們（男女長輩或同輩）
			các anh chị / mấy anh chị	你們（男女長輩或同輩）
	em	你（不分男女，晚輩）	các em / mấy em / tụi em	你們（不分男女，晚輩）
	mày	你（不分男女，同輩、晚輩或帶著不必敬重的對方）	chúng mày / tụi mày / bọn mày / tụi bây / chúng bây	你們（不分男女，同輩、晚輩或帶著不必敬重的對方）
第三人稱代名詞	bạn ấy	他、她（部分男女，同輩）	họ	他們（不分男女，年齡）
	anh ấy	他（男性長輩或同輩）	các anh ấy / mấy anh ấy	他們（男性長輩或同輩）
	chị ấy	她（女性長輩或同輩）	các chị ấy / mấy chị ấy	她們（女性長輩或同輩）

	單數		複數	
	越南語	中文	越南語	中文
	em ấy / nó	他 / 她（晚輩）	các em ấy / mấy em ấy / chúng nó	他們（晚輩）
	nó	它、牠	chúng nó	它們、牠們

* 注意：人稱代名詞的組合應用規則：

- 第一人稱代名詞：

  o 在越南語口語中，「tôi」不常使用到。第一人稱代名詞通常仍是用家庭關係的稱謂來當自稱。在南部腔的口語中，則用「tui」來代替「tôi」。

  o 第一人稱複數代名詞能夠以後述的方式組成：chúng / bọn / tụi + 第一人稱單數代名詞（如：chúng tôi、tụi tao...）形成。

  o 「chúng tôi」和「chúng ta」的差別：「chúng tôi」 不包括聽者；「chúng ta」則包括聽者。

- 第二人稱代名詞：

  o 主要用家庭關係的稱謂來當第二人稱代名詞，如：ông、bà、cha、mẹ、anh、chị、cô、chú、bác等。上述雖然主要是用於家庭關係的稱呼，但也可以適用於社會交際方面。根據談話者之間的關係選擇適當的名稱即可。

- 第三代名詞：

  o 可用第二人稱代名詞＋ấy / ta 形成。但要注意，如果用「ta」會有帶有負面感。而且「ta」不可以跟指同輩或晚輩的第二人稱複數代名詞結合（例如：沒有「~~em ta~~」、「~~bạn ta~~」）。如：anh **ấy**、các chị **ấy**...

  o 越南語中不會稱呼別人的姓，只會以名字來稱呼他人。故當稱呼家族以外的人士時，亦可以用上述家庭關係的稱謂當作第二人稱代名詞使用。例如： ông Tuấn（俊老先生）、bà Mai（梅婆婆）、anh Phú（富哥）、chị Thảo（草姊）、chú Hưng（興叔）等等。

  o 在南部的口語中，可以直接將第二人稱代名詞改成問聲，即形成了「第三人稱代名」。例如：ảnh, ổng（他）、chỉ, bả, cỗ（她）。

  o hắn（他）、ả（她）：這兩個第三人稱代名詞帶有負面語義，應用時含有蔑視、看不起該人的態度。例如：**Hắn** đã lừa tôi rất nhiều tiền.（他（那混帳）騙了我很多錢。）

  o 在文章體中當提及第三人稱代名詞時，常能看到會直接以第二人稱代名詞（anh, chị, ông, bà, các anh 等）替用。

160

- 第二人稱複數代名詞能夠以後述的方式組成：các / mấy＋第二人稱單數代名詞。

  例如：**các** chị（妳們）、**mấy** anh（你們）、**mấy** em（你們）…

- 第三人稱複數代名詞能夠以後述的方式組成：các / mấy＋第三單數代名詞。

  例如：**các** anh ấy（他們）、**mấy** chị ấy（她們）、**các** em ấy（他們）…

- 在越南語的疑問句的句末可以加上家庭關係的名謂，表示親密感。

  例如：Cái này bao nhiêu tiền vậy, **chị**?（姊姊，這個多少錢呢？）

2. 特別人稱代名詞

(1) mình

「mình」這個詞可以當很多種人稱代名詞。通常要依每個句子的句義或是對話者的角度才能正確判斷出來。

- 當作反身代名詞使用，可以替代先前敘述中提到的主體（不論單數或複數皆可）。

  Tôi xin tự giới thiệu về **mình**.（請讓我自我介紹。）→ mình 代替 tôi。

  Anh ấy tự tin **mình** có thể làm tốt công việc đó.（他有自信自己可以做好這份工作。）→ mình 代替 anh ấy。

  Họ chỉ nghĩ đến **mình**.（他只想到他自己。）→ mình 代替 họ。

- 當作第一單數人稱代名詞使用。此時多使用於朋友之間，會略帶親密感。跟「tôi」相似。

  Mình cảm thấy bạn ấy rất tốt với **mình**.（我覺得他對我很好。）

- 當作第一複數人稱代名詞使用。此時跟 chúng ta 的應用相似，通常用於有建議色彩的句子中。

  Chủ nhật này **mình** đi Vũng Tàu tắm biển đi.（這週日我們去頭頓海邊玩水吧！）

- 當作第二人稱代名詞使用。此時多於服務業人員接待客人時使用，語中具有親密感。

  Xin hỏi, **mình** đi mấy người ạ? 請問，您有幾位？

- 當作第二人稱代名詞使用。可用於老公或老婆之間的的親密稱呼（但現在已經較少使用了）。

  Mình lạnh không? 老婆，妳冷嗎？

(2) 相互代名詞 nhau

相互代名詞nhau置於動詞後方，表示主體們之間的相互進行的動作。當句子中有相互代名詞「nhau」時，主語往往是複數的。

Chúng tôi yêu **nhau** 2 năm rồi. （我們已經相愛兩年了。）

Hai vợ chồng họ thường cãi **nhau**. （他們夫妻兩常吵架。）

2.指示代名詞

指示代名詞表示說話者和所提到的空間、時間或狀態等的代稱。可以分成兩種：

1. 位置指示代名詞

表示說話者與所提及之人、事、物的位置。在越南語中，依指示代名詞的獨立性，又可分為「可獨立使用」及「接續名詞」這兩種。

獨立性	指示代名詞		例子
	這	那	
單獨使用：可以單獨使用，不需要接續名詞。	đây	đó、kia、đấy	**Đây** là nhà tôi. 這是我的家。 Vợ tôi làm việc ở **đó**. 我太太在那裡工作。
接續名詞：置於名詞後方。一般有這種類型的指示代名詞時，名詞的前面往往加上量詞。	này	đó、kia、ấy、đấy	Ngôi nhà **này** là nhà tôi. 這棟房子是我的家。 Khách sạn **ấy** vừa rẻ vừa sạch sẽ. 那家飯店又便宜又乾淨。

* 注意：特別的指示代名詞「nọ（某）」：

↳ 表示不確定的位置。

Ở một nhà **nọ** có hai anh em. 在某一家有兩個兄弟。

↳ 表示不確定的過去時間。

Một ngày **nọ**, tôi thấy cô ấy khóc. 有一天，我有看到她哭了。

2. 狀態指示代名詞

表示前方所提及之事物的狀態。越南語中有兩個最常用的狀態指示代名詞是「vậy」和「thế」。

例子	翻譯	解釋
An thích học tiếng Việt. Tôi cũng **vậy**.	小安喜歡學越南語。我也是。	vậy 取代的是「thích học tiếng Việt」。
Hôm nay cô ấy bị bệnh, vì **vậy** cô ấy không đi làm.	她今天生病,所以她沒去上班。	vậy 取代的是「hôm nay cô ấy bị bệnh」。
Cô ấy đẹp như **thế** nên có rất nhiều người thích cô ấy.	她這麼漂亮所以有很多人喜歡她。	thế 取代的是她的美麗。
Ngủ trễ **thế này** không tốt cho sức khỏe.	這麼晚睡對身體不好。	thế này 取代的是所做的方式。

* 注意:一般來說,「vậy」和「thế」可以互相代替。不過「vậy」不可以置於指示代名詞「này」、「kia」、「ấy」前面。例如:

Anh nói **vậy** rất đúng. (你這樣說很正確。) → ○

Anh nói **thế** rất đúng. (你這樣說很對。) → ○

Nếu làm **thế này** sẽ nhanh hơn. (如果這樣做會比較快。) → ○

~~Nếu làm **vậy** này sẽ nhanh hơn.~~ → ✕

3.疑問代名詞

疑問代名詞用於指示話者想要提問的部分。

越南語常用的疑問詞

越南語	中文	越南語	中文
ai	誰	bao nhiêu	多少
gì	什麼	mấy	幾
đâu	哪裡	thế nào	怎麼
khi nào / bao giờ / lúc nào	什麼時候	tại sao / vì sao / sao	為什麼

Unit
05 動詞（Động từ）

　　動詞是指進行的一個動作（或進行動作後形成的狀態）。動詞是越南語中最重要的詞類之一，常作為句中的謂語使用。越南語與英文不同（但與中文相同），動詞是固定的，不會依人稱代名詞或時態而有所改變。動詞可以加上其他副詞以便表示狀態、時態、方式、趨向等。動詞還有一個特別，就是可以跟 hãy（請）、đừng（別）、chớ（別）…這些命令語相互結合應用。

　　根據動詞的語法功能分成兩大類：

1.獨立動詞

　　獨立動詞是有完整的意思，可以單獨當句子的謂語而不應添加其他動詞。根據動詞後面需不需要受詞分成及物動詞和不及物動詞：

 1.不及物動詞

　　表示動作、行為不直接影響到某個對象。換句話說，不及物動詞不需要受詞便可表達出獨立完整的意思。

　　例如：ngủ（睡覺）、cười（笑）、ngồi（坐）、phát triển（發展）

 2.及物動詞

　　表示動作、行為可以直接影響到某個對象。而這個對象就是動詞的受詞，讓動作的意思變得完整。

　　例如：ăn（動詞，吃）＋cơm（名詞，飯）＝ăn cơm（吃飯）

　　　　　nghe（動詞，聽）＋nhạc（名詞，音樂）＝nghe nhạc（聽音樂）

　　　　　thích（動詞，喜歡）＋ngủ（動詞，睡覺）＝thích ngủ（喜歡睡覺）

　　　　　cảm thấy（動詞，覺得）＋mệt（形容詞，累）＝cảm thấy mệt（覺得累）

* 注意：有些動詞同時身兼及物動詞或不及物動詞。

例如：動詞：cười（笑）

不及物動詞：Tôi **cười**.（我笑。）

及物動詞：Tôi **cười** nó.（我笑他。）

依動詞的意思和文法不同，可以分成以下幾種類型：

類別	例子	例句	備註
不影響到對象的動詞（不及物動詞）	ngủ（睡覺）、tắm（洗澡）、cười（笑）、đi（走）、nằm（躺）、ngồi（坐）	Sau khi **tắm** xong, cô ấy đi ngủ. 她洗完澡之後，就去睡覺。	不影響到任何對象。所以這種動詞不需要接續受詞。
物理動詞（及物動詞）	đánh（打）、đá（踢）、ôm（擁抱）、ăn（吃）、làm（做）、học（學）…	Tôi **học** tiếng Việt mỗi ngày. 我每天學越南語。	表示直接影響到受詞（會使受詞產生變化）的動詞。後面需接續受詞。
心理動詞（及物動詞）	yêu（愛）、thích（喜歡）、ghét（討厭）、nhớ（想念）、sợ（怕）…	Ông ấy rất **thích** bơi lội. 他很喜歡游泳。	這一類的動詞與形容詞相同，可以接續與程度相關的副詞，例如：rất（很）、quá（太）、cực kỳ（超級）等。
趨向動詞（及物動詞）	ra（出）、vào（進）、lên（上）、xuống（下）、qua（過）…	Cô ấy **vào** siêu thị mua ít đồ. 她進入超市買一些東西。	這類動詞後接的是地點名詞。除了本身有獨立的動詞意義之外，趨向動詞亦可與其他動詞相結合表示動作進行的方向性。例如：Anh ấy chạy lên lầu lấy chìa khóa.（他跑到樓上拿鑰匙）

類別	例子	例句	備註
使令動詞（及物動詞）	yêu cầu（要求）、nhờ（請求幫忙）、mời（請）、kêu（叫）、dặn（吩咐）、cấm（禁止）、khuyên（勸）、giúp（幫）...	Đồng nghiệp **nhờ** tôi mua cơm. 同事請我幫他買飯。	使令動詞後面常常接著子句。
授受動詞（及物動詞）	cho（給）、tặng（送）、mượn（借）、bán（賣）...	Bà ấy **tặng** tôi một cái áo. 她送我一件衣服。	這類動詞通常會有兩個受詞：一個是接受的人，另外一個是被授予的事物。
指評價、心得或發言的動詞（及物動詞）	nghĩ（想）、cho rằng（認為）、cảm thấy（覺得）、đoán（猜）、tuyên bố（宣佈）、thề（發誓）、phê bình（批評）、hiểu（懂）...	Chúng tôi **cảm thấy** tiếng Việt khá khó. 我們覺得越南語相當難。	這類動詞後面通常是一個子句。如果後面是一個子句，動詞後面也可以接著介詞「rằng」、「là」以強調後面所描述的事情。

2.不獨立動詞

　　不獨立動詞無法表示完整的意思（其地位在中文的文法中多等同於助動詞）。所以原則上，不獨立動詞不能單獨當形成一個意思，而需接續後面的部分（名詞或動詞），才能變成一句完整有意義的句子。下表為接續動詞時的方式：

類別	例子	例句	備註
情態動詞			
指可能性	có thể（能夠、可以），không thể（不能、不可以）...	Anh **có thể** giúp tôi không? （你可以幫我嗎？）	這一類的不獨立動詞後面會接續其他動詞。

166

類別	例子	例句	備註
指需求	cần（需要）、phải（必須）、nên（應該）	Chị **nên** ăn nhiều rau.（妳應該多吃蔬菜。）	這一類的不獨立動詞後面會接續其他動詞。
指得失	được（得到）、bị（遭到）、mắc（得）	Tôi **được** giám đốc khen.（我得到經理的誇讚。）	這一類的不獨立動詞後面會接續動詞子句或片語。
指希望、態度	muốn（想要）、mong（希望）、ước（願望）...	Họ **mong** anh ấy mau khỏe lại.（他們希望他快好起來。）	這一類的不獨立動詞後面常常會接續子句。如果後面是一個子句，在動詞與子句之間也可以接續介詞「rằng」、「là」以強調子句的內容。
指意志、意願	định（打算）、tính（打算）、dám（敢）、sẵn lòng（願意）、chịu（肯）、nỡ（忍心）...	Nó không **dám** ăn đậu hủ thúi.（他不敢吃臭豆腐。）	這一類的不獨立動詞後面常會接續其他動詞。
聯繫動詞			
等同關係	là（是）、làm（當）	Mẹ tôi **là** giáo viên.（我媽是教師。）Ông ấy muốn **làm** bác sĩ.（他想要當醫生。）	後面會接續名詞。
變化關係	biến thành（變成）、trở thành（變成）...	Chỉ mới quen nhau vài ngày nhưng chúng tôi đã **trở thành** bạn thân.只剛認識幾天，但我們已經變成好朋友了。	後面會接續名詞。

類別	例子	例句	備註
存在關係	có（有）、còn（還有）、hết（用完）、mất（損失）...	Tôi **hết** tiền rồi.（我沒錢了。）	後面會接續名詞。
指時間演變的動詞	bắt đầu（開始）、kết thúc（結束）、ngừng（停）、tiếp tục（繼續）...	Họ **bắt đầu** họp lúc 9 giờ.（他們9點開始開會。）	這些動詞後面可以接續其他動詞。

3.修飾動詞的副詞

在越南語中，修飾動詞的副詞可以置於動詞之前或後面，用於強調程度、時態、方式、結果等各種意義。

1.表示相似

- **cũng**（也）：置於動詞之前。例如：
  Tôi **cũng** là người Đài Loan.（我也是台灣人。）
- **đều**（都）：置於動詞之前。例如：
  Họ **đều** thích ăn phở.（他們都喜歡吃河粉。）

  * 注意：如果句子裡面有疑問代名詞，例如：ai（誰）、gì（什麼）、nào（何）、đâu（哪）…時，一定要用「cũng」，不可以用「đều」。
  Ở đây cái gì **cũng** mắc.（這裡的東西什麼都貴。）

2.表示強調肯定

- **có**（有）：置於動詞之前。「có」可以強調動作（也可以省略）。
  Tối qua tôi **có** đi ăn tối với cô ấy.（昨晚我有跟她去吃晚餐。）←（強調「跟她去吃晚餐」這件事。）

3.表示否定

- **không / chẳng**（不、沒）：置於動詞之前，否定該動詞。例如：
  Tôi **không** biết tiếng Pháp.（我不會法文。）

Anh ấy **chẳng** biết thông tin ấy. （他不知道那個消息。）

* 注意：口語中越南人常用 南 hổng、南 hông、北 chả、北 ứ 來代替「không」。

• **đâu / nào**（哪）：置於動詞之前，表示強調否定該動作。例如：
Cô ấy **đâu** phải là bạn gái tôi. （她哪是我的女朋友。）

• **chưa**（還沒）：置於動詞之前，表示該動作尚未發生。例如：
Tôi **chưa** ăn cơm. （我還沒吃飯。）

4.表示時態

• **đã**（已經）：置於動詞之前，表示該動作已經發生。常跟「rồi（了）」一起使用，此時「đã」可以省略。否定的表現時為「chưa」。例如：
Ông ấy **(đã)** đi ra ngoài **rồi**. （他已經外出了。）

• **đã**（先）：置於動詞之後，表示預先完成「đã」前述之動作，再進行另外一個動作。例如：
Anh chờ một chút, tôi đi tắm **đã**. （你等一下，我先去洗澡。）

• **(đa) từng**（曾經）：置於動詞之前，表示以往有做過某件事的經驗。否定表現為「chưa từng」或「chưa bao giờ」。例如：
Nghe nói Như **đã từng** sống ở đây nhưng tôi **chưa từng** thấy cô ấy. （聽說小如曾經住過這裡，但我從沒看過她。）

• **vừa / mới / vừa mới**（剛才、剛剛）：置於動詞之前，表示該動作的動作發生在不久之前。例如：
Họ **vừa mới** về nước hôm qua. （他們昨天剛回國。）

• **đang**（正、正在）：置於動詞之前，表示該動作正在發生。例如：
Anh **đang** làm gì vậy? （你在做什麼呀？）

• **suýt / xém (chút)**（差點）：置於動詞之前，表示該動作幾乎就要發生（但是沒有發生）。例如：
Đường rất trơn, tôi **suýt** ngã. （路很滑，我差點跌倒。）

• **sắp**（即將、快…）：置於動詞之前，表示該動作在很短的時間後就會發生或達成。例如：
Chúng tôi **sắp** đi Trung Quốc du lịch. （我們即將去中國旅遊。）

• **sẽ**（將）：置於動詞之前，表示該動作在未來的時間點內會發生。例如：

Tháng sau khách hàng **sẽ** đến tham quan công ty chúng ta.（下禮拜客戶將會來參觀我們公司。）

- **rồi**（了）：置於動詞之後，表示該動作已經發生完畢。常跟「đã（已經）」一起使用。例如：

Xe buýt đến **rồi**.（公車到了。）

- **ngay / liền / tức khắc**（馬上）：置於動詞之後，表示該動作在當下會立刻進行。例如：

Tôi sẽ làm **ngay**.（我會馬上做。）

- **lập tức**（馬上）：置於動詞之前，表示該動作在當下會立刻進行。例如：

Khi nào có tin tức mới tôi sẽ **lập tức** thông báo chị.（一有新消息時，我會馬上通知妳。）

 5.表示連續性

- **còn / vẫn còn**（還）：置於動詞之前，表示該動作尚未結束，但終究會結束。否定表現是「không còn」，常與「nữa」一起使用。例如：

Long **vẫn còn** làm ở công ty Trung Hoa.（阿隆還在中華公司上班。）

Anh chờ một chút, ông ấy **còn** đang họp.（你等一下，他還在開會。）

- **vẫn**（還、仍）：置於動詞之前，表示該動作持續發生或沒有改變。請注意「vẫn」的否定表現是「không còn」，而不是「không vẫn」。例如：

Long **vẫn** làm ở công ty Trung Hoa.（阿隆還在中華公司上班。）

Mặc dù biết cô ấy không yêu tôi nhưng tôi **vẫn** yêu cô ấy.（雖然知道她不愛我，但我仍依然愛她。）

- **cứ**（一直、硬要）：置於動詞之前，表示該動作連續不斷地發生或持久保持在一個狀態下，沒有改變。例如：

Anh ấy **cứ** hỏi tôi về việc ấy.（關於那件事，他一直不斷地問我。）

Mẹ không cho nó đi chơi nhưng nó **cứ** đi.（媽媽不允許他去玩，但他還是一樣地去。）

- **hoài / mãi / suốt**（一直）：置於動詞之後，表示不斷地處在該動作

的狀態之下。例如：

Anh ấy hỏi tôi **hoài** về việc ấy.（他一直問我關於那件事。）

- **nữa**（再）：置於動詞之後，表示該動作不斷地持續進行。例如：

Tôi vẫn chưa no, tôi muốn ăn **nữa**.（我還沒吃飽，我還想再吃。）

- **tiếp**（下去）：置於動詞之後，表示繼續進行該動作。例如：

Bộ phim này không hay, tôi không muốn xem **tiếp**.（這部電影不好看，我不想看下去。）

- **luôn**：置於動詞之後，表示該動作一發生後，另一個動作馬上接著發生或該動作與另一個動作同步進行。例如：

Vì đã biết đáp án nên tôi vừa hỏi là nó trả lời **luôn**, không cần suy nghĩ.（因為已經知道了答案，所以我一剛問，他不加思索地馬上就回答。）

Tuần sau ông Hoàng đi Trung Quốc công tác, sẵn tiện ông ấy đi du lịch **luôn**.（黃先生下個禮拜去中國出差，順便去旅遊。）

6.表示請求、命令

- **hãy**（請）：置於動詞之前，表示鼓勵、建議、命令做該動作。否定改為「đừng」、「chớ」。例如：

Hãy đi theo tôi.（請跟我來。）

- **cứ**（儘管）：置於動詞之前，表示鼓勵聽者不須多作考慮，直接了當地做該動作即可。

Nếu có thắc mắc **cứ** hỏi.（如果有問題儘管發問。）

- **đừng / chớ**（別、不要）：置於動詞之前，表示建議、下命令要求不要做該動作。在口語裡，亦可以在「đừng」或「chớ」的後面加上「có」。若想要求聽者不要再做該動作時，後面可以加「nữa」併用。

Đừng hút thuốc, không tốt cho sức khỏe.（不要抽菸，對身體不好。）

Đừng hút thuốc **nữa**, không tốt cho sức khỏe.（不要再抽菸了，對身體不好。）

- **cho**：置於句尾，表示建議、要求，並希望對方的認同或體諒。

Tôi mới lãnh lương, để tôi trả **cho**.（我剛領薪水，讓我來付。）

Tôi không cố ý, xin anh hiểu **cho**.（我不是故意的，請你原諒。）

7.表示重複

- **lại**（又）：置於動詞之前，表示該動作又再度發生。「lại」也常跟「nữa」一起搭配使用，用於強調之意。但湊巧的事，在這種情況下，「lại」有時也可以省略。

  Minh **lại** không đi học.（小明又不去上課了。）

  Trời **(lại)** mưa **nữa**.（又下雨了。）

- **lại**（再）：置於動詞之後，表示動作重複發生。

  Anh nói **lại** một lần nữa, được không?（你可以再說一遍嗎？）

8.表示頻率

- **không bao giờ**（絕不會、永遠不會）：置於動詞之前，表示該動作過去不論是否發生，但強調以後也永遠不會發生。

  Tôi **không bao giờ** đi ngủ sau 12 giờ.（我絕不會過了十二點後還不睡覺。）

- **chưa bao giờ**（不曾）：置於動詞之前，表示動作從以前到說話的現在都沒發生過，但以後可能會發生。

  Tôi **chưa bao giờ** đi Mỹ.（我不曾去過美國。）

- **ít khi / hiếm khi**（難得）：置於動詞之前，表示該動作很少發生。

  Chị ấy **ít khi** đi hát karaoke.（她很少去KTV。）

- **có khi / có lúc**（有時候）：置於動詞之前，表示動作有時候會發生。

  Có khi tôi thấy rất cô đơn.（有時候我覺得很孤單。）

- **thỉnh thoảng / đôi khi / đôi lúc**（偶爾）：置於動詞之前，表示動作有時候會發生。

  Nam **thỉnh thoảng** đi nhậu với bạn bè.（阿南偶爾跟朋友去喝酒。）

- **thường / hay**（常常）：置於動詞之前，表示該動作經常會發生。

  Cuối tuần, chúng tôi **thường** đi leo núi.（我們週末常常去爬山。）

- **thường xuyên**（經常）：置於動詞之前，表示該動作時常慣性地發生，未曾間斷。

  Cô ấy **thường xuyên** đi làm trễ.（她上班經常遲到。）

- **luôn / luôn luôn / lúc nào cũng**（總是）：置於動詞之前，表示該動作老是不斷發生。

  Chị ấy **luôn luôn** trang điểm trước khi đi ra ngoài.（她出門前總是打扮。）

- **luôn**（永遠）：置於動詞之後，表示該動作並非只有在目前發生，而是一旦發生後，就永遠都是這樣了。

  Ngày mai anh ấy về Đài Loan **luôn** rồi, sẽ không trở lại Việt Nam nữa.（他明天就回台灣，不會再回來越南了。）

9.表示被動態

- **được**（被、得到）：置於動詞前面，表示被動態，但前提是話者認為是具有正面結果的動作。

  Cô ấy **được** giám đốc khen.（她被經理誇讚。）

- **bị**（被、遭到）：置於動詞之前，表示被動態，但前提是話者認為是具有負面結果的動作。

  Cô ấy **bị** giám đốc phê bình.（她被經理批評。）

10.表示程度

　　表示程度的副詞只能跟心理動詞結合，使用方法跟形容詞的程度副詞一樣。故此用法請參照「形容詞常用的程度副詞」的章節。

11.表示動詞的結果

- **được**（得到）：
  ➡ 置於動詞之後，表示得到了後述名詞的人、事、物，且對於話者而言，是一種好的結果。

    Cuối cùng anh ấy cũng lấy **được** vợ.（他終於娶得到老婆。→ 他終於娶到了老婆。）
  ➡ 置於動詞之後，表示有能力進行該動作。

    Tôi nói **được** tiếng Anh, tiếng Việt và tiếng Hoa. 我會講英文、越南語和中文。

- **phải**（遭到）：置於動詞之後，表示得到了後述名詞的人、事、物，但對於話者而言，是一種壞的結果。

  Ông ấy mua **phải** hàng giả.（他買到假貨）。

- **nổi**（得起、得下）：置於動詞之後，表示能夠完成某件困難的事情。

  Nhà ở Đài Bắc mắc quá, tôi mua không **nổi**.（在台北的房子太貴了，我買不起。）

  Tôi no quá, không ăn **nổi** nữa.（我太撐了，吃不下了。）

- **ra**（出來）：置於動詞之後，表示出現該動作的結果。常跟心理動詞結合。

  Tôi nghĩ **ra** rồi.（我想出來了。）

  Anh ấy không nhận **ra** tôi.（他認不出我來。）

- **xong**（完）：置於動詞之後，表示該動作已經完成到一個可以停止的段落。

  Làm **xong** bài tập tôi sẽ đi dạo công viên.（做完作業後，我會去公園逛逛。）

- **hết**（光、完、盡、罄）：置於動詞之後，表示動作徹底完成到達極限，沒有留下來殘餘的部分。

  Tôi đã đi **hết** các nước ở châu Á.（我已經走遍了亞洲各國。）

* 注意：這類表示結果的副詞等，表達否定的時候皆可在動詞之前或是動詞和副詞之間加「không」或「chưa」皆可。

  例如：**không** đi nổi = đi **không** nổi（走不動）

  chưa làm xong = làm **chưa** xong（還沒做完）

Unit
06 形容詞（Tính từ）

　　形容詞表示事物或動作的特徵、性質的詞性。例如：品質、顏色、形狀等等。形容詞的特色是可以與程度的副詞搭配使用，例如：rất（很）、quá（太）、cực kỳ（極度）等。在句子中，形容詞常常當謂語使用。

1.分類

（1）確定程度的形容詞：指無法與程度副詞「rất、hơi、quá、lắm...」等等
　　　相結合的形容詞。

　　　例如：đỏ tươi（嫣紅）、đen sì（黑漆漆、黑麻麻）、công cộng（公
　　　　　　共）…

（2）不確定程度的形容詞：指可以與程度副詞「rất、hơi、quá、lắm,,,」等
　　　等相結合的形容詞。

　　　例如：trắng（白）、tốt（好）、xấu（差、醜）、đẹp（漂亮）、sạch
　　　　　　（乾淨）、thơm（香）、mệt（累）、nhiều（多）…

　　注意：形容詞可以當名詞或動詞的修飾語

　　ↄ 當名詞修飾語：在越南語中，當形容詞修飾名詞時，跟中文相反，形容詞需置
　　　於名詞後方。亦有不必像部分中文的形容詞在修飾名詞時，在兩詞之間加一個
　　　「的」的特性。

　　　例如：cô gái đẹp（漂亮的女生）、áo **trắng**（白衣服）、trà **nóng**（熱茶）…

　　ↄ 當動詞修飾語：當擔綱修飾動詞的角色時，形容詞亦於置於動詞後方。亦不必像
　　　部分中文的形容詞在修飾動詞時，在兩詞之間加一個「得」的特性。

　　　例如：chạy **nhanh**（跑得快）、ăn **ít**（吃得少）、học **chăm chì**（學得認
　　　　　　真）…

2.形容詞比較

常見的形容詞比較有以下四種：

類型	結構	例子	意思
平等比較	A（＋動詞）＋形容詞＋<u>bằng</u> / <u>như</u>＋B	Tôi cao **bằng** anh ấy. Tôi chạy nhanh **bằng** anh ấy.	我跟他一樣高。 我跑得跟他一樣快。
	A <u>và</u> / <u>với</u> B（＋動詞）＋形容詞＋<u>bằng nhau</u> / <u>như nhau</u>	Tôi **và** anh ấy cao **bằng nhau**. Tôi **với** anh ấy chạy nhanh **như nhau**.	我和他一樣高 我跑得跟他一樣快。
不平等比較	A＋không（＋動詞）＋形容詞＋<u>bằng</u> / <u>như</u>＋B A（＋動詞）＋không＋形容詞＋<u>bằng</u> / <u>như</u>＋B	Tôi **không** cao **bằng** anh ấy. Tôi **không** chạy nhanh **bằng** anh ấy. Tôi chạy **không** nhanh **bằng** anh ấy.	我沒有比他高。 我沒有跑得比他快。 我沒有跑得比他快。
高等比較	A（＋動詞）＋形容詞＋hơn＋B	Tôi cao **hơn** anh ấy. Tôi chạy nhanh **hơn** anh ấy.	我比他高。 我跑得比他快。
最高級比較	主詞（＋動詞）＋形容詞＋nhất	Tôi cao **nhất**. Tôi chạy nhanh **nhất**.	我最高。 我跑得最快。

3.形容詞的副詞

形容詞的副詞可以置於形容詞前方或後方，表示形容詞的程度。
以下是常用的形容詞的副詞：

副詞	置於形容詞的位置	中文	範例	意思
rất (là)	前方	很	**rất** tốt	很好
hơi	前方	有點	**hơi** nóng	有點熱
khá (là)	前方	相當、蠻	**khá** mệt	相當累
tương đối	前方	相當	**tương đối** dễ	相當容易
không... lắm	không和lắm中間	不太	**không** đẹp **lắm**	不太好看
quá	前方：用於描述	太、太過	**quá** mắc	太貴
	後方：用於感嘆	好、這麼、那麼	rẻ **quá**!	好便宜喔！
thật	前方	真	**thật** nhiều	真多
	後方：表示認同	真的	đẹp **thật**!	真的很美！
lắm	後方：常用在口語	很	mệt **lắm**	很累
hơn	後方	比較	ít **hơn**	比較少
nhất	後方	最	ngon **nhất**	最好吃
dã man / vô cùng / cực / cực kỳ / hết sức	前方或後方即可	超級	**cực** nhanh chậm **dã man**	超快 超級慢

Unit
07 關聯詞（Liên từ）

　　關聯詞是連接單字、子句、片語或句子的詞性，其可表示領屬、方式、地點、位置、方向、時間、目的、條件等。依其語法功能，又可細分成兩大類分別為：「介詞」和「連接詞」。

1.介詞

　　介詞擔任在連結片語裡面的名詞、動詞或形容詞及它們所修飾的部分的連接角色。

(1) 表示關聯

- **của**：表示領屬關係。類似中文的「的」。

  Quyển sách này là **của** tôi.（這本書是我的。）

  Cuộc sống **của** cô ấy rất cực khổ.（她的生活很辛苦。）

  * 注意：

- ◆ 「của」只能連接所有格的關係或兩組名詞之間的關係。

  例如：

  Người anh gặp hôm qua là bạn gái **của** tôi.（你昨天看到的人是我的女朋友。）

  這句有兩組修飾關係：

  ↳ 你昨天看到的人：這是兩組不同名詞的關係（非所有格），所以在越南語中不能用「của」。

  ↳ 我的女朋友：這是所有格關係，故翻成越南語時可以用「của」。

- ◆ 越南語的「của」跟中文的「的」位置完全相反。中文的「的」置於中心語前方，越南語的「của」則是置於中心語之後。

  例如：<u>**điện thoại** của tôi</u> = 我的<u>手機</u>（手機是中心語）

- ◆ 在越南語中，某些場合的應用之下「của」可以被省略，如此更能讓句子更加通順，例如：

  ↳ 親屬關係的情況下：ba mẹ tôi（我爸媽）、bạn tôi（我朋友）…

└ 組織機構的情況下：công ty tôi（我的公司）、nước tôi（我的國家）...

└ 指整體中的一部分：tay tôi（我的手），bàn phím máy tính（電腦的鍵盤）...

- **mà**：連結名詞或代名詞和它有動詞子句或片語的修飾語。類似中文的「的」或是「所」。

  Cái áo **mà** anh đang mặc mua ở Mỹ.（你穿的衣服是在美國買的。）

  Anh đừng tin những gì **mà** cô ấy nói.（你不要相信她所講的事。）

  * 注意：

  - 「mà」只能當中心語和作為修飾語的子句或片語之間的介詞。
  - 越南語的「mà」跟中文的「的」或「所」位置完全相反。中文的「的」或「所」置於中心語前面，越南語的「mà」則是置於中心語後面。

    例如：**cô gái mà** anh ấy yêu = 他愛的女孩（「女孩」是中心語）。

  - 「mà」有強調修飾語的功能，但也可以省略。

    例如：món ăn **mà** tôi thích = món ăn tôi thích（我喜歡的菜）

- **ở**：連接名詞與修飾該名詞的地點修飾語。也可以用「của」代替或省略。

  Phong cảnh ở Nha Trang rất đẹp.（芽莊的風景很美。）

- **về**（關於）：（可前接動詞）表示後述的事物為牽涉到的一定範圍。

  Họ đang nói **về** tổng thống mới.（他們正在談論關於新總統的事。）

  Anh ấy rất thích đọc sách **về** lịch sử.（他很喜歡看跟歷史有關的書。）

  Về âm nhạc, chị thích loại nhạc gì?（關於音樂，妳喜歡哪一種音樂？）

- **rằng (là) / là**：前接一動詞，後接前動作將要牽涉到的部分。通常用於與表示評價、心得或發言的動詞相互結合（例如：nói、nghĩ、cảm thấy、biết...）。「rằng」或「là」各有強調修飾的機能，故兩者之間若只有一個出現時亦可。

  Chị ấy nói **rằng** người Đài Loan rất hiếu khách.（她說台灣人很好客。）

(2) 表示比較

- **như**（如、若）：用於比較一件事與另一件事情的程度相同。

  Cô ấy đẹp **như** tiên.（她美若天仙。）

  Họ thân nhau **như** anh em.（他們情同手足。）

- **bằng**（如同）：用於平等的比較。

  Tôi học không giỏi **bằng** cô ấy.（我學得沒有她好。）

(3) 表示方式

- **bằng**（用、以）：
  - ◆ 指工具或方式

    Họ đến đây **bằng** xe hơi.（他們開車來的。）

    Chúng tôi giao tiếp với nhau **bằng** tiếng Anh.（我們用英文溝通。）

    Người Mỹ không quen ăn cơm **bằng** đũa.（美國人不習慣用筷子吃飯。）

    Chúng tôi học tiếng Việt **bằng** cách xem tin tức.（我們以看新聞的方式學習越南語。）

  - ◆ 指產品的原料

    Cái bàn này làm **bằng** gỗ.（這張桌子用木頭做的。）

    Đôi giày mà ông ấy đang mang làm **bằng** da.（他穿著的鞋子是皮製的。）

- **với**：表示帶著某個東西（可包括實體或抽象）做某件動作。

  Anh ấy làm việc **với** một thái độ tích cực.（他抱著一個積極態度而工作。）

  Chỉ **với** 1000 đô la, anh ấy có thể đi du lịch vòng quanh thế giới.（只要1000美金，他就可以去環遊世界。）

- **qua**（透過）：指利用某個方式進行某件事情。

  Ở Đài Loan, có thể chuyển tiền **qua** ngân hàng, **qua** ATM hoặc **qua** bưu điện.（在台灣可以透過銀行、提款機或郵局轉帳。）

  Tôi quen cô ấy **qua** một người bạn.（我透過一個朋友認識她。）

(4) 表示強調否定

- **chứ**（而、並）：用於否定句，以強調的口吻否定後述的內容。

  Ba tôi là kỹ sư **chứ** không phải là bác sĩ.（我爸爸是工程師而不是醫生。）

  Tôi góp ý để giúp anh tiến bộ **chứ** không phải để phê bình anh.（我提出建議不是為了要批評你，而是為了要讓你進步）。

(5) 表示方向、地點

- **trong**（裡面）、**ngoài**（外面）、**trên**（上）、**dưới**（下）、**giữa**（中間、之間）：表示位置。

  Trên bàn có một quả táo.（桌子上有一顆蘋果。）

  Buổi sáng, họ thường tập thể dục **trong** công viên.（早上他們常在公園裡運動。）

  Dưới hồ bơi có rất nhiều người.（在游泳池裡面有很多人。）

  * 注意：在中文裡，「指示位置」的介詞置於名詞之後；但在越南語中，「指示位置」的介詞與中文相反，置於名詞的前方。

- **từ**（從）＋趨向動詞（**đến**、**lên**、**xuống**、**ra**、**vào**）

  Tôi **từ** Đài Loan đến.（我是從台灣來的。）

  Anh ấy **từ** trên lầu đi xuống.（他從樓上下來。）

- **ở / tại**（在、於）

  Tối nay chúng ta gặp nhau **tại** rạp chiếu phim nhé.（我們今晚在電影院見面吧！）

  Xin hỏi, **ở** đây có bán thuốc lá không?（請問，這裡有賣香菸嗎？）

  * 注意：
  - 「ở」和「tại」雖然差不多的意思。但是要接續「指示位置」的介詞如 trong（裡面）、ngoài（外面）、trên（上）、dưới（下）、giữa（中間、之間）等詞時只能用「ở」，不能用「tại」代替。

    Ở trên bàn có một bao giấy ăn.（桌子上有一包面紙。）

  - 與中文不同，當修飾動詞時，指示位置的修飾語常置於動詞（加受詞）之後。例如：

    Tôi học tiếng Việt **ở** trung tâm ngoại ngữ.（我在語言中心學越南語）。

- **về**（向、往）：指動作進行的方向。

  Nếu muốn đi tòa nhà 101, anh phải bắt tàu điện ngầm **về** hướng Tượng Sơn.（如果想去台北101，你就要搭往象山的捷運才行。）

(6) 表示時間

- **từ**（從）

  Thời gian mở cửa **từ** 8 giờ sáng đến 5 giờ chiều.（營業時間從早上8點到下午5點。）

Công ty này được thành lập **từ** năm 1990.（這家公司是從1990年成立的。）

- **lúc / vào**（在、當）：指固定的時間點或發生某件事情的時刻。

  Hôm nay tôi thức dậy **lúc** 6 giờ.（我今天六點起床。）

  Hoa đào thường nở **vào** mùa xuân.（櫻花常在春天開。）

  * 注意：
    - ↳ 「lúc」用於小時、分、秒等時間點；「vào」則用於日、星期、月、年、季節等。例如：

      Tiệc cưới được tổ chức **vào** ngày 28 tháng 2, **lúc** 6 giờ chiều, tại nhà hàng Long Phụng.（婚宴將會於2月28日下午6點於龍鳳餐廳舉辦。）
    - ↳ 通常要強調時間時，才會特別將時間詞接續介詞「lúc」或「vào」並置於句子的尾端；若時間詞是置於句中或動詞的前方時，「lúc」或「vào」則可以省略。例如：

      Hôm nay <u>6 giờ</u> tôi thức dậy = Hôm nay tôi thức dậy **lúc** <u>6 giờ</u>.（我今天6點起床。）

      <u>Mùa xuân</u> hoa đào thường nở = Hoa đào thường nở **vào** <u>mùa xuân</u>.（櫻花常在春天開。）

(7) 表示原因

- **vì / do / bởi (vì)**（因為／由／由於）：後接原因。

  Cô ấy được ngưỡng mộ **vì** xinh đẹp.（她因為漂亮而受人傾慕。）

- **tại (vi)**（肇因、歸咎于）：通常後接造成負面結果的原因。

  Cô ấy bị đau bụng **tại** thức ăn.（她因為飲食問題而肚子痛。）

- **nhờ**（由於、有賴於）：後接形成正面結果的原因。

  Anh ấy giàu **nhờ** bất động sản.（他因不動產生意而致富。）

- **do**（由）：「do」的後述為前述內容的來源。

  Quyển tiểu thuyết này **do** anh ấy viết.（這本小說是由他著作的。）

- **bởi**（由）：指前述的內容是由「bởi」後述的主體所進行的。通常用於被動句。

  Quyển tiểu thuyết này được viết **bởi** anh ấy.（這本小說由他寫的。）

(8) 表示目的

- **để**（為了）：後接目的。目的的部分通常是一個子句或片語。

Để đi Việt Nam làm việc, chúng tôi bắt đầu học tiếng Việt.（為了去越南工作，我們開始學越南語。）

Ông ấy nói vậy **để** chúng tôi không nghi ngờ.（他這樣說是為了讓我們不懷疑他。）

- **nhằm**（為了）：後接目的。目的的部分通常是一個片語。

Ông ấy nói vậy **nhằm** thuyết phục chúng tôi.（他這樣說以便說服我們。）

- **cho**（為了）：後接目的。目的的部分通常是一個形容詞或子句。

Chúng ta đi dạo siêu thị một chút **cho** mát.（我們去超市逛一逛，圖個涼快吧！）

Em nên đắp nhiều mặt nạ **cho** đẹp.（妳應該多敷面膜讓自己漂亮一點。）

Ông ấy nói vậy **cho** chúng tôi không nghi ngờ.（他這樣說是為了讓我們不懷疑他。）

- **vì**（為了、因為）：後接目的。目的的部分通常是一個單字或片語。

Cha mẹ có thể làm tất cả **vì** con cái.（父母可以為孩子做任何事情。）

(9) 表示作動的影響

- **cho**（給）：「cho」常可以應用在有兩個受詞的句子裡（但也可以只有一個受詞）。cho後述的內容會受到前述動作的影響，即得到某抽象或具體的事、物。

Ông Lâm gọi điện thoại **cho** tôi.（林先生打電話給我。）

Nhờ anh chụp **cho** tôi một tấm hình.（請你幫我拍個照。）

Tôi mua **cho** người yêu rất nhiều quà.（我買很多禮物給我愛人。）

Ba mẹ luôn luôn lo lắng **cho** con cái.（父母總是為孩子擔心。）

- **với**（向、跟）：置於動詞之後，表示後述為該動作所影響、關連到的對象。

Anh ấy nói **với** tôi hôm qua anh Hùng cãi nhau **với** vợ.（他向我講昨天雄哥跟老婆吵架。）

(10) 表示期待的看法

- **đã**（就）：表示時間上比話者期待的還要早。

  Chúng tôi hẹn 10 giờ xuất phát, 9 giờ rưỡi anh ấy **đã** đến.（我們約十點出發，而他九點半就到了。）

- **là**（就）：表示數量上比話者期待的還要好。

  Giá vé máy bay đi Việt Nam rất rẻ, khoảng 5,000 Đài tệ **là** đủ.（去越南的機票很便宜，大概只要五千台幣就夠了。）

  Nhà tôi rất gần công ty, chỉ cần đi bộ 5 phút **là** đến.（我家離公司很近，走路只要五分鐘就到了。）

- **mới**（才）：表示時間上比話者期待的還要晚，或數量上比話者期待的還要差。

  Chúng tôi hẹn 10 giờ xuất phát, 10 giờ rưỡi cô ấy **mới** đến.（我們約十點出發，她十點半才到。）

  Giá vé máy bay đi Nhật rất mắc, khoảng 10,000 Đài tệ **mới** đủ.（去日本的機票很貴，大概一萬台幣才夠。）

2. 連接詞

連接詞擔任連接兩個有平等的功能的單字或子句。

(1) 表示對等關係

- **và / với**（和、跟）：連接兩個句子中有對等功能的部分。

  Tôi **và** ông Trần đều làm việc ở công ty Trung Hoa.（我和陳先生都在中華公司工作。）

  Hôm qua chúng tôi đi mua sắm **với** xem phim.（我們昨天去購物和看電影。）

  * 注意：「và」和「với」當連接詞時可以相互代替。可是如果「với」當介詞時，就不能用「và」代替。

    連接詞：Tôi **và / với** anh ấy là bạn thân.（我和他是好朋友。）

    介詞：Tôi đang nói chuyện điện thoại **với** anh ấy.（我正在跟他講電話。）

- **cùng (với)**（陪著、隨著）

  Ngày mai anh **cùng** em đi bệnh viện khám bệnh nhé.（明天你陪我去醫院看病好嗎？）

(2) 表示選擇

- **hay (là) / hoặc (là)**（或（是）…）

  Chủ nhật tôi thường đi bơi **hay** đi đánh bóng chày.（星期日時我常去游泳或打棒球。）

  Tháng sau tôi **hoặc là** đồng nghiệp của tôi sẽ đi Việt Nam khảo sát thị trường.（下個月我或我的同事會去越南做市場調查。）

  Xin hỏi, chị ăn chay **hay** ăn mặn?（請問妳吃素的還是吃葷？）

  * 注意：「hay (là)」用在肯定句或疑問句皆可，但「hoặc (là)」只能用在肯定句。

(3) 表示時間順序

- **rồi**（（然後）再）：「rồi」後述的情事，為承續前述內容之延伸。

  Anh ấy kết hôn, mua nhà **rồi** sinh con.（他先結婚、買房然後再生小孩。）

- **thì**（就）：表示前面動作才剛完成，後面的動作就馬上跟著發生；或某個動作在進行時，有另一個動作穿插進來。

  Tôi vừa ăn cơm xong **thì** cô ấy đến.（我剛吃完飯她就到了。）

  Tôi đang ăn cơm **thì** cô ấy đến.（我正在吃飯時她就到了。）

(4) 表示逆接

- **nhưng (mà) / mà / song**（但是）

  Hôm nay chủ nhật **nhưng** tôi vẫn phải đi làm.（今天是禮拜天但是我還是一樣要上班。）

  Cái áo này rẻ **mà** đẹp.（這件衣服便宜，而且好看。）

- **lại**（卻）

  Anh ấy rất tốt nhưng Yến **lại** không thích anh ấy.（他人很好，但阿燕卻不喜歡他。）

- **trái lại / ngược lại**（反而、倒是）

  Nó không nhận lỗi, **trái lại** còn trách người khác.（他不認錯，反而怪別人）。

- **huống chi / huống hồ / nói chi / nói gì**（何況）

  Thời gian ăn cơm còn không có, **huống hồ** đi chơi.（吃飯時間都沒有了，何況是去玩。）

- **còn**（則是、還有）：連接兩個不同的動作或事情。

  Tôi đang dọn dẹp nhà cửa, **còn** vợ tôi đang nấu ăn.（我在打掃家裡，我老婆則是在煮飯。）

  Tôi là người Việt Nam. **Còn** chị?（我是越南人。你呢？）

- **tuy / mặc dù... nhưng...**（雖然…但是…）

  Tuy rất thích xem bóng rổ **nhưng** anh ấy không biết chơi bóng rổ.（他雖然很愛看籃球，但是他不會打籃球。）

(5) 表示條件

- **nếu... (thì)...**（如果…就…）

  Nếu tôi trúng số **thì** tôi sẽ mua cho anh một chiếc xe hơi.（如果我中頭彩，我就買一台汽車給你。）

  * 注意：當敘述條件的部分置於句子後方時，「**thì**」就要刪掉。

    Tôi sẽ mua cho anh một chiếc xe hơi **nếu** tôi trúng số.（如果我中頭彩，我就買一台汽車給你。）

- **giả sử... (thì)...**（假設…就…）

  Giả sử tôi là anh **thì** tôi sẽ nói sự thật.（假設我是你的話，我就會講實話。）

- **hễ / cứ... là...**（每次…就…）

  Hễ nhắc đến bạn gái cũ **là** anh ấy lại buồn.（每次提到舊女友，他又會感到難過。）

- **lỡ / nhỡ... (thì)...**（萬一…就…）：表示假設在不好的條件下，就會進行某個行為。

  Lỡ không tìm được việc làm **thì** tôi sẽ đi xuất khẩu lao động.（萬一找不到工作，我就會去海外打工。）

- **giá / giá mà / giá như / phải chi... (thì)...**（假如⋯就⋯）：表示事情已經發生，但話者希望事情沒有發生過。

  Giá mà cô ấy nghe lời tôi **thì** đã không bị đuổi việc.（她要是有聽我的話，就不會被炒魷魚了。）

- **trừ phi... nếu không...**（除非⋯不然的話⋯）

  Trừ phi anh cai rượu, **nếu không** bệnh của anh sẽ nặng hơn.（除非你戒酒，不然的話你的病只會更加嚴重。）

  * 注意：當敘述條件的部分置於句子後方時，「nếu không」就要刪掉。

  Bệnh của anh sẽ nặng hơn, **trừ phi** anh cai rượu.（除非你戒酒，不然的話你的病只會更加嚴重。）

(6) 表示因果關係

- **vì / do / bởi / bởi vì... nên / cho nên / mà / bởi vậy / vì thế / vì vậy / thành ra / thành thử / đâm ra...**（因為⋯所以⋯）

  Vì muốn đi Việt Nam làm việc **nên** tôi học tiếng Việt rất chăm chỉ.（因為想去越南工作，所以找很認真地學越南語。）

  * 注意：當敘述結果的部分置於前方時，連接詞「nên」等就要刪掉。

  Tôi học tiếng Việt rất chăm chỉ vì muốn đi Việt Nam làm việc.（因為想去越南工作，所以我很認真地學越南語。）

- **nhờ... nên / cho nên / mà / bởi vậy / vì thế / vì vậy / thành ra / thành thử / đâm ra...**（多虧／幸虧⋯因此／所以⋯）：表示因為一個原因而帶來好的結果。

  Nhờ vé máy bay rẻ **cho nên** gần đây rất nhiều người Việt Nam đến Đài Loan du lịch.（多虧了機票便宜，因此最近很多越南人來台灣旅遊。）

- **tại (vì)... nên / cho nên / mà / bởi vậy / vì thế / vì vậy / thành ra / thành thử / đâm ra...**（都是因為⋯，所以⋯）：通常表示一個原因招致了不好的結果。

  Tại (vì) có nhiều nhà máy **mà** không khí ở đây rất ô nhiễm.（都是因為有很多工廠，所以造成了這裡的空氣污染嚴重。）

- **vì vậy...**（因此）：後接結果。常置於句首，表示前一個敘述句為後述內容的肇因。

Tôi dị ứng hải sản. **Vì vậy**, tôi không bao giờ ăn tôm.（我對海鮮過敏。因此我從來都不吃蝦子。）

- **(sở dĩ)... là vì...**（…是因為…；…之所以…是因為…）：先於「sở dĩ」後方講出一個明確的結果，再於「là vì」後方表達該結果形成的原因。（依情況有時可以省略）

  (Sở dĩ) cô ấy nổi tiếng **là vì** cô ấy xinh đẹp.（她會紅是因為她長得漂亮。）

- **kết quả (là)...**（結果）：後方表述事情的結果。常置於句首，前接造成此結果的原因句子。

  Cô ấy thường không ăn sáng, **kết quả (là)** bây giờ cô ấy bị đau dạ dày.（她常不吃早餐，結果弄到現在她胃都痛了。）

(7) 其他連接詞

連接詞	中文	例子	翻譯
khi / lúc	當…的時候	**Khi** tôi đang ăn cơm thì anh ấy đến tìm tôi.	當我在吃飯的時候，他來找我。
hồi	…的時候（指過去）	**Hồi** còn nhỏ, tôi rất thích ăn gà miếng chiên.	小的時候，我很喜歡吃雞排。
trước khi / trước lúc sau khi	…之前 …之後	**Trước khi** đi làm, tôi thường ăn sáng ở nhà. **Sau khi** tốt nghiệp đại học, tôi sẽ học cao học.	上班之前我常在家吃早餐。 畢業之後我會唸研究所。
trước đây / lúc trước sau này	以前… 以後…	**Trước đây** anh ấy rất mập, sau khi giảm cân anh ấy ốm hơn rất nhiều. **Sau này** tôi muốn trở thành luật sư.	他以前很胖，減肥之後他瘦了很多。 我以後想當律師。
ngoài ra / bên cạnh đó	此外、另外	Tôi biết tiếng Việt. **Ngoài ra**, tôi còn biết tiếng Trung.	我會越南語。另外，我也會中文。

連接詞	中文	例子	翻譯
hơn nữa / vả lại	而且、並且	Táo rất ngon, **hơn nữa** cũng rất tốt cho sức khỏe.	蘋果很好吃，而且對身體也很好。
mặt khác	另一方面、反過來說	Lý thuyết rất quan trọng, **mặt khác** kinh nghiệm cũng rất cần thiết.	理論很重要，另一方面，也很需要經驗。
đồng thời	同時	Cô ấy là ca sĩ, **đồng thời** cũng là một doanh nhân.	她是歌手，同時也是一個商人。
dù sao	反正	Tôi mời anh ăn cơm, **dù sao** anh cũng giúp tôi rất nhiều.	反正你也幫了我很多，我請你吃飯。
thì ra / hóa ra / ai ngờ / ai dè	原來	Tôi tưởng anh ấy là người tốt, **thì ra** trước giờ tôi bị anh ấy lừa.	我以為他是好人，原來一直以來我都被他騙了。
đặc biệt là / nhất là	尤其是、特別是	Tôi rất thích ăn món ăn Đài Loan, **đặc biệt là** cơm thịt kho.	我很喜歡吃台灣料理，尤其是滷肉飯。
南 hèn gì / 南 hèn chi / 北 thảo nào	難怪…	Hôm nay cô ấy bệnh, **hèn gì** cô ấy không đi học.	她今天生病了，難怪她沒去上課。
bất luận / bất kể / dù	不論、無論	**Bất luận** thế nào, anh vẫn yêu em.	無論如何，我仍是一樣愛妳。
thậm chí	甚至（於）	Anh ấy rất bận, **thậm chí** không có thời gian ăn cơm.	他很忙，甚至於連吃的時間也都沒有。
chi bằng	不如	Anh rảnh như vậy, **chi bằng** giúp em rửa chén.	你這麼閒，不如就幫我洗碗吧！

連接詞	中文	例子	翻譯
hà tất	何必	Anh ấy chỉ nói giỡn, chị **hà tất** giận anh ấy.	他只是開玩笑，妳何必生他的氣呢！
may mà	幸虧	**May mà** có đem dù, nếu không chúng ta bị ướt rồi.	幸好有帶傘，不然我們就都會淋濕了。

Unit 08 語氣詞與感嘆詞（Thán từ）

1. 語氣詞

　　語氣詞本身沒有字義，僅表達話語中的語氣。語氣詞雖然不是句子裡重要的部分，但可以表達出話者每句話中不同的語氣意圖。在越南語中，語氣詞常置於句尾。以下是常見的語氣詞：

1. 疑問語氣詞

- **à / hả**：表示與對方進一步確認事實是否正自己所想的相同，類似於中文的「是嗎？」。

  Hôm nay anh không đi làm **hả**?（你今天不去上班，是嗎？）

  Bạn là người Đài Loan **à**?（你是台灣人，是嗎？）

- 南 **nghe / nha /** 北 **nhé**：表示親暱地詢問對方的意見，類似於中文的「好嗎？」、「好不好？」。

  Anh cho tôi mượn quyển từ điển này **nhé**?（你借我這本辭典，好嗎？）

- **vậy / thế / đó / đấy / dạ**：表示對於句中的事物語帶質疑。

  Anh đi đâu **thế**?（你去哪呀？）

  Chị mua cái áo này ở đâu **vậy**?（妳在哪裡買這件衣服呀？）

- **chứ**：表示進一步確定前述內容的語氣詞。

  Anh nói thật **chứ**?（你說的是真的，沒錯嗎？）

  Anh biết chạy xe máy **chứ**?（你會騎摩托車的，沒錯吧？）

- **nhỉ**：表示自我詢問。在南方口語中，也可以用「ta、ha」代替。

  Sao em ấy đọc mà không trả lời **nhỉ**?（她為什麼已讀不回呢？）

  ➡ 表示自我的認同或希望對方支持話者的看法。在南方口語中，也可以用「ta、ha」代替。

  Ca sĩ đó hát hay quá **nhỉ**?（那個歌手唱的很好聽，你說是吧？）

- **á**：表示再次確認，但語帶驚訝。

  Anh biết tiếng Nhật **á**?（你會日語，真的嗎？）

2. 表示話者態度的語氣

- **ạ**
  - ➡ 表示對長輩講話，語帶敬意。

    Em chào thầy **ạ**.（（男）老師好。）
  - ➡ 表示有禮貌或親暱感。

    Xin hỏi anh đi mấy người **ạ**?（請問您幾位呢？）

- **đi**：表示語中帶有勸誘、命令、要求或催促的語氣。

  Anh đi Việt Nam **đi**, phong cảnh rất đẹp.（你去越南吧！風景很美。）

  Anh đi **đi**, tôi không muốn thấy mặt anh.（你走吧！我不想再看到你。）

  Đi nhanh **đi**, sắp trễ giờ rồi.（走快點吧！快遲到了。）

- **chú**：理所當然地強調前述內容正當性的語氣，類似中文的「當然…啊！」。

  Con cái phải nghe lời cha mẹ **chú**.（小孩子當然要聽爸媽的話啊！）

  A: Tôi mặc thử cái áo này được không?（我可以試穿這間衣服嗎？）

  B: Được **chú**.（當然可以啊！）

- **nha / 南 nghe / 北 nhé**
  - ➡ 表示親暱地建議、囑咐。

    Nhớ đến đúng giờ **nha**!（記得準時到喔！）

    Tối nay chúng ta đi dạo phố **nhé**!（今天晚上我們去逛街吧！）
  - ➡ 表示溫和地告誡、勸誘。

    Nếu anh không chăm chỉ làm việc thì đừng trách tại sao bị sa thải **nhé**.

    （如果你不認真工作就不要怪說為什麼被炒魷魚喔！）

- **mà**：表示強調肯定，說服對方並使其理解並認同前述內容。

  Tôi đã nói rồi **mà**, cô ấy yêu anh vì tiền thôi.（我說過了嘛，她只是因為錢才愛你的。）

  A: Hôm nay anh không đi làm à?（你今天不上班嗎？）

  B: Hôm nay là chủ nhật **mà**.（今天是禮拜天嘛！）

  表示反駁對方所說的判斷。

A: Tôi thấy phong cảnh ở đây cũng bình thường.（我覺得這裡的風景還好。）

B: Em thấy đẹp **mà**.（我覺得不錯看啊。）

- **đây**：
  ➡ 表示提示聽者注意話者所將要做的事。
    Tôi đọc **đây**, anh nghe nhé.（我要開始唸了喔，你注意聽吧！）
  ➡ 表示提示聽者注意正在進行的事情或存在於現場的人、事、物。
    Tiền **đây**, không cần thối.（錢給你，不用找了。）

- **đấy / đó**：表示強調前述的內容。
  Em đang có thai **đấy**, đừng làm việc nặng.（妳懷孕了，不要做粗重的工作。）

- **với**：表示熱切、積極地請求前述的內容。
  Cho em đi **với**!（讓我去吧！）
  Cứu tôi **với**!（救命啊！）

- **vậy**：表示只能接受事實，沒有別的辦法。
  Nhà hàng này hết chỗ rồi. Chúng ta đi nhà hàng khác **vậy**.（這家餐廳沒有位置了，我們去其他家吧！）

- **chứ bộ**：表示強調與大部分的人的想法是相反的。
  Bình thường anh ấy ít nói, nhưng khi đi nhậu mới thấy anh ấy cũng nói nhiều lắm **chứ bộ**.（平常他很少說話，但去喝酒時才發現他也很多話可以講個不停呢！）

- **lận**：表示話者覺得他所說的事情超過他的想像，類似於中文的「居然」、「竟然」。
  Ông ấy có tới 3 căn nhà **lận**.（他竟然有三棟房子。）

- **thôi**
  ➡ 表示僅限於前述的內容，常跟「chỉ」（只）一起併用。類似中文的「而已」。
    Anh **chỉ** yêu em **thôi**.（我只愛妳而已。）
  ➡ 表示鼓勵對方一起做前述事情的親密口吻，可以與「nào」相互替代。
    Trễ rồi, đi ngủ **thôi**.（很晚了，去睡覺吧！）

➡ 表示說服對方前述所提到的內容一定會發生。

Nếu anh cố gắng thì sẽ thành công **thôi**.（如果你努力的話，一定會成功的。）

2. 感嘆詞

　　感嘆詞亦是沒有字義的詞類，表示感嘆、呼喚、應答等語氣。感嘆詞可以自行成為一個句子，以下是越南語中常見的感嘆詞。

(1) 表示感嘆

- **à**：置於句首，表示突然想到或發現某件事情。

  À, thì ra là vậy!（喔！原來如此！）

  À, tôi quên hỏi bệnh anh đỡ chưa?（喔，對了！我忘記問你，你病好點了嗎？）

- **ồ / chà**：置於句首，表示驚訝、羨慕或突然想起某件事情。

  Ồ, cô ấy đẹp quá!（哇塞，她好美喔！）

- **ái chà**：置於句首，表示喜歡或驚訝。

  Ái chà, không ngờ anh ấy cũng rất lãng mạn.（哎喲，沒想到他也那麼浪漫。）

- **ủa**：置於句首，表示驚訝。

  Ủa, sao hôm nay anh không đi làm?（咦，你為何今天不上班呢？）

- **trời / trời ơi / trời đất ơi / chúa ơi**（天啊）：置於句首，表示驚訝或驚嘆。

  Trời ơi! Tôi không ngờ ông ấy là hung thủ.（天啊！我沒想到他是兇手。）

- **chết / tiêu rồi / thôi rồi**（糟糕、完蛋）：表示察覺到不好的情事。

  Chết! Tôi quên hôm nay có hẹn phỏng vấn.（糟糕！我忘記今天有約面試。）

(2) 呼喚

- **ơi**：置於人稱代名詞後面，表示親切地呼叫別人。

194

Em **ơi**, tính tiền! ((年輕的)店員，結帳！)

- **ê**：置於句首，用於呼叫別人，但有帶著不敬重對方的語感（但平輩之間可以使用）。

  Ê, mày đi đâu vậy?（嘿，你去哪裡呀？）

越南語發音 母音 子音 介音 尾音 基礎文法與構句 最常用的分類單字 最口語的日常短句 情境模擬生活會話 附錄

表示禮貌確認的回答問題

(3) 應答

- **dạ**：置於句首
  - ➡ 表示肯定地回應他人的發語詞，與「vâng」相似。亦類似中文在回覆他人時說的「是、是的」。

    Mẹ: Hôm nay con không đi học hả?（你今天不上課嗎？）

    Con: **Dạ**. Hôm nay thầy bị bệnh nên chúng con được nghỉ.（是的。今天老師生病了，所以我們放假。）

  - ➡ 表示禮貌地回應他人的呼喚或讓句子具有禮貌感。

    Dạ, mời anh ngồi chờ một chút ạ.（是的，請您坐稍等一下。）

    Mẹ. Minh ơi!（媽媽：小明！）

    Minh: **Dạ**!（有！）

- **ơi / hả**：置於句首，表示回應他人的呼喚。

  Minh: Mẹ **ơi**!（小明：媽媽！）

  Mẹ: **Hả?**（媽媽：怎麼了？）

- **ừ**：表示回應自己明確了解內容的發語詞。

  A：Anh biết thứ 7 này là sinh nhật sếp không?（你知不知道這禮拜六是我們主管的生日？）

  B：**Ừ**, tôi biết chứ.（嗯，我知道啊！）

(4) 表示結束或拒絕

- **thôi**：表示打消意願或拒絕某個動作的語氣。

  Thôi, trễ rồi, chúng ta về đi.（好了！太晚了，我們回去吧！）

  A：Anh đi siêu thị, em có muốn mua gì không?（我要去超市，你要買什麼嗎？）

  B：**Thôi**, không cần đâu.（（還好，）不用啦！）

Unit
09 慣用句型

1. 基本句型

 1. 「là」（是）的句型

句類	句型	例子	中文
肯定句	主詞＋là＋受詞	Tôi **là** người Đài Loan.	我是台灣人。
否定句	主詞＋không phải (là) ＋受詞	Tôi **không phải là** người Đài Loan.	我不是台灣人。
疑問句	主詞＋(có) phải (là)＋受詞＋không?	Bạn **có phải là** người Đài Loan **không**?	你是台灣人嗎？
疑問句回答	(+) Phải / Vâng.	(+) **Phải**, tôi là người Đài Loan.	是，我是台灣人。
	(-) Không phải.	(-) **Không phải**, tôi không phải là người Đài Loan.	不是，我不是台灣人。

* 括號中的可以省略

(+) 表示肯定回答；(-) 表示否定回答

 2. 指示句型

指示句型使用指示代名詞構句，例如：đây（這）、kia, đó, đấy（那）…等等。

句類	句型	例子	中文
肯定句	Đây là＋受詞 Đó / Kia / Đấy (là)＋受詞	**Đây là** cây viết của tôi. **Kia là** ông Vương.	這是我的筆。 那是王先生。
否定句	Đây không phải (là)＋受詞 Đó / Kia / Đấy không phải (là)＋受詞	**Đây không phải là** cây viết của tôi. **Kia không phải là** ông Vương.	這不是我的筆。 那不是王先生。
疑問句	Đây (có) phải (là)＋受詞＋không? Đó / Kia / Đấy (có) phải (là)＋受詞＋không?	**Đây có phải là** cây viết của bạn **không**? **Kia có phải là** ông Vương **không**?	這是你的筆嗎？ 那是王先生嗎？
疑問句回答	(+) Phải / Vâng.	**Phải**, kia là ông Vương.	是，那是王先生。
	(-) Không phải.	**Không phải**, kia không phải là ông Vương.	不是，那不是王先生。

* 括號中的可以省略

(+) 表示肯定回答；(-) 表示否定回答

3.「có」（有）的句型

句類	句型	例子	中文
肯定句	主詞＋có＋受詞	Tôi **có** tiền.	我有錢。
否定句	主詞＋không có＋受詞	Tôi **không có** tiền.	我沒有錢。
疑問句	主詞＋có＋受詞＋không?	Bạn **có** tiền **không**?	你有錢嗎？
疑問句回答	(+) Có	(+) **Có**, tôi có tiền.	- 有，我有錢。
	(-) Không có	(-) **Không có**, tôi không có tiền.	- 沒有，我沒有錢。

* 括號中的可以省略

(+) 表示肯定回答；(-) 表示否定回答

4. 一般動詞的句型

句類	句型	例子	中文
一般句型			
肯定句	主詞＋動詞（＋受詞）	Tôi biết tiếng Việt.	我會越南語。
否定句	主詞＋không＋動詞（＋受詞）	Tôi **không** biết tiếng Việt.	我不會越南語。
疑問句	主詞＋動詞（＋受詞）＋không?	Bạn biết tiếng Việt **không**?	你會越南語嗎？
疑問句回答	(+) Có／動詞	(+) Biết.	會。
	(-) Không（＋動詞）	(-) **Không** biết.	不會。
用「có」：強調事情發生與否			
肯定句	主詞＋có＋動詞（＋受詞）	Tôi **có** học tiếng Việt.	我有學越南語。
否定句	主詞＋không có＋動詞（＋受詞）	Tôi **không có** học tiếng Việt.	我沒有學越南語。
疑問句	主詞＋có＋動詞（＋受詞）＋không?	Bạn **có** học tiếng Việt **không**?	你有學越南語嗎？（你有沒有學越南語？）
疑問句回答	(+) Có	(+) **Có**, tôi có học tiếng Việt.	有，我有學越南語。
	(-) Không có	(-) **Không có**, tôi không có học tiếng Việt.	沒有，我沒有學越南語。

* 括號中的可以省略

   (+) 表示肯定回答；(-) 表示否定回答

* 注意：

   ↳ 越南語「không＋動詞」的句型等同中文的否定句型「不（沒）＋動詞」。但這個句型只能用於一般動詞。當否定動詞「là」時，一定要用「không phải là...」的句型。

例如：~~Tôi **không là** sinh viên.~~（錯）

Tôi **không phải là** sinh viên.（對）

↳ 越南語「動詞…không?」的句型等同中文的疑問句型「動詞…嗎?」。但這個句型只能用於一般動詞。當對於「là」用於疑問時，一定要用「có phải là... không?」的句型。

例如：~~Bạn **là** sinh viên **không?**~~（錯）

Bạn **có phải là** sinh viên **không?**（對）

5.「rồi」（了）是表示動作完成的句型

句類	句型	例子	中文
肯定句	主詞（+đã）+動詞（+受詞）+ rồi	Tôi (đã) ăn cơm **rồi**.	我吃飯了。
否定句	主詞+chưa+動詞（+受詞）	Tôi **chưa** ăn cơm.	我還沒吃飯。
疑問句	主詞（+đã）+動詞（+受詞）+ chưa?	Bạn (đã) ăn cơm **chưa**?	你吃飯了嗎?
疑問句回答	(+)（動詞+）rồi	(+) **Rồi**, tôi ăn cơm rồi.	(+)吃了，我吃飯了。
	(-) Chưa（+動詞）	(-) **Chưa**, tôi chưa ăn cơm.	(-)還沒，我還沒吃飯。

* 括號中的可以省略

(+) 表示肯定回答；(-) 表示否定回答

* 注意：疑問句型「có... không」與「đã... chưa?」的有什麼不一樣呢？「có... không?」是在提問事情是否有發生；而「đã... chưa?」則提問事情是否已經發生或完成。

句類	句型	例子	中文
肯定句	主詞（đã）từng＋動詞（＋受詞）（＋rồi）	Tôi (đã) **từng** đi Sài Gòn hai lần **rồi**.	我曾經去過西貢兩次了。
否定句	主詞＋chưa từng／chưa bao giờ＋動詞（＋受詞）	Tôi **chưa bao giờ** đi Sài Gòn.	我沒去過西貢。
	主詞＋chưa (từng)＋動詞（＋受詞）＋<u>bao giờ／lần nào</u>	Tôi **chưa** đi Sài Gòn **bao giờ**.	
疑問句	主詞＋(đã) từng＋動詞（＋受詞）＋<u>(bao giờ／lần nào)</u> chưa?	Bạn **(đã) từng** đi Sài Gòn **chưa**?	你去過西貢嗎？
	主詞＋đã <u>bao giờ／lần nào</u>＋動詞（＋受詞）＋chưa?	Bạn **đã bao giờ** đi Sài Gòn **chưa**?	
	主詞＋đã＋動詞（＋受詞）＋<u>bao giờ／lần nào</u> chưa?	Bạn **(đã)** đi Sài Gòn **lần nào chưa**?	
疑問句回答	(+)（動詞＋）rồi	(+) **Rồi**, tôi đã đi Sài Gòn hai lần rồi.	(+) 有，我去過西貢兩次了。
	(-) Chưa（＋動詞）	(-) **Chưa**, tôi chưa từng đi Sài Gòn.	(-) 還沒，我沒去過西貢。

＊ 括號中表示可以省略

(+) 表示肯定回答；(-) 表示否定回答

7. 各種確認問句

句型	例子	中文
陳述句＋phải không? (+) Phải / Vâng / Ừ (-) Không phải	Bạn là sinh viên, **phải không**? (+) **Phải**, tôi là sinh viên. (-) **Không phải**, tôi không phải là sinh viên.	你是學生，是嗎？ (+) 是，我是學生。 (-) 不是，我不是學生。
陳述句＋đúng không? (+) Đúng / Phải / Vâng / Ừ (-) Không phải	Bạn không biết tiếng Pháp, **đúng không**? (+) **Vâng**, tôi không biết tiếng Pháp. (-) **Không phải**, tôi biết tiếng Pháp.	你不會法語，對吧？ (+) 對，我不會法語。 (-) 不，我會法語。
Có phải＋陳述句＋không? (+) Phải / Vâng / Ừ (-) Không phải	**Có phải** bạn là sinh viên **không**? (+) **Phải**, tôi là sinh viên. (-) **Không phải**, tôi không phải là sinh viên.	你是不是學生？ (+) 是，我是學生。 (-) 不是，我不是學生。
陳述句＋à / hả? (+) Phải / Vâng / Ừ (-) Không phải	Hôm nay bạn không đi học à? Ừ, hôm nay tôi không đi học. **Không phải**, hôm nay tôi có đi học.	你今天不去上課喔？ (+) 嗯，我今天不上課。 (-) 不，我今天有上課

* 括號中表示可以省略

(+) 表示肯定回答；(-) 表示否定回答

201

8. 使用疑問代名詞的疑問句

疑問代名詞	例子	中文
ai（誰）	**Ai** thích uống trà sữa? Đây là **ai**?	誰喜歡喝奶茶？ 這是誰？
gì（什麼）	Bạn làm nghề **gì**? Sở thích của bạn là **gì**?	你做什麼工作？ 你的興趣是什麼？
nào（哪個）	Bạn là người nước **nào**?	你是哪國人？
đâu（哪裡）	Bạn đi **đâu**? Nhà bạn ở **đâu**?	你去哪？ 你家在哪裡？
ở đâu（在哪裡）	Bạn làm việc **ở đâu**? **Ở đâu** có bán phở?	你在哪裡工作？ 哪裡有賣河粉？
khi nào / bao giờ / lúc nào（什麼時候）	**Khi nào** bạn đến? Bạn đến **khi nào**?	你什麼時候到？ 你什麼時候到的？
...(như) thế nào / sao （怎麼樣）	Chữ này đọc **thế nào**? Bạn thấy **sao**?	這個詞怎麼唸？ 你覺得如何？
tại sao / vì sao / sao （為什麼）	**Vì sao** bạn muốn học tiếng Việt? **Sao** bạn không ăn?	你為什麼想學越南語？ 你為何不吃？
mấy（幾）	Em **mấy** tuổi? Điện thoại bạn số **mấy**?	你幾歲？ 你電話號碼幾號？
bao nhiêu（多少）	Cái này **bao nhiêu** tiền?	這個多少錢？
bao lâu（多久）	Anh đi Việt Nam **bao lâu**?	你去越南多久？
bao xa（多遠）	Từ đây đến đó **bao xa**?	從這裡到那裡多遠？

* 注意：

- 「ai」可以當主詞，也可以當受詞。
- 「nào」前面要加上名詞或名量詞。

  Bạn muốn mượn <u>quyển</u> **nào**?（你想借哪一本？）

- ◆ 「khi nào」、「bao giờ」或「lúc nào」在句子中的位置不同時，表示的時間點也不一樣：
  - ↳ 「khi nào / bao giờ / lúc nào」置於句首：提問未來發生的事情的時間。可以以「chừng nào」替用。
  - ↳ 「khi nào / bao giờ / lúc nào」置於句尾：提問已經發生的事情的時間。可以以「hồi nào」替用。
- ◆ 與中文不同的是，越南語中的「ở đâu」須置於動詞之後。
- ◆ 「mấy」跟「bao nhiêu」的差別：
  - ↳ 「mấy」常問10以下的數量；「bao nhiêu」則是常問10以上的數量。
  - ↳ 「mấy」接續可數名詞或量詞；「bao nhiêu」不論是否為可數名詞都可以接續，且有無量詞皆可。

    Cái này **bao nhiêu** <u>tiền</u>?（這個多少錢？）

    Cái này **mấy** <u>đồng</u>? = Cái này **bao nhiêu** <u>đồng</u>?（這個幾元？）

2. 複句

1.被動句

被動句是表示主語受到某個人所做的行為影響。越南語中使用兩個動詞形成被動句，分別是「được」和「bị」。依據話者對於後述的動作的主觀看法來決定使用「được」或是「bị」。

➡ 當主詞覺得這個動作對於主詞而言會帶來好的結果時，用「được」。

➡ 當主詞覺得這個動作對於主詞而言會帶來壞的結果時，用「bị」。

句型	例子	中文
主詞＋được（＋受詞）＋動詞	Vỹ **được** mẹ khen.	小偉被媽媽讚美。
主詞＋bị（＋受詞）＋動詞	Vỹ **bị** mẹ mắng.	小偉被媽媽罵。

* 注意：

「được」和「bị」在被動句中除了分別表示人為性地施予好事或壞事之外，也可以用來表示主語自發性地遇到好或不好的情事。當然在這種情況下，後述的動作自然並非由他人所給予或造成。例如：

好事：Anh ấy **được** đi nước ngoài du lịch.（他可以去國外旅遊。）

壞事：Anh ấy **bị** sốt.（他發燒。）

　　　Cô ấy **bị** mất tiền.（她弄丟錢了。）

越南語發音　母音　子音　介音　尾音　基礎文法與構句　最常用的分類單字　最口語的日常短句　情境模擬生活會話　附錄

2.祈使句

祈使句是表示下命令、提出請求、勸阻或禁止別人做某個動作等。

請求程度	句型	例子	中文
允許、命令			
表示強烈下命令	用感嘆句	Ngồi xuống!	坐下！
表示柔和下命令、請求或勸阻	用副詞「hãy」＋語氣詞「đi」	**Hãy** ngồi xuống **đi**! Anh ngồi xuống **đi**! Anh **hãy** ngồi xuống **đi**!	坐下吧！ 你坐下吧！ 你坐下吧！
表示很禮貌的請求、勸阻	將動詞「xin」置於句首；形容詞「vui lòng」則置於動詞之前	**Xin** anh chờ một chút. **Xin** anh **hãy** chờ một chút. Anh **vui lòng** chờ một chút. **Xin** anh **vui lòng** chờ một chút.	請你稍等一下。 請你稍等一下。 請你稍等一下。 請你稍等一下。
禁止			
表示強烈禁止	用動詞「cấm」	**Cấm** hút thuốc	禁止抽菸。
表示帶有禮貌性的禁止	用副詞「đừng」、「không」或「không được」	**Đừng** hút thuốc. **Không** hút thuốc. **Không được** hút thuốc.	別抽菸。 不要抽菸。 不要抽菸。
表示帶有禮貌性的禁止（禮貌程度更高）。	用動詞「xin đừng」置於句首；用形容詞「vui lòng đừng」置於動詞之前	**Xin đừng** hút thuốc. **Xin** anh **đừng** hút thuốc. Anh **vui lòng đừng** hút thuốc. **Xin** anh **vui lòng đừng** hút thuốc.	請勿抽菸。 請你不要抽菸。 請你不要抽菸。 請你不要抽菸。

3.因果句

句型	中文句型	例子	中文
vì / do / bởi / bởi vì... nên / cho nên / mà / bởi vậy / vì thế / vì vậy / thành ra / thành thử...	因為…所以…	**Vì** bị bệnh **nên** cô ấy xin nghỉ một ngày.	因為生病，所以她請假一次。
nhờ... nên / cho nên / mà / bởi vậy / vì thế / vì vậy / thành ra / thành thử / đâm ra...	因為…所以…（原因帶來好的結果）	**Nhờ** đọc nhiều sách **nên** kiến thức của anh ấy rất phong phú.	因為看很多書，所以他的知識很豐富。
tại / tại vì... nên / cho nên / mà / bởi vậy / vì thế / vì vậy / thành ra / thành thử / đâm ra...	因為…所以…（原因帶來不好的結果）	**Tại** thời tiết xấu **nên** chuyến bay bị hoãn.	因為天候不好，所以班機延誤。
sở dĩ... là vì...	…是因為…；之所以…是因為…（「sở dĩ」後面是結果，「là vì」後面則是原因）	**Sở dĩ** cô ấy từ chức **là vì** áp lực công việc quá lớn.	她辭職是因為工作壓力太大。

4.條件句

句型	中文句型	例子	中文
nếu / nếu như… (thì)…	如果…就…	**Nếu** cuối tuần rảnh **thì** chúng tôi sẽ đi Vũng Tàu tắm biển.	如果週末有空，我們會去頭頓的海邊游泳。
giả sử… (thì)…	假設…就…（指尚未發生或尚未實際形成的狀況）	**Giả sử** có rất nhiều tiền, **thì** anh sẽ làm gì?	假設有很多錢，那你會做什麼？

句型	中文句型	例子	中文
<u>giá / giá mà / giá như / ước gì / phải chi</u>... (thì)...	假如…就…（指事情已經發生但話者希望事情能夠補救）	**Giá mà** tôi học hành chăm chỉ **thì** đã không rớt đại học.	假如我有認真學習，大學就不會落榜了。
<u>miễn (là) / chỉ cần</u>... thì / là...	只要…就…	**Miễn** cô ấy hạnh phúc **là** tôi vui rồi.	只要她幸福，我就開心了。
... với điều kiện...	…前提是…	Tôi đi **với điều kiện** cô ấy cũng đi.	我去！前提是她也去的話。
<u>lỡ / nhỡ</u>... (thì)...	萬一…就…	**Lỡ** trễ xe lửa **thì** chúng ta sẽ đi taxi.	萬一趕不上火車的話，我們會搭計程車去。
đã... thì...	既然…就…	Hai người **đã** không còn yêu nhau nữa **thì** chia tay đi.	你們倆人既然不再相愛，那就分手吧！
trừ phi... nếu không...	除非…不然的話	**Trừ khi** anh giữ bí mật, **nếu không** tôi sẽ không nói anh nghe.	除非你保密，不然我不會講給你聽。
...nếu không / bằng không...	…否則…	Chúng ta nên đặt phòng sớm, **nếu không** sẽ hết phòng.	我們應該提早訂房，否則就沒有房間了。

 ## 5. 讓步句

句型	中文句型	例子	中文
<u>tuy / mặc (dù)</u> / ... nhưng...	雖然…但是…	**Tuy** biết thuốc lá không tốt cho sức khỏe **nhưng** rất nhiều người vẫn hút thuốc.	雖然知道香菸對身體有害，但很多人還是會抽菸。

句型	中文句型	例子	中文
thà... <u>cũng không / còn hơn / chứ không</u>...	寧可…也不…	Anh ấy **thà** chết **cũng không** chịu ăn đậu hủ thúi.	他寧願死，也不肯吃臭豆腐。
<u>bất luận / bất kể / (cho) dù</u>... cũng...	不論…也…	**Bất luận** anh ấy giải thích thế nào, cô ấy **cũng** không tin.	不論他怎麼解釋，她也不相信。
<u>coi như / xem như / (cho) dù</u>... cũng	就算…也…	**Coi như** anh không vui, **cũng** đừng nổi nóng.	就算你不開心，也不要暴躁。

6. 其他句型

句型	中文	例子	翻譯
<u>không những / không chỉ</u>+形容詞 +mà còn+形容詞 (nữa)	不僅…而且	Cô ấy **không những** đẹp **mà còn** thông minh **nữa**.	她不僅漂亮，而且聰明。
vừa+形容詞+vừa +形容詞 (nữa)	又…又…	Món này **vừa** ngon **vừa** rẻ.	這道菜又好吃又便宜。
đã+形容詞+lại+ 形容詞 (nữa)	既…又…	Anh ấy **đã** đẹp trai **lại** nhà giàu **nữa**.	他既帥又有錢。
(cả)+名詞+lẫn / và+名詞	…和…都	**Cả** tôi **lẫn** vợ tôi đều thích đi phượt. Anh ấy biết **cả** tiếng Trung **và** tiếng Anh.	我和我妻子都喜歡騎車環遊。中文和英文他都會。
... không nói, ... cũng...	先不論…，…又（也）…	Công việc cực **không nói**, lương **cũng** rất thấp.	先不論工作辛苦，薪水又很低。

句型	中文	例子	翻譯
ngoài... (ra), còn / cũng... (nữa)	除了…，還…	**Ngoài** tiếng Anh **ra**, anh ấy **còn** biết tiếng Pháp, tiếng Tây Ban Nha **nữa**.	除了英文之外，他還會法語跟西班牙語。
trừ... (ra),... cũng...	除了…，…都…	**Trừ** phim kinh dị **ra**, phim gì anh ấy **cũng** thích xem.	除了恐怖片之外，他什麼電影都喜歡看。
A và / với B giống nhau A và / với B khác nhau	A跟B一樣 A跟B不一樣	Tính cách của tôi **và** cô ấy **giống nhau**. Sở thích của tôi **và** cô ấy **khác nhau**.	我的個性跟她的一樣。 我的興趣和她的不一樣。
A càng / còn... hơn B... (nữa)	A更…，比起B	Sài Gòn ban đêm **càng** náo nhiệt **hơn** ban ngày.	西貢的晚間比白天更熱鬧。（直譯：西貢的晚間更熱鬧，比起白天。）
so với A, B...	跟A比起來，B更…	**So với** chị gái cô ấy, cô ấy đẹp hơn.	跟她姊姊比起來，她比較漂亮。
... đã..., ... càng / còn... (hơn)	已經…，…更…	Cô đã đẹp, em gái cô ấy **càng** đẹp **hơn**.	她已經很漂亮了，她妹妹更漂亮。
càng＋動詞＋càng ＋形容詞	越…越…	Quyển sách này **càng** đọc **càng** hay.	這本書越看越好看。
(càng) ngày càng＋形容詞	越來越…	Do không tập thể dục nên anh ấy **càng ngày càng** mập.	由於不運動，他變得越來越胖。
vừa＋動詞＋vừa＋動詞	一邊…一邊…	Tiểu Long **vừa** ăn cơm **vừa** xem ti vi.	小隆邊吃飯邊看電視。

句型	中文	例子	翻譯
một mặt... mặt khác...	一方面…另外一方面…	Anh ấy **một mặt** muốn có nhiều tiền, **mặt khác** không chăm chỉ làm việc.	他一方面想要有多點錢，另一方面又不認真工作。
có khi... có khi...	有時候…有時候…	Cuối tuần **có khi** tôi đi bơi, **có khi** đi leo núi.	我週末時，有時候會去游泳，有時候會去爬山。
lúc... lúc... khi thì... khi thì...	一會兒…一會兒…	Thời tiết **lúc** nóng **lúc** lạnh, rất dễ bị bệnh.	天氣忽冷忽熱，很容易得病。
khi... thì...	當…的時候…	**Khi** tôi đang ăn cơm **thì** anh ấy đến.	當我在吃飯的時候，他就來了。
thì... thi...	表示兩個事物不同的性質或動作	Vợ **thì** đang lau nhà, chồng **thì** đang rửa xe. Vợ **thì** đẹp, chồng **thì** xấu.	老婆在拖地，老公則在洗車。 老婆漂亮，老公長得醜。
không... thì...	不…就…	Nó **không** lên mạng **thì** chơi game.	他不上網時，就是玩遊戲。
hoặc là... hoặc là...	要麼…要麼…	Nếu muốn gặp mặt, **hoặc là** anh đến nhà tôi, **hoặc là** tôi đến nhà anh.	如果想要見面，要麼你來我家要麼我去你家。
vừa / mới... <u>là</u> / đã...	一…就…	Tôi **vừa** nhìn **là** biết cái túi xách này là hàng hiệu.	我一看就知道這個手提包是有牌子的。
動詞＋là...	動詞＋就…	Tôi <u>nói</u> **là** làm. Anh ấy <u>học</u> **là** hiểu.	我說就做。 他一學就懂。

句型	中文	例子	翻譯
sớm đã... rồi	早就…了	Tôi **sớm đã** biết kết quả **rồi**.	我早就知道結果了。
chỉ có... mới...	只有…才…	**Chỉ có** ở nhà cô ấy **mới** không trang điểm.	她只有在家時才不打扮。
<u>hễ</u> / cứ... là...	一…就…	**Hễ** trời mưa **là** đường ngập.	一下雨，馬路就淹水。
nào...thì... <u>nấy</u> / ấy... ai...thì... <u>nấy</u> / <u>người</u> <u>ấy</u>... đâu...thì... <u>đó</u> / <u>đấy</u> bao nhiêu... bấy nhiêu...	哪個…就… 誰…就… 哪裡…就… 多少…就…	Ăn cái **nào thì** lấy cái **nấy**. Nhiệm vụ của **ai thì người ấy** làm. Anh đi **đâu thì** em theo đó. Ăn **bao nhiêu** lấy **bấy nhiều**, đừng lấy nhiều ăn không hết.	吃什麼就拿什麼。 誰的任務誰就誰去做。 你去哪裡我就跟著去哪裡。 吃多少拿多少，不要拿太多吃不完。
mạnh ai nấy＋動詞	各＋動詞＋各的	Không cần bao tôi, **mạnh ai nấy** trả đi.	不用請我，各付各的吧！
疑問代名詞... cũng...	疑問代名詞…都…	**Ai** ăn phở **cũng** khen ngon. Trái cây Đài Loan loại **nào cũng** ngon. Anh ấy việc **gì cũng** làm được. Anh ấy đi đâu **cũng** mang theo máy ảnh. Cô ấy ăn **thế nào cũng** không mập.	河粉任誰都說好吃。 台灣水果不論哪一種都很好吃。 他什麼事都做得到。 他去哪裡都帶照相機。 她怎麼樣都吃不胖。

句型	中文	例子	翻譯
bất kỳ / bất cứ 疑問代名詞… cũng…	任何…都…	**Bất kỳ ai cũng** có quyền tự do ngôn luận. Ở Đài Loan tôi đến **bất kỳ đâu** người dân **cũng** rất thân thiện. Tôi làm **bất cứ điều gì cũng** đều muốn tốt cho em.	任何人都有言論自由的權利。 在台灣，任何地方的人們都很友善。 我做任何事情都是為妳著想。
không / chưa 疑問代名詞… (cả / hết)	沒有任何…、完全沒有…	**Không ai** nói với tôi ngày mai ăn tất niên **cả**. **Không gì** quý bằng sức khỏe. **Chưa bao giờ** ông ấy nói chuyện với tôi **cả**.	完全沒有人跟我講明天吃尾牙。 沒有什麼比健康還重要。 他從个曾跟我講過話。
lúc nào cũng…	隨時都…	Bà ấy **lúc nào cũng** càm ràm.	她隨時都很囉嗦。
bất kỳ / bất cứ… cũng…	不管…都…	**Bất cứ** khi nào có thời gian, tôi **cũng** đều đọc sách.	有時間的時候，我都會看書。
mỗi＋名詞＋mỗi＋形容詞	每…都…	Phong tục **mỗi** nước **mỗi** khác.	每一國的風俗（習慣）都不一樣。
đến / ngay cả… cũng…	連…都…	**Ngay cả** tổng thống **cũng** không được phạm pháp.	就算是總統也不能犯法。
đừng nói… đến… cũng…	別說…，就是…也…	**Đừng nói** đọc sách, **đến** ăn cơm nó **cũng** lười ăn.	別說念書了，就是吃飯他也懶得吃。

句型	中文	例子	翻譯
nói chi đến...	更別說…了	Nó ăn cơm cũng lười, **nói chi đến** đọc sách.	他連吃飯也懶得吃，更別說看書了。
có... (đối) với... đối với... có...	對…有…	Dần dần càng nhiều người **có** hứng thú **với** tiếng Việt. Dần dần càng nhiều người **đối với** tiếng Việt **có** hứng thú.	漸漸更多的人對越南語產生興趣。
có... cho...	對…有…	Ăn chay **có** rất nhiều lợi ích **cho** sức khỏe.	吃素對身體有很多好處。
không... nữa	不（沒）再…了	Sau khi chia tay, chúng tôi **không** gặp nhau **nữa**.	分手之後，我們就沒再見面了。
không phải... mà là...	不是…而是…	**Không phải** tiếng Anh **mà là** tiếng Trung mới khó.	英文不難，中文才難。
không phải... thì là...	不是…就是…	**Không phải** giám đốc **thì là** kế toán trưởng quyết định chuyện này.	不是經理就是由總會計決定這件事。
một chút... cũng không...	一點…也不（沒）…	Nó **một chút** lịch sự **cũng không** có.	他一點禮貌都沒有。
không hề＋動詞／形容詞	並不	Anh ấy **không hề** biết mình "bị cắm sừng".	他並不知道自己「戴綠帽」了。
không (hề)＋形容詞＋chút nào	一點也不…	Đồ ở chợ đêm **không hề** mắc **chút nào**.	夜市的東西一點也不貴。
chứ không...	而不…	Tôi thích cà phê đen **chứ không** thích cà phê sữa.	我喜歡黑咖啡而不喜歡煉乳咖啡。

句型	中文	例子	翻譯
không thể không...	不得不…	Cô ấy một ngày **không thể không** uống cà phê.	她不能一天不喝咖啡。
không... không được	非…不可	Hôm nay có một cuộc họp quan trọng, tôi **không** tham gia **không được**.	今天有一個很重要的會議，我非參加不可。
tự＋動詞 (lấy)	自己…	Hôm nay vợ không có ở nhà nên tôi **tự** nấu cơm **lấy**.	今天老婆不在家所以我自己煮飯。
(đành)... vậy	只好（表示勉強）	Ở nhà hết cơm rồi, tôi **đành** ăn mì gói **vậy**.	家裡沒飯吃了，我只好吃泡麵了。
chỉ còn cách...	只好…	Ở nhà hết cơm rồi, tôi **chỉ còn cách** ăn mì gói.	家裡沒飯吃了，我只好吃泡麵了。
chính là...	就是…	Ông ấy **chính là** người tôi vừa nhắc đến.	他就是我剛提到的人。
có... đâu	哪裡（有）…	Tôi **có** đánh nó **đâu**.	我哪有打他。
... đâu mà...	哪有…	Tôi đánh nó **đâu mà** đánh. Cái áo đó rẻ **đâu mà** rẻ.	我哪有打他。 那件衣服哪便宜了。
... mới lạ	…才怪	Cô ấy yêu tôi **mới lạ**.	她愛我才怪。
... chứ gì?	一定…對不對？	Anh thích cô ấy **chứ gì**.	你一定喜歡她對不對？
... không ngừng / không ngớt	…個不停	Khi nói đến văn hóa Việt Nam là nó nói **không ngớt**.	一提到越南文化他就講個不停。

句型	中文	例子	翻譯
tùy (theo)... (mà)...	依據…而…	**Tùy theo** năng lực của anh **mà** mức lương sẽ khác nhau.	依你能力的優劣，薪水也會有所不同。
... trước, <u>rồi / sau đó</u>...	先…再…	Tôi định đi du lịch **trước, rồi** tìm việc.	我打算先去旅行再找工作。
đầu tiên... sau đó... cuối cùng...	首先…然後…最後…	**Đầu tiên** gọt vỏ, **sau đó** rửa sạch, **cuối cùng** phơi nắng hai ngày.	首先削皮，然後洗乾淨，最後放在太陽下曬兩天。
thay vì... chi bằng...	與其…不如…	**Thay vì** ở nhà, **chi bằng** đi công viên chạy bộ.	與其在家，不如去公園跑步。
hay (là)... đi!	還是（不然）…吧！	Trời nóng quá, **hay là** chúng ta đi bơi đi.	熱死人了，不然我們去游泳吧！
đừng... nữa!	別再…了！	Đừng càm ràm **nữa**!	別再唸了！
<u>vốn (dĩ) / ban đầu</u>... sau đó...	本來…後來…	Tôi **vốn (dĩ)** không thích cô ấy nhưng không ngờ **sau đó** chúng tôi trở thành bạn thân.	我本來不喜歡她，但沒想到後來我們變成好朋友。
đến nỗi (mà)...	以致…	Anh ấy ăn nhiều **đến nỗi (mà)** đi không nổi.	他吃多以致走不動。
không đến nỗi...	不至於…	Anh ấy lương thấp nhưng **không đến nỗi** không có cơm ăn.	他薪水低，但不至於沒有飯吃。

句型	中文	例子	翻譯
... để không / để tránh...	…以免…	Xin anh nói nhỏ một chút **để không** ảnh hưởng đến người khác.	請你說小聲一點以免影響到他人。
nhờ＋代名詞＋動詞＋ giúp / dùm / hộ...	請…幫…	**Nhờ** anh mua **dùm** tôi một hộp thuốc lá.	請你幫我買一盒香菸。
làm như... không bằng	…當…不成	Tôi làm sao biết đáp án? Anh **làm như** tôi là thiên tài **không bằng**.	我怎麼知道答案？你當我是天才嗎？
liệu... không?	會…嗎？（預算有沒有可能發生）	Nếu cô ấy biết tôi nói dối, **liệu** cô ấy có giận **không**?	如果她知道我說謊，她是否生我的氣呢？
thế nào cũng...	一定…	Nếu cô ấy biết anh đi ăn với đồng nghiệp nữ **thế nào cũng** ghen.	如果她知道你跟女性同事去吃飯，她一定吃醋。
(hình như)... thì phải	好像…	**Hình như** cô ấy là nhân viên mới **thì phải**.	她好像是新人。
chắc là / ắt hẳn là	（猜測）應該	Cô ấy **chắc là** nhân viên mới.	她應該是新人。
nghe nói...	聽說…	**Nghe nói** cà phê Việt Nam rất ngon.	聽說越南咖啡很好喝。
ai kêu / ai biểu...	誰叫…	**Ai biểu** anh không nói sớm.	誰叫你不早說。

句型	中文	例子	翻譯
A là A, B là B	A歸A，B歸B	Tôi **là** tôi, vợ tôi **là** vợ tôi, ai mượn tiền anh thì người ấy trả.	我是我，我老婆是我老婆，誰跟你借錢你就找誰要。（冤有頭，債有主，誰跟你借錢你就找誰要。）
đối với... mà nói...	對…來說… 對於…而言…	**Đối với** người Hoa **mà nói**, màu đỏ là màu may mắn.	對華人來說，紅色是幸運的顏色。
hở ra là / hở chút là...	動不動就…	Bà ấy rất khó chịu, **hở chút là** mắng người khác.	她很機車，動不動就罵別人。
có liên quan đến	跟…有關	Chuyện này chắc chắn **có liên quan đến** anh ấy.	這件事一定跟他有關。
ai biết / ai ngờ...?	誰知道…?	Cô ấy trẻ như vậy, **ai biết** cô ấy đã 40 tuổi rồi.	她這麼年輕，誰知道她已經40歲了。
... cho biết	為了知道…	Món đó mắc lắm, ăn một lần **cho biết** thôi.	那道料理很貴，為了嚐鮮才吃過一次而已。
... cho đã	…個夠	Tôi vừa lãnh lương, hôm nay mình đi ăn một bữa lớn **cho đã**.	我剛領薪水，我們今天去吃個夠吧！
hy vọng...	希望…（未來有可能發生的事情的事情）	**Hy vọng** anh ấy mau bình phục.	希望他早日康復。

句型	中文	例子	翻譯
chúc...	祝…	**Chúc** bạn phỏng vấn suôn sẻ.	祝你面試順利。
đột nhiên / bỗng nhiên / tự nhiên	突然、忽然	Đang xem phim cô ấy **đột nhiên** khóc.	正在看電影時，她突然哭了起來。
lẽ nào / chẳng lẽ / không lẽ...	難道…	**Lẽ nào** chị không biết anh ấy yêu thầm chị?	妳難道不知道他暗戀妳？
lẽ ra / đáng lẽ...	本來就該	**Đáng lẽ** chị nên đi khám bệnh sớm hơn.	妳本來就該提早去看醫生。
không ngờ...	沒想到…	Thật **không ngờ** người Việt Nam thích bóng đá đến như vậy.	真沒想到越南人那麼喜歡足球。
cuối cùng / rốt cuộc...	到底…	**Rốt cuộc** anh muốn thế nào?	你到底想要怎麼樣？
chưa chắc (là) ...	不見得…	Giàu **chưa chắc** hạnh phúc.	富有不見得是幸福的。
nhất định...	一定…	Cô ấy **nhất định** sẽ rất ngạc nhiên.	她一定很驚訝。
suy cho cùng / nói cho cùng...	畢竟…	**Suy cho cùng** chúng ta là bạn học, nên giúp đỡ nhau.	我們畢竟是同學，應該互相幫助。
nói chung...	一般來說…	**Nói chung**, đông y và tây y đều rất tốt.	一般來說，中醫和西醫都很好。
nói tóm lại...	總而言之…	**Nói tóm lại**, nỗ lực nhất định sẽ thành công.	總而言之，努力一定會成功。

句型	中文	例子	翻譯
nói cách khác...	換句話說…	**Nói cách khác**, không ai là hoàn hảo.	換句話說，沒有人是完美的。
nói đi cũng phải nói lại...	話說回來…	Công việc này lương rất khá. Nhưng **nói đi cũng phải nói lại**, áp lực công việc cũng rất cao.	這份工作薪水很不錯。不過話說回來，工作壓力也很大。
thật ra...	其實…	**Thật ra** chúng tôi chỉ là bạn thôi.	其實我們是朋友而已。
nói thật...	說實話、坦白講…	**Nói thật**, tôi không thích ông chủ tôi.	老實說，我不喜歡我的老闆。
quả nhiên...	果然…	Anh ấy **quả nhiên** là người thông minh.	他果然是一個聰明的人。

3

單字課
最常用的分類單字

B03-01.MP3 N03-01.MP3

越南語	中文意思
Việt Nam	越南
Hà Nội	河內
Sài Gòn	西貢
Thái Lan	泰國
Singapore	新加坡
Malaysia	馬來西亞
Myanmar	緬甸
Indonesia	印尼
Philippines	菲律賓
Lào	寮國
Campuchia	柬埔寨
Đài Loan	台灣
Trung Quốc	中國
Bắc Kinh	北京
Thượng Hải	上海
Thâm Quyến	深圳
Hồng Kông	香港
Hàn Quốc	韓國
Nhật Bản	日本
Ấn Độ	印度

越南語	中文意思
Thổ Nhĩ Kỳ	土耳其
Nga	俄羅斯
Anh	英國
Pháp	法國
Đức	德國
Ý / Italy	義大利
Tây Ban Nha	西班牙
Bồ Đào Nha	葡萄牙
Thụy Sỹ	瑞士
Na Uy	挪威
Hà Lan	荷蘭
Mỹ	美國
Canada	加拿大
Mexico	墨西哥
Brazil	巴西
Úc	澳大利亞
New Zealand	紐西蘭
Ả Rập	沙烏地阿拉伯
Nam Phi	南非
Ai Cập	埃及

B03-02.MP3 N03-02.MP3

越南語	中文意思
ông nội	爺爺
bà nội	奶奶
ông ngoại	外公
bà ngoại	外婆
南 cha / 南 ba / 北 bố	爸爸
mẹ / 南 má	媽媽
chồng	丈夫
vợ	妻子
anh	哥哥
chị	姐姐
em	弟弟／妹妹
con trai	兒子
con gái	女兒
cháu trai	孫子
cháu gái	孫女
bác	伯伯／伯母
chú	叔叔
thím	叔母
cô	姑姑
南 dượng / 北 bác / 北 chú	姑丈／姨丈（在北方，「bác」指爸媽的姊夫、「chú」指爸媽的妹夫）

越南語	中文意思
cậu	舅舅
mợ	舅母
南 dì / 北 bác / 北 dì	阿姨（在北方，稱「bác」指媽媽的姊姊、稱「dì」指媽媽的妹妹）
南 cha chồng / 南 ba chồng / 北 bố chồng	公公
mẹ chồng	婆婆
南 cha vợ / 南 ba vợ / 北 bố vợ	岳父
mẹ vợ	岳母
con rể	女婿
con dâu	媳婦
南 anh bà con / 北 anh họ	堂哥／表哥
南 chị bà con / 北 chị họ	堂姊／表姊
南 em bà con / 北 em họ	堂弟／堂妹／表弟／表妹
南 cha nuôi / 南 ba nuôi / 北 bố nuôi	乾爹、養父
mẹ nuôi	乾媽、養母
cô dâu	新娘
chú rể	新郎
gia đình	家庭
vợ chồng	夫妻
南 cha mẹ / 南 ba mẹ / 北 bố mẹ	父母
con cái	子女

B03-03.MP3

 N03-03.MP3

越南語	中文意思
đẹp / 北 xinh	漂亮
xấu	醜陋
南 mập / 北 béo	胖
南 ốm / 北 gầy	瘦
cao	高
thấp	矮
mắt hai mí	雙眼皮
mắt một mí	單眼皮
có đồng tiền	有酒窩
mũi cao	高鼻子
mũi tẹt	鼻子塌
thon thả	苗條
lực lưỡng	壯
tóc dài	長髮
tóc xoăn	捲髮
hiền	溫和
dữ	兇
thô lỗ	粗魯
chăm chỉ	認真
lười biếng	懶散

越南語	中文意思
thông minh	聰明
ngu ngốc	笨
hài hước	幽默
lạnh lùng	冷漠
đảm đang	賢惠
hậu đậu	笨手笨腳
hào phóng	大方
bủn xỉn	小氣
thật thà	老實
gian xảo	狡猾
hiếu thảo	孝順
cởi mở	開朗
thân thiện	友善
cẩn thận	細心
lạc quan	樂觀
nhiệt tình	熱情
tự lập	獨立
khiêm tốn	謙虛
kiêu ngạo	傲慢
tham lam	貪心

Unit
04 身體部位

B03-04.MP3   N03-04.MP3

越南語	中文意思
đầu	頭
tóc	頭髮
trán	前額
mặt	臉
má	臉頰
mắt	眼睛
lông mày / chân mày	眉毛
lông mi	睫毛
tai	耳朵
mũi	鼻子
miệng	嘴巴
lưỡi	舌頭
răng	牙齒
môi	嘴唇
cằm	下巴
cổ	脖子
vai	肩膀
tay	手
ngón tay	手指
móng tay	指甲

越南語	中文意思
ngực	胸部
lưng	背
bụng	肚子
eo	腰
rốn	肚臍
mông / 南 đít	屁股
chân	腳
đùi	大腿
dàu gối	膝蓋
não	腦
tim	心臟
phổi	肺臟
gan	肝
thận	腎
dạ dày / 南 bao tử	胃
ruột	腸子
máu	血
xương	骨頭
da	皮膚
lông	毛

Unit 05 喜怒哀樂

B03-05.MP3　N03-05.MP3

越南語	中文意思
vui vẻ	開心
buồn	難過
tức giận	生氣
lo lắng	擔心
南 mắc cỡ / 北 xấu hổ	害羞
quê	尷尬
hồi hộp	緊張
căng thẳng	緊張
hạnh phúc	幸福
đau khổ	痛苦
đau lòng	心痛
thoải mái	舒服
dễ chịu	舒適
khó chịu	難受
chán	無聊
lo sợ	害怕
phiền	煩
buồn phiền	煩惱

越南語	中文意思
yên tâm	安心
bất an	不安
khó hiểu	納悶、難懂
mãn nguyện	愜意、如願
hài lòng	滿意
bối rối	迷惘、尷尬
hào hứng	興奮
thất vọng	失望
tuyệt vọng	絕望
tự hào	自豪
tự tin	有自信
tự ti	自卑
hiếu kỳ	好奇
mệt mỏi	疲累
bất lực	無耐
tủi thân	自憐
hối hận	後悔
thông cảm	同情、體諒

B03-06.MP3　N03-06.MP3

越南語	中文意思
ăn	吃
uống	喝
ngủ	睡覺
nghỉ ngơi	休息
chơi	玩
làm	做、辦
mặc	穿（衣服）
xem	看
nghe	聽
đọc	讀
nói	說
viết	寫
học	學
đi	走、去
đến	來、到
chạy	跑
mua	買
bán	賣
tắm	洗澡
rửa	洗

越南語	中文意思
nằm	躺
ngồi	坐
đứng	站
mở	開
đóng	關
lên	上
xuống	下
lấy	拿
nấu	煮
cắt	剪、切
xách	提
mượn	借
trả	退、還、付
hỏi	問
muốn	想要
yêu	愛
nhớ	想念
thích	喜歡
ghét	討厭
đánh	打

Unit
07 日常活動

B03-07.MP3   N03-07.MP3

越南語	中文意思
xem ti vi	看電視
xem tin tức	看新聞
xem phim	看電影、看電視劇
nghe nhạc	聽音樂
đọc sách	看書
đọc báo	看報紙
lên mạng	上網
tập thể dục	做運動
leo núi	爬山
đi bộ	散步
đi dạo	逛街
mua sắm	購物
học ngoại ngữ	學外語
dọn dẹp nhà cửa	打掃房間
quét nhà	掃地
dọn nhà	搬家
thức dậy	起床
ăn cơm	吃飯
uống nước	喝水
mặc quần áo	穿衣服

越南語	中文意思
trò chuyện	聊天
gọi điện thoại	打電話
chơi điện thoại	玩手機
đi làm	上班
tan ca	下班
tăng ca	加班
về nhà	回家
đi học	上課
trốn học	翹課
lái xe	開車
chạy xe	騎車
đi du lịch	去旅行
đi phượt	（探險的）自由行
hẹn hò	約會
đi nhậu	去喝酒、去喝一杯
tụ tập ăn uống	聚餐
suy nghĩ	想、思考
nghỉ phép	請假
khám bệnh	看病
南 lãnh lương / 北 lĩnh lương	領薪水

B03-08.MP3   N03-08.MP3

越南語	中文意思
nhà	房子
chung cư	公寓
nhà mặt đất	透天厝
nhà trọ	出租套房
khách sạn	飯店
nhà nghỉ	賓館
biệt thự	別墅
lâu đài	城堡
ký túc xá	宿舍
phòng khách	客廳
phòng ngủ	臥室
nhà bếp	廚房
nhà vệ sinh	洗手間、廁所
nhà tắm	浴室
cầu thang	樓梯
thang máy	電梯
gác	閣樓
sân thượng	樓頂
ban công	陽台
tầng hầm	地下室

越南語	中文意思
gara	車庫
nhà kho	倉庫
phòng	房間
phòng đơn	單人房
phòng đôi	雙人房
trần nhà	天花板
nền nhà	地板
cửa	門
cửa sổ	窗戶
hàng rào	籬笆
cổng	大門
sân	庭院
vườn	園子
cao ốc	大樓
penthouse	頂樓豪華公寓
nhà trệt	平房
nhà lầu	樓房
nhà lá	草屋
nhà sàn	高腳屋
mặt tiền	店面

Unit 09 家電家具

B03-09.MP3　N03-09.MP3

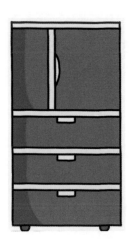

越南語	中文意思
南 máy lạnh / 北 điều hòa	冷氣
quạt máy	電風扇
ti vi	電視機
remote	遙控器
dàn âm thanh	音響
điện thoại	電話
máy tính để bàn	桌上型電腦
máy tính xách tay	筆記型電腦
đèn	燈
tủ lạnh	冰箱
máy giặt	洗衣機
máy lọc nước	飲水機
máy xay sinh tố	果汁機
nồi cơm điện	電鍋
bếp điện	電爐
bếp ga	瓦斯爐
lò vi sóng	微波爐
lò nướng	烤箱
máy hút mùi	抽油煙機
南 máy rửa chén / 北 máy rửa bát	洗碗機

越南語	中文意思
南 bàn ủi / 北 bàn là	熨斗
máy nước nóng	熱水器
máy sấy tóc	吹風機
máy hút bụi	吸塵機
lò sưởi	暖氣
máy hút ẩm	除濕機
bàn	桌子
ghế	椅子
giường	床
tủ quần áo	衣櫃
bàn trang điểm	梳妝台
kệ sách	書架
kệ giày	鞋櫃
南 tủ chén / 北 tủ bát	碗櫃
võng	吊床
ghế bành	沙發
chậu cây cảnh	盆栽
tranh treo tường	掛畫
đồng hồ treo tường	時鐘
bàn thờ	神桌

越南語	中文意思
gối	枕頭
南 mền / 北 chăn	被子
南 nệm / 北 đệm	床墊
thảm	地毯
màn	窗簾
bàn chải đánh răng	牙刷
kem đánh răng	牙膏
bàn chải	刷子
sữa rửa mặt	洗面乳
南 dầu thơm / 北 nước hoa	香水
dao cạo râu	刮鬍刀
lược	梳子
南 kiếng / 北 gương	鏡子
khăn tắm	浴巾
dầu gội	洗髮精
sữa tắm	沐浴乳
南 xà bông / 北 xà phòng	肥皂
giấy vệ sinh	衛生紙
bột giặt	洗衣粉
nước xả vải	柔軟精

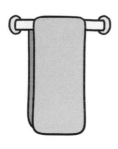
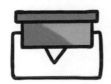

越南語	中文意思
南 nước rửa chén / 北 nước rửa bát	洗碗精
sáp thơm	香膏
gel hút ẩm	除濕劑
nước hoa xịt phòng	芳香劑
móc quần áo	衣架
kẹp quần áo	衣夾
南 dù / 北 ô	傘
chổi	掃把
đồ hốt rác	畚斗
thùng rác	垃圾桶
cây lau nhà	拖把
giẻ lau / 南 nùi giẻ	抹布
南 chén / 北 bát	碗
ấm trà	茶壺
南 ly / 北 cốc	杯
đũa	筷子
南 muỗng / 北 thìa	湯匙
南 dĩa / 北 đĩa	盤子
南 nĩa / 北 dĩa	叉子
dao	刀子

239

B03-11.MP3　N03-11.MP3

越南語	中文意思
áo	上衣
áo khoác	外套
áo vest	西裝外套
áo sơ mi	襯衫
áo thun	T恤
áo ba lỗ	背心
quần	褲子
南 quần sọt / 北 quần short	短褲
南 quần jeans / 北 quần bò	牛仔褲
quần tây	西裝褲
quần kaki	卡其褲
váy / 南 đầm	裙子
giày	鞋子
giày da	皮鞋
giày thể thao	運動鞋
giày cao gót	高跟鞋
南 vớ / 北 tất	襪子
dép	拖鞋
南 nón / 北 mũ	帽子
南 dây nịt / 北 thắt lưng	皮帶

越南語	中文意思
南 mắt kiếng / 北 kính mắt	眼鏡
南 kiếng mát / 北 kính râm	太陽眼鏡
đồng hồ (đeo tay)	手錶
南 bóp / 北 ví	錢包
cà vạt	領帶
khăn choàng	圍巾
南 bông tai / 北 hoa tai	耳環
dây chuyền	項鏈
vòng tay	手環
nhẫn	戒指
túi xách	手提包
ba lô	背包
vali	行李箱
áo mưa	雨衣
áo ấm	（防寒）大衣
áo len	毛衣
đồ bơi	泳衣
đồ ngủ	睡衣
đồ lót	內衣
áo ngực	胸罩

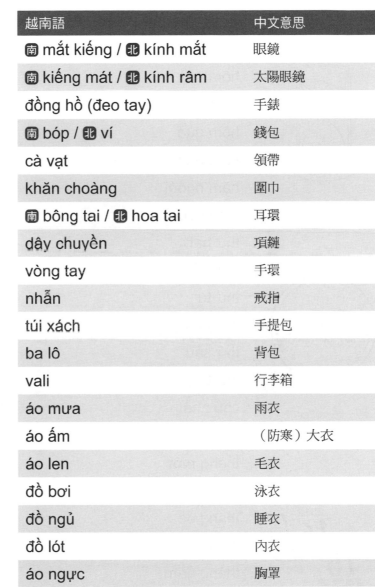

B03-12.MP3　N03-12.MP3

越南語	中文意思
ngày	天、日
hôm nay	今天
ngày mai	明天
hôm qua	昨天
năm nay	今年
năm ngoái	去年
năm sau	明年
thứ hai	週一
thứ ba	週二
thứ tư	週三
thứ năm	週四
thứ sáu	週五
thứ bảy	週六
chủ nhật	週日
cuối tuần	週末
tháng một	一月
tháng hai	二月
tháng ba	三月
tháng tư	四月
tháng năm	五月

越南語	中文意思
tháng sáu	六月
giờ	點鐘
phút	分鐘
giây	秒鐘
南 tiếng / 北 giờ	小時
buổi sáng	早上
buổi trưa	中午
buổi chiều	下午
buổi tối	晚上
nửa đêm	半夜
bình minh	黎明
hoàng hôn	黃昏
chạng vạng	傍晚
mùa	季節
mùa xuân	春天
mùa hè	夏天
mùa thu	秋天
mùa đông	冬天
mùa mưa	雨季
mùa nắng	旱季

13 數字貨幣

越南語	中文意思
một	一
hai	二
ba	三
bốn	四
năm	五
sáu	六
bảy	七
tám	八
chín	九
mười	十
không	零
mười lăm	十五
hai mươi mốt	二十一
trăm	百
ngàn	千
chục ngàn / vạn	萬
triệu	百萬
tỷ	十億
đồng	（貨幣）元、塊、盾
Việt Nam đồng	越盾

越南語	中文意思
đô la Mỹ	美元
bảng Anh	英鎊
đồng Euro	歐元
đô la Úc	澳幣
đồng Franc Thụy Sỹ	瑞士法郎
đô la Sing	新幣
yên Nhật	日元
Đài tê	台幣
nhân dân tệ	人民幣
bạt Thái	泰銖
đô la Hồng Kông	港幣
won Hàn Quốc	韓元
tiền xu	硬幣
tiền giấy	紙鈔
tiền mặt	現金
chi phiếu	支票
thẻ tín dụng	信用卡
tiền ảo	虛擬貨幣
cổ phiếu	股票
chứng khoán	證券

B03-14.MP3 N03-14.MP3

越南語	中文意思
màu sắc	顏色
màu đỏ	紅色
màu vàng	黃色
màu xanh dương	藍色
màu xanh lá (cây)	綠色
màu trắng	白色
màu đen	黑色
màu xám	灰色
màu cam	橘色
màu tím	紫色
màu nâu	棕色
màu hồng	粉紅色
màu bạc	銀色
màu vàng kim	金色
màu sáng	淺色
màu tối	深色
hình vuông	正方形
hình tròn	圓形
hình ê-líp	橢圓形
hình chữ nhật	矩形

越南語	中文意思
hình tam giác	三角形
hình thoi	菱形
hình thang	梯形
hình bình hành	平行四邊形
hình trụ tròn	圓柱體
hình cầu	球體
hình lập phương	立方體
hình hộp chữ nhật	長方體
hình nón	圓錐體
dài	長
ngắn	短
dày	厚
mỏng	薄
南 dẹp / 北 dẹt	扁
南 lớn / 北 to	大
南 nhỏ / 北 bé	小
nhọn	尖
thẳng	直
cong	彎
méo	歪斜

247

Unit 15 氣候天氣

B03-15.MP3　N03-15.MP3

越南語	中文意思
khí hậu	氣候
ôn đới	溫帶
hàn đới	寒帶
nhiệt đới	熱帶
thời tiết	天氣
dự báo thời tiết	天氣預報
trời mưa	下雨
trời nắng	晴天
trời âm u	陰天
nhiệt độ	溫度
độ C（C 唸作「xê」）	攝氏溫度
độ F（F 唸作「ép」）	華氏溫度
độ ẩm	濕度
sức gió	風力
lượng mưa	雨量
áp suất không khí	空壓
thủy triều	潮汐
nắng	光線
mưa	雨
mưa phùn	毛毛雨

越南語	中文意思
mưa rào	陣雨
mưa đá	冰雹
sấm sét	打雷
sấm chớp	閃電
bão	颱風
áp thấp nhiệt đới	熱帶低壓
bão tuyết	暴風雪
vòi rồng / lốc xoáy	龍捲風
sóng thần	海嘯
động đất	地震
lũ lụt	洪水
hạn hán	乾旱
mây	雲
sương	霧
gió	風
tuyết	雪
南 bông tuyết / 北 hoa tuyết	雪花
băng	冰
nhật thực	日蝕
gió mùa	季風

Unit 16 自然風貌

越南語	中文意思
núi	山
dãy núi	山脈
chân núi	山麓
vách núi	山崖
đỉnh núi	頂峰
núi lửa	火山
thung lũng	峽谷
cao nguyên	高原
sơn động	山洞
đồi	丘陵
biển	海
bãi biển	海灘
bờ biển	海岸
eo biển	海峽
vịnh	灣
sông	河流
cửa sông	河口
thượng nguồn	水源
suối	溪澗
suối nước nóng	溫泉

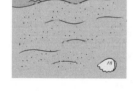

越南語	中文意思
thác	瀑布
hồ	湖
đồng bằng	平原
đầm lầy	濕地
rừng	森林
rừng mưa nhiệt đới	熱帶雨林
lục địa	州
bán đảo	半島
đảo	島嶼
quần dào	群島
sa mạc	沙漠
ốc đảo	綠洲
trời	天空
đất	土
nước	水
lửa	火
không khí	空氣
mặt trời	太陽
mặt trăng	月亮
ngôi sao	星星

越南語	中文意思
chuối	香蕉
xoài	芒果
dừa	椰子
南 thơm / 南 khóm / 北 dứa	鳳梨
nhãn	龍眼
vải	荔枝
南 mãng cầu / 北 na	釋迦
cam	柳橙
quýt	橘子
chanh	檸檬
bưởi	柚子
ổi	芭樂
南 mận / 北 roi	蓮霧
táo	棗子
hồng	柿子
mận Hà Nội	李子
thanh long	火龍果
đu đủ	木瓜
đào	桃子
lựu	石榴

越南語	中文意思
chanh dây	百香果
khế	楊桃
táo	蘋果
lê	梨子
nho	葡萄
kiwi	奇異果
cherry	櫻桃
bơ	酪梨
dâu tây	草莓
dưa hấu	西瓜
dưa lưới	哈密瓜
dưa lê	香瓜
sầu riêng	榴槤
mít	菠蘿蜜
măng cụt	山竹
bòn bon	龍宮果
chôm chôm	紅毛丹
vú sữa	牛奶果
南 sapôchê / 北 hồng xiêm	仁心果
me	羅望子

18 常見蔬菜

B03-18.MP3　N03-18.MP3

越南語	中文意思
cà chua	番茄
南 dưa leo / 北 dưa chuột	黃瓜
khoai tây	馬鈴薯
củ cải đỏ / cà rốt	紅蘿蔔
củ cải trắng	白蘿蔔
cà tím	茄子
南 bắp / 北 ngô	玉米
南 bắp non / 北 ngô bao tử	玉米筍
măng	竹筍
nấm	香菇
nấm rơm	草菇
mộc nhĩ	木耳
南 khổ qua / 北 mướp đắng	苦瓜
bí đao	冬瓜
bí đỏ	南瓜
bầu	胡瓜
mướp	絲瓜
su su	佛手瓜
bắp cải	高麗菜
xà lách	萵苣

越南語	中文意思
cải thảo	白菜
khoai lang	地瓜
khoai môn	芋頭
ớt chuông	彩椒
đậu bắp	秋葵
bông cải xanh	花椰菜
rau lang	地瓜葉
tỏi	大蒜
tiêu	胡椒
gừng	薑
nghệ	黃薑
sả	香茅
hành tây	洋蔥
hành lá	蔥
hành tím	紅蔥
hẹ	韭菜
南 giá / 北 giá (đỗ)	豆芽
南 ngò / 北 rau mùi	香菜
南 rau quế / 北 húng quế	九層塔
bạc hà	薄荷

B03-19.MP3　N03-19.MP3

越南語	中文意思
cơm	飯
xôi	糯米飯
cháo	粥、稀飯
mì	麵
bún	米線
canh	湯
trứng	蛋
thịt	肉
cá	魚
tôm	蝦子
mực	魷魚
南 nghêu / 北 ngao	蛤蜊
hàu	生蠔
rau	蔬菜
南 trái cây / 北 hoa quả	水果
pizza	披薩
mì Ý	義大利麵
南 hoành thánh / 北 vằn thắn	餛飩
sủi cảo	水餃
bánh bao	包子

越南語	中文意思
bít tết	牛排
cá sống / 南 sashimi	生魚片
hải sản	海鮮
南 gỏi / 北 nộm	涼拌
lẩu	火鍋
cà ri	咖喱
phô mai	起司
bơ	奶油
hotdog	熱狗
xúc xich / lạp xưởng	香腸
南 thịt xông khói / 北 thịt hun khói	火腿
sandwitch	三明治
kim chi	泡菜
dưa chua	酸菜
mứt	蜜餞
khô	肉乾
bánh mì	麵包
bánh quy	餅乾
bánh quế kem / 南 bánh waffle	鬆餅
sữa chua	酸奶

Unit
20 酒品飲料

B03-20.MP3　N03-20.MP3

越南語	中文意思
cà phê	咖啡
cà phê sữa	煉乳咖啡
cà phê hòa tan	即溶咖啡
nước ngọt	汽水
coca	可樂
pepsi	百事可樂
soda	蘇打水
nước suối	礦泉水
nước lọc	白開水
sữa	牛奶
sữa đậu nành	豆漿
sương sáo	仙草
nước mía	甘蔗汁
nước dừa	椰子汁
nước cam	柳橙汁
nước chanh	檸檬汁
nước ép trái cây	果汁
sinh tố	冰沙
kem	冰淇淋
trà sữa	奶茶

越南語	中文意思
trà	茶
trà xanh	綠茶
trà đen / hồng trà	紅茶
trà ô long	烏龍茶
trà thiết quan âm	鐵觀音茶
trà thảo mộc	草本茶
trà gừng	薑茶
trà trái cây	水果茶
bia	啤酒
南 bia tươi / 北 bia hơi	生啤酒
rượu	酒
rượu vang	紅酒
rượu trắng / rượu đế	白酒
rượu Cao Lương	高粱酒
rượu tây	西洋酒
cocktail	雞尾酒
rượu vodka	伏特加
rượu whisky	威士忌
rượu sake	日本清酒
rượu soju	韓國燒酒

B03-21.MP3   N03-21.MP3

越南語	中文意思
chó	狗
mèo	貓
南 heo / 北 lợn	豬
bò	黃牛
trâu	水牛
ngựa	馬
gà	雞
vịt	鴨
ngỗng	鵝
cá	魚
dê	山羊
cừu	綿羊
chim	鳥
bồ câu	鴿子
vẹt	鸚鵡
đà điểu	鴕鳥
chim cánh cụt	企鵝
chuột	老鼠
sóc	松鼠
thỏ	兔子

越南語	中文意思
khỉ	猴子
rắn	蛇
voi	大象
hà mã	河馬
tê giác	犀牛
南 cọp / 北 hổ	老虎
sư tử	獅子
báo	豹
gấu	熊
gấu trúc	熊貓
cáo	狐狸
sói	狼
hươu cao cổ	長頸鹿
ngựa vằn	斑馬
lạc đà	駱駝
cá sấu	鱷魚
cá mập	鯊魚
cá voi	鯨魚
cá heo	海豚
hải cẩu	海狗

B03-22.MP3　N03-22.MP3

越南語	中文意思
hoa hồng	玫瑰
hoa cúc	菊花
hoa lan	蘭花
hoa ly / hoa bách hợp	百合花
hoa hướng dương	向日葵
hoa mẫu đơn	牡丹
hoa trà	茶花
hoa cẩm chướng	康乃馨
hoa đỗ quyên	杜鵑
hoa tu-líp	鬱金香
hoa sen	蓮花
hoa súng	水蓮花
hoa baby	滿天星
hoa oải hương	薰衣草
hoa diên vĩ	鳶尾
hoa hồng môn	火鶴花
hoa rum	海芋
hoa cẩm tú cầu	繡球花
hoa cánh bướm	波斯菊
cúc ngũ sắc	百日菊

越南語	中文意思
bồ công anh	蒲公英
hoa rạng đông / hoa chùm ớt	炮仗花
南 hoa lài / 北 hoa nhài	茉莉花
hoa mai	臘梅花
hoa đào	桃花
hoa anh đào	櫻花
hoa mận / hoa mơ	梅花
hoa giấy	九重葛
hoa gạo	木棉花
hoa sứ	雞蛋花
hoa phượng	鳳凰花
hoa sữa	黑板樹花
南 hoa trẩu / 北 hoa du đồng	油桐花
xương rồng	仙人掌
cây tre	竹子
cây bàng	枇杷樹
cây si / cây gừa	榕樹
cây đước	水筆仔
cây thông	松樹
cây phong	楓樹

B03-23.MP3　N03-23.MP3

越南語	中文意思
xe đạp	腳踏車
xe máy	摩托車、機車
南 xe hơi / 北 xe ô tô	汽車
南 xe lửa / 北 tàu hỏa	火車
tàu điện ngầm	捷運
tàu cao tốc	高鐵
xe tải	貨車、卡車
xe xích lô	（人力）三輪車
xe du lịch	遊覽車
xe cấp cứu	救護車
xe cảnh sát	警察車
xe cứu hỏa	消防車
máy bay	飛機
trực thăng	直升機
khinh khí cầu	熱氣球
phi thuyền	飛船
tàu / thuyền	船
du thuyền	遊艇
tàu ngầm	潛水艇
cáp treo	纜車

越南語	中文意思
góc đường	街角
đèn giao thông	紅綠燈
ngã ba	丁字路口
ngã tư	十字路口
vạch qua đường	斑馬線
lề đường / vỉa hè	路邊
đường	馬路
phố	街
đường cao tốc	高速公路
đường một chiều	單行道
đường hầm	隧道
biển báo	標誌
南 hẻm / 北 ngõ	巷子
phố đi bộ	徒步街
đường ray	鐵軌
đi bộ	走路
đi thẳng	直走
南 quẹo trái / 北 rẽ trái	左轉
南 quẹo phải / 北 rẽ phải	右轉
quay đầu	迴轉

B03-24.MP3   N03-24.MP3

越南語	中文意思
công viên	公園
công viên giải trí	遊樂園
rạp chiếu phim	電影院
nhà hát	劇院
trung tâm mua sắm	百貨公司
siêu thị	超市
cửa hàng tiện lợi	便利商店
tiệm tạp hóa	雜貨店
南 thảo cầm viên / 南 sở thú / 北 vườn bách thú	動物園
bảo tàng	博物院
sân vận động	體育場
khách sạn	飯店
nhà hàng	餐廳
quán ăn	小吃店
quán cà phê	咖啡店
tiệm thức uống	飲料店
bar	酒吧
chợ	超市
chợ đêm	夜市
chợ nổi	水上市場

越南語	中文意思
tiệm cắt tóc	理髮店
tiệm internet	網咖
chùa	寺、廟
nhà thờ	教堂
ngân hàng	銀行
bưu điện	郵局
nhà sách	書局
trường học	學校
thư viện	圖書館
bệnh viện	醫院
phòng khám bệnh	診所
nha khoa	牙科診所
nhà thuốc	藥局
sở cảnh sát	警察局
南 ga xe lửa / 北 ga tàu hỏa	火車站
bến xe	車站
trạm xe buýt	公車站
bãi đậu xe	停車場
cây xăng / trạm xăng	加油站
sân bay	機場

越南語	中文意思
cảm	感冒
sốt	發燒
nhức đầu	頭痛
chóng mặt	頭暈
ho	咳嗽
sổ mũi	流鼻涕
nghẹt mũi	鼻塞
viêm xoang	鼻竇發炎
đau họng	喉嚨痛
viêm amidan	扁桃發炎
cận thị	近視
viễn thị	遠視
lão thị	老花眼
đau bụng	肚子痛
南 đau bao tử / 北 đau dạ dày	胃痛
南 loét bao tử / 北 loét dạ dày	胃潰瘍
tiêu chảy	腹瀉、拉肚子
táo bón	便秘
trĩ	痔瘡
loãng xương	骨質疏鬆

越南語	中文意思
ung thư	癌症
tiểu đường	糖尿病
cao huyết áp	高血壓
đột quỵ	中風
mỡ trong máu	血脂
gút	痛風
béo phì	肥胖症
lao	結核病
sởi	麻疹
quai bị	流行性腮腺炎
thủy đậu	水痘
viêm gan	肝炎
AIDS / sida	愛滋病
南 phỏng / 北 bỏng	燙傷
đau	痛
ngứa	癢
nhức	痠
mất ngủ	失眠
chán ăn	沒食慾
dị ứng	過敏

269

越南語	中文意思
công nhân	工人、作業員
nông dân	農夫
bác sĩ	醫生
dược sĩ	藥師
y tá	護士
ca sĩ	歌手
nghệ sĩ	藝人
nhạc sĩ	作曲家
đạo diễn	導演
người mẫu	模特兒
MC / người dẫn chương trình	主持人
thương nhân	商人
giám đốc	經理
nhân viên	職員
thư ký	秘書
trợ lý	助理
kế toán	會計
bảo vệ	警衛
tài xế	司機
nhân viên tạp vụ / lao công	清潔工

越南語	中文意思
phóng viên	記者
luật sư	律師
giáo viên	教師
học sinh	學生
sinh viên	大學生
kỹ sư	工程師
kiến trúc sư	建築師
nhà khoa học	科學家
oông an / cảnh sát	警察
bộ đội	軍人
họa sĩ	畫家
nghệ nhân	藝術創作家
thợ may	裁縫師
thợ xây / thợ hồ	建築工人
đầu bếp	廚師
thợ cắt tóc	理髮師
nhân viên phục vụ	服務生
hướng dẫn viên du lịch	導游
phiên dịch viên	翻譯師
vận động viên	運動員

B03-27.MP3

N03-27.MP3

越南語	中文意思
máy in	印表機
máy fax	傳真機
máy photo	影印機
máy scan	掃描機
máy chiếu	投影機
máy chấm công	指紋機
máy hủy giấy	碎紙機
kéo	剪刀
dao rọc giấy	美工刀
南 cục gôm / 北 cục tẩy	橡皮擦
南 viết / 北 bút	筆
南 viết chì / 北 bút chì	鉛筆
南 viết dạ quang / 北 bút dạ quang	螢光筆
南 viết xóa / 北 bút xóa	立可白
thước	尺
keo dán	膠水
南 băng keo / 北 băng dính	膠帶
南 dây thun / 北 dây chun	橡皮筋
sổ tay	筆記本
giấy	紙

越南語	中文意思
giấy note	貼紙
giấy than	複寫紙
南 bao thư / 北 phong bì	信封
danh thiếp	名片
con dấu	印章
bảng	板
phấn	粉筆
南 viết lông dầu / 北 bút lông dầu	白板筆
南 bông lau bảng / 北 khăn lau bỏng	板擦
máy tính	計算機
máy vi tính	電腦
chuột	滑鼠
bàn phím	鍵盤
USB	隨身碟
đĩa quang	光碟
ghế xoay	辦公椅
bàn làm việc	辦公桌
lịch để bàn	桌曆
tủ đựng hồ sơ	檔案櫃
tệp hồ sơ	文件夾

B03-28.MP3
 N03-28.MP3

越南語	中文意思
bóng đá	足球
bóng rổ	籃球
bóng chuyền	排球
bóng chày	棒球
bóng bàn	乒乓球
bóng bầu dục	橄欖球
khúc côn cầu	曲棍球
cầu lông	羽毛球
tennis	網球
đá cầu	踢毽子
bi-da	撞球
đánh gôn	高爾夫球
bơi lội	游泳
chạy bộ	跑步
đi bộ	散步
yoga	瑜伽
tập gym	健身
leo núi	爬山
leo núi nhân tạo	攀岩
trượt tuyết	滑雪

越南語	中文意思
trượt băng	溜冰
trượt patin / patanh	溜冰鞋
lướt sóng	衝浪
lặn ống thở / 南 snorkeling	浮潛
lặn biển	潛水
điền kinh	田徑
chạy marathon	馬拉松
chạy vượt rào	跨欄
chạy tiếp sức	接力賽
nhảy cao	跳高
nhảy xa	跳遠
nhảy dù	跳傘
đua xe	賽車
cử tạ	舉重
thái cực quyền	太極拳
taekwondo	跆拳道
quyền anh	拳擊
quyền Thái	泰拳
bắn súng	射擊
cờ vua	西洋棋

越南語	中文意思
quốc gia	國家
chính phủ	政府
chính trị	政治
hiến pháp	憲法
chế độ	制度
quốc hội	國會
quốc hiệu	國徽
quốc kỳ	國旗
quốc ca	國歌
quốc phục	國服
ngày quốc khánh	國慶日
quân đội	軍隊
pháp luật	法律
kinh tế	經濟
ngoại giao	外交
ngoại thương	外貿
xuất khẩu	出口
nhập khẩu	進口
ngoại tệ	外匯
giáo dục	教育

越南語	中文意思
y tế	醫療衛生
lạm phát	膨脹
thất nghiệp	失業
ủy ban	委員會
tòa án	法院
chủ tịch	主席
thủ tướng	首相
tổng thống	總統
bộ trưởng	部長
tỉnh	省
thành phố	城市
huyện	縣
xã	社
bang	州
đảng	黨（派）
cộng sản	共產
dân chủ	民主
cộng hòa	共和
lịch sử	歷史
địa lý	地理

277

Unit
30 傳統文化

B03-30.MP3　N03-30.MP3

越南語	中文意思
Trung y	中醫
châm cứu	針灸
bắt mạch	把脈
phong thủy	風水
xem bát tự	看八字
xem bói	算命
thư pháp	書法
điêu khắc	雕刻
kinh kịch	京劇
kịch bóng	皮影劇
cờ tướng	象棋
cờ vây	圍棋
thuyền rồng	龍舟
múa lân	舞獅
cắt giấy Trung Quốc	剪紙
tết dây	中國結
thêu	刺繡
gốm sứ	陶瓷
tơ lụa	絲綢
đèn lồng	燈籠

越南語	中文意思
thiên đăng	天燈
câu đối / liễn	春聯
pháo	鞭炮
diều	風箏
rồng	龍
kiệu	轎子
Hán tự	漢字
Tết Trung Thu	中秋節
Tết Đoan Ngọ	端午節
Tết Nguyên Đán	春節
Đông Chí	冬至
bánh Trung thu	月餅
bánh ú / bánh bá trạng	粽子
bánh trôi (nước)	湯圓
Phật giáo	佛教
Đạo giáo	道教
Phật	佛
âm dương	陰陽
ngũ hành	五行
12 con giáp	十二生肖

B03-31.MP3　N03-31.MP3

越南語	中文意思
trà sữa trân châu	珍珠奶茶
tiểu long bao	小籠包
南 đậu hủ thúi / 北 đậu phụ thối	臭豆腐
mì bò	牛肉麵
gà miếng chiên	雞排
bánh dứa	鳳梨酥
南 tàu hủ nước đường / 北 tào phớ	豆花
đồ kho	滷味
cơm thịt kho	滷肉飯
bánh đậu đỏ	紅豆餅
bánh mochi	麻薯
南 bánh tiết heo / 北 bánh tiết lợn	豬血糕
chợ đêm	夜市
suối nước nóng	溫泉
thả đèn trời	放天燈
đua thuyền rồng	划龍舟
phố cổ Cửu Phần	九份老街
tòa nhà Đài Bắc 101	台北101
bảo tàng Cố Cung	故宮博物館
công viên quốc gia Taroko	太魯閣國家公園

越南語	中文意思
hồ Nhật Nguyệt	日月潭
núi A Lý / A Lý Sơn	阿里山
người Phúc Kiến	閩南人
người Khách Gia	客家人
tân di dân	新住民
người dân tộc	原住民
tiếng Đài	台語
múa rối tay	布袋戲
ca tử hí	歌仔戲
trầu cau	檳榔
Tây Thi bán trầu / Tây Thi trầu cau	檳榔西施
xin keo	擲筊
xin xăm	抽籤
Ma Tổ / Thiên Hậu	媽祖
Na Tra / Tam Thái Tử	哪吒／三太子
miếu Thần Tài	財神廟
Bát Gia Tướng	八家將
rước Ma Tổ	迎媽祖
lễ hội đốt thuyền Vương Gia Đông Cảng	東港燒王船
lễ hội trèo cột cướp cô hồn Đầu Thành	頭城搶孤
lễ hội pháo hoa tổ ong Diêm Thủy	鹽水蜂炮
lễ hội đèn lồng	燈會

Unit
32 越南特色

越南語	中文意思
phở	河粉
bánh mì	越南法國麵包
南 chả giò / 北 nem rán	炸春捲
南 gỏi cuốn / 北 nem cuốn	生春捲
cơm tấm	排骨碎米飯
bún bò Huế	順化牛肉米線
hủ tiếu Nam Vang	金邊粿條
bún đậu mắm tôm	豆腐蝦醬米線
chả cá Lã Vọng	呂望黃薑炸魚米線
bún chả	烤肉米線
bánh xèo	南部薄脆皮煎餅
bún mọc	貢丸米線
bún mắm	魚醬米線
bánh tét	圓柱型粽子
bánh chưng	方型粽子
南 chả lụa / 北 lụa	越南火腿
bánh pía	榴蓮餅
mè xửng	芝麻花生麥芽糖
hạt điều	腰果
nước mắm	魚露

越南語	中文意思
thơ lục bát	六八體詩
truyện Kiều	《翹傳》
nhạc Trịnh	鄭音樂
múa rối nước	水上木偶戲
cải lương	改良劇
南 đờn ca tài tử / 北 đàn ca tài tử	才子彈唱
hát chèo	嘲劇
hát quan họ	官賀
áo dài	奧黛
áo tứ thân	四身襖
áo bà ba	三婆襖
nón lá	斗笠
南 nón cối / 北 mũ cối	越南部隊帽
vịnh Hạ Long	下龍灣
hang Sơn Đoòng	山水洞
nhà thờ Đức Bà	紅教堂
phố cổ Hội An	會安老街
chợ nổi	水上市場
ruộng bậc thang	梯田
giỗ tổ Hùng Vương	雄王忌日

4

句型課
最口語的日常短句

Unit 01 高興

01

Rất vui được quen anh.
很高興認識你！

rất 副 很；置於形容詞或動詞前，表示程度高，勝過於一般的程度。常用於陳述句。
vui 形 開心、好玩、高興
quen 動 認識

02

Tôi phấn khích quá!
我好興奮哦！

quá 副 太、好；置於形容詞之後表示勝過於一般的程度，常用於感嘆句；置於形容詞之前表示超過期待的程度，等同中文的「太」。
phấn khích 形 興奮、高昂

03

Thật vui khi gặp lại anh.
真開心又見面了。

thật 副 真、真的；置於形容詞前，表示相當明顯，毋庸置疑的程度。
gặp 動 見、見面
lại 副 又、再；置於動詞後，表示重複的行動。

04

Hôm nay đi chơi vui lắm!
今天去玩很開心！

hôm nay 名 今天
lắm 副 很；置於形容詞後，表示程度高，通常用於感嘆句的句尾。
đi chơi 動 去玩

05

Trò chơi này cực kỳ vui.
這個遊戲超級好玩。

cực kỳ 副 超級、極度；置於形容詞或動詞之前，表示非常高的程度。「kỳ」可以省略。
trò chơi 名 遊戲

06

Tôi vui không thể tả được.

我高興得不可言喻。

không thể tả được 〔慣〕不可言喻；置於形容詞後，表示超過期待的程度。

07

Cuối tuần công viên vui như tết.

週末的公園像節日般地熱情。

vui như tết 〔慣〕熱鬧地如節日；比喻很熱鬧，很好玩。
cuối tuần 〔名〕週末
công viên 〔名〕公園

08

Thật hả? Vậy thì tốt quá!

真的嗎？那太好了！

hả 〔疑問語助詞〕嗎、哦；置於疑問句的句尾，表示再度確認疑問的事情。可以用「à」代替。
vậy 〔連〕那、那麼；用在句首，表示後述的內容是承接（關聯）前述的語意。

00

Thật tuyệt vời!

真棒！

tuyệt vời 〔形〕棒、高超

10

Tôi háo hức quá!

我好期盼哦！

háo hức 〔形〕期盼

11

Hôm nay tâm trạng tôi rất tốt.

今天我的心情很好。

tâm trạng 〔名〕心情
tốt 〔形〕好

12

Tôi rất vui khi nghe được tin này.

聽到這個消息我很開心。

nghe được 〔動〕聽到
tin 〔名〕消息、新聞

N04-02.MP3

01

Tôi cảm thấy buồn quá!
Tôi không nỡ rời xa cô ấy.

我覺得好難過！我捨不得離開她。

cảm thấy 動 覺得、感覺、感到
buồn 形 難過
không nỡ 詞組 捨不得
rời xa 動 遠離

02

Tâm trạng tôi rất tệ.

我心情很糟。

tâm trạng 名 心情
tệ 形 差勁、糟；可以用「xấu」代替。

03

Tâm trạng tôi trống rỗng.

我心情很空虛。

trống rỗng 形 空虛

04

Tim tôi tan nát rồi.

我的心碎了。

tim 名 心臟
tan nát 形 破碎；常用於心情或是描述狀態，不會用於物體。
rồi 副 了

05

Tôi hoàn toàn suy sụp.

我徹底地絕望。

hoàn toàn 副 完全
suy sụp 形 低落；用於情緒、精神。

06

Cô ấy khiến tôi rất đau lòng!

她讓我很傷心。

khiến 動 讓、使、令、致使；多指不好的結果。可用「làm」代替。
đau lòng 形 傷心

07

Tôi muốn khóc quá!

我好想哭！

muốn 動 想要
khóc 動 哭泣

08

Tôi không thể cầm được nước mắt.

我沒辦法止住眼淚。

không thể 副 不能、無法；置
於動詞前面表示不夠能力做某件
事。
cầm 動 止住
nước mắt 名 眼淚

09

Tôi muốn uống rượu giải sầu.

我想借酒消愁。

uống 動 喝
rượu 名 酒
giải sầu 動 解悶
uống rượu giải sầu 慣 借酒消
愁

10

Hãy để tôi một mình.

請讓我靜一靜。

hãy 副 請，用於動詞前面，表示
要求、命令、鼓勵做某件事。
để 動 讓；表示讓某件事繼續發
生。
một mình 形 一個人

11

Hãy vui lên! Đừng buồn nữa!

開心起來吧！不要再難過了！

vui lên 詞組 開心起來
đừng... nữa 句型 別再…了；表
示禁止或勸阻別再犯。

12

Cố lên! Mọi chuyện rồi sẽ qua.

加油。一切都會過去的。

lên 副 起來；置於動詞或形容詞
後面表示鼓勵或催促。
cố lên 詞組 加油（鼓勵）
mọi chuyện 詞組 所有事情、一
切
rồi sẽ 詞組 終將
qua 動 過去

Unit
03 生氣

01

Tức chết đi được.

氣得要死。

tức 動 生氣、激怒
chết 動 死
chết đi được 詞組 得要死；置
於形容詞後，表示極高的程度。

02

Tôi sắp phát điên rồi!

我快要發瘋了！

sắp 副 將要；置於動詞之前，表
示快要發生的事情。
phát điên 動 發瘋

03

Đừng làm phiền tôi!

不要打擾我！

đừng 副 別、勿；置於動詞前，
表示禁止或勸阻。
làm phiền 副 打擾

04

Trời ơi! Tôi chịu không nổi rồi!

天啊！我受不了了！

trời ơi 嘆 天啊、我的天啊
chịu 動 忍受
không nổi 副 不起；置於動詞
之後，表示能力不足或無法再進
行下去。

05

Biết rồi, nói hoài!

知道了，別再講了！

biết 動 知道
nói 動 說、講
南 hoài / 北 mãi 副 一直；置於
動詞之後，表示動作一直重複進
行。

06

Xin chị bớt giận.

請妳息怒。

xin 副 請；置於祈使句的句首，
表示禮貌、謙虛、敬重。
bớt 動 減少。置於動詞、名詞或
形容詞前，指減少重量或程度。
giận 動 生氣

07

Đừng lải nhải nữa, phiền chết đi được!

別再嘮叨了，煩死了！

lải nhải 動 嘮叨
phiền 形 煩

08

Mẹ kiếp! Mày muốn chết à?

媽的！你想死嗎？

mẹ kiếp 嘆 媽的；可以用「mẹ mày」代替。
mày 人稱代名詞 你；帶著同輩之間的親密感或不尊重的語感。
à 疑問語助詞 嗎、哦；置於疑問句句尾，表示所再確認疑問的事情。可以用「hả」代替。

09

Im đi! Đừng ngụy biện nữa!

住口！別再狡辯了！

im đi 詞組 住口；更難聽的表現為「câm miệng」，類似中文的「閉嘴」。
ngụy biện 動 狡辯

10

Anh thật quá đáng. Tôi sẽ không bỏ qua chuyện này.

你太過分了。這件事我不會就這麼算了。

quá đáng 動 過分
sẽ 副 將、將會
bỏ qua 動 放過
chuyện 名 事情

11

Cút đi! Đừng bao giờ để tao gặp lại!

滾！別讓我再看到你！

đi 語助詞 吧；置於祈使句中表示命令、建議或催促。
cút đi 詞組 滾開
đừng bao giờ 詞組 別再…
tao 人稱代名詞 我；帶著同輩之間的親密感或不尊重的語感。

12

Có chết tao cũng không tha cho mày.

我死也不會放過你。

tha 動 原諒
cho 連 向；「cho」前面的動作會加諸在後面的對象上。

Unit

04 擔心

01

Tôi lo quá.

我很擔心！

lo 動 擔心

02

Tôi lo cô ấy sẽ hiểu lầm tôi.

我怕她會誤會我。

hiểu lầm 動 誤會

03

Chị sao vậy? Hình như chị có tâm sự.

妳怎麼了？妳好像有心事。

sao 疑問代名詞 怎麼、為什麼
vậy 語助詞 啦、呀
hình như 副 好像、似乎
tâm sự 名 心事

04

Tôi ổn. Đừng lo cho tôi.

我沒事。別為我擔心。

ổn 形 （狀態）穩定

05

Chết rồi. Làm sao đây?

完蛋了。怎麼辦呢？

chết rồi 嘆 完蛋、死定、糟糕
làm 動 做、辦

06

Sao anh ấy vẫn chưa đến? Tôi sốt ruột quá.

他怎麼還沒來呢？我好著急。

vẫn 副 還、仍然、依然；表示行動或狀態仍未改變。
chưa 副 還沒；置於動詞之前，表示某件事尚未發生。
đến 動 到、來
sốt ruột 動 著急

07

Tôi thấy rất bất an. Có lẽ tôi nên đi tìm chị ấy.

我感到不安。也許我該去找她。

thấy 動 覺得
bất an 形 不安
có lẽ 副 也許、或許、可能；常置於句首，表示不確定的主觀判斷
tìm 動 找

08

Tôi sợ bà ấy sẽ không qua khỏi.

我怕她會撐不過去。

sợ 動 怕
không qua khỏi 詞組 撐不過

09

Bây giờ tôi rối quá, tôi không biết phải làm sao.

我現在一團亂，我不知道怎麼辦才好。

rối 名 紛亂

10

Em trông có vẻ mệt. Em không sao chứ?

妳看起來很累。妳沒事吧？

trông có vẻ 詞組 看起來
mệt 形 累
chứ 語助詞 吧、嗎

11

Chỉ là chuyện nhỏ thôi, có gì đáng lo!

只是小事情而已，有什麼好擔心的！

chỉ là… thôi 句型 只是… 而已
chuyện nhỏ 詞組 小事情
đáng 動 值得
có gì đáng… 句型 有什麼值得…的

12

Sắp đến lượt tôi rồi. Tôi cảm thấy hồi hộp quá.

快輪到我了。我覺得好緊張。

đến lượt 動 輪到
hồi hộp 形 緊張

01

Tôi vô cùng thích ăn phở.
我非常喜歡吃河粉。

vô cùng 副 超級、非常;置於形容詞或動詞前面,表示極高的程度。
thích 動 喜歡
ăn 動 吃
phở 名 河粉

02

Ông ấy rất cưng con gái mình.
他很疼他的女兒。

cưng 動 疼愛
con gái 名 女兒
mình 反身代名詞 自己

03

Chúng tôi rất có hứng thú với văn hóa Việt Nam.
我們對越南文化很感興趣。

chúng tôi 人稱代名詞 我們(不含聽者)
có hứng thú 詞組 有興趣
với 介 跟、對;置於動詞之後,表示前動作關連於後述事項
văn hóa 名 文化

04

Sở thích của tôi là đi du lịch.
我的興趣是去旅遊。

sở thích 名 興趣、愛好
du lịch 動 旅遊

05

Chị ấy cuồng nhạc Hàn.
她熱愛韓國音樂。

cuồng 動 熱愛
nhạc 名 音樂
Hàn 名 韓國

06

Họ mê Châu Kiệt Luân kinh khủng.

他們迷周杰倫迷到不行。

mê 動 迷

kinh khủng 副 到不行、不得了；置於形容詞或動詞之後，表示程度極深。跟「dã man」相似。

07

Tôi là fan của S.H.E.

我是S.H.E的粉絲。

fan 名 粉絲（外來語）

08

Tôi vô cùng hâm mộ anh ấy.

我超仰慕他。

hâm mộ 動 羨慕、仰慕

09

Tôi hết sức vừa ý.

我超級滿意。

hết sức 副 超級；置於形容詞或動詞前面，表示程度極深。

vừa ý 形 滿意

10

Anh ấy ghiền ăn đậu hủ thúi dã man.

他超愛吃臭豆腐。

ghiền 動 酷愛

南 đậu hủ thúi /
北 đậu phụ thối 名 臭豆腐

11

Cha tôi nghiện thuốc lá.

我爸有菸癮。

nghiện 動 上癮

12

Món ăn này rất hợp khẩu vị của tôi.

這道菜很合我的味口。

món ăn 詞組 菜餚、料理
hợp 形 適合
khẩu vị 名 口味

01 Tôi cực kỳ ghét nó.
我超討厭他。

ghét 動 討厭

---

02 Tôi chúa ghét người nhiều chuyện.
我厭惡八卦的人。

chúa ghét 詞組 厭惡
nhiều chuyện 形 八卦

---

03 Thật đáng ghét!
真可惡！

đáng ghét 形 可惡

---

04 Tôi không thích người khác sử dụng điện thoại của tôi.
我不喜歡人家使用我的手機。

người khác 詞組 別人、人家
sử dụng 動 使用
điện thoại 名 手機、電話

---

05 Tôi không có hứng thú với nhạc rock.
我對搖滾樂沒有興趣。

nhạc rock 名 搖滾樂

---

06 Cô ấy thích tôi mới lạ!
她喜歡我才有鬼！

mới lạ 副 才怪、才有鬼；置於句尾表示否定前述事項。

07

Tôi ghét cay ghét đắng sầu riêng.

我超級討厭榴槤。

ghét cay ghét đắng 慣 極度厭惡
sầu riêng 名 榴槤

08

Tôi có thù với mèo.

我跟貓有仇。

có thù 動 有仇；是開玩笑的說法，表示不喜歡某個東西，並不是真的有仇恨。
mèo 名 貓

09

Tôi và anh ấy không còn gì để nói.

我和他之間沒什麼話好說了。

không còn 詞組 沒了

10

Tôi với nó không đôi trời chung.

我和他有不共戴天之仇。

không đội trời chung 成語 不共戴大

11

Tốt nhất đừng để tôi gặp nó.

最好不要讓我再見到他。

tốt nhất 詞組 最好

12

Ghét của nào trời trao của ấy.

天不從人願。

這是一句諺語，通常用於愛情方面。直譯為「討厭哪種類型的（對象），老天爺就是會讓你碰到那種類型的人。」

01 Tôi cảm thấy rất yêu đời. 我熱愛我的生活。	yêu đời 詞組 熱愛生活
02 Cuộc đời thật đẹp. Hãy lạc quan lên! 人生很美好。樂觀一點吧！	cuộc đời 名 人生、輩子 đẹp 形 美好、漂亮、美麗 lạc quan 形 樂觀
03 Không việc gì là không thể làm được. 有志者事竟成。	việc 名 事情 gì 疑問代名詞 什麼 làm được 詞組 做得到
04 Mỗi ngày là một niềm vui. 每天是都是愉快的日子。	mỗi ngày 詞組 每天 niềm vui 名 樂趣、歡樂
05 Tôi cảm thấy rất tự tin. 我感到很有自信。	tự tin 動 有自信
06 Đừng bao giờ bỏ cuộc! 永不放棄！	bỏ cuộc 動 放棄

07

Đừng nản chí. Chỉ cần cố gắng sẽ làm được.

別灰心。只要有努力就做得到。

nản chí 動 灰心
chỉ cần 連 只要
cố gắng 動 努力

08

Mọi việc đều có cách giải quyết.

沒有解決不了的事。

mọi việc 詞組 萬事
cách 名 方法、方式
giải quyết 動 解決

09

Chúng ta hãy cùng nhau xây đắp tương lai.

我們一起創造未來。

chúng ta 代 我們（包含聽者）
cùng nhau 副 一起
xây đắp 動 創造
tương lai 名 未來

10

Tương lai tươi sáng đang chờ đợi chúng ta.

燦爛的未來在等待我們。

tươi sáng 形 燦爛、明亮
đang 副 正在；置於動詞之前，
表示某動作正在發生。
chờ đợi 動 等待

11

Tôi tin mình sẽ thành công.

我相信我會成功的。

tin 動 相信
thành công 形 成功

12

Ngày mai trời lại sáng.

（不管怎樣）明天太陽依舊升起。

這句是一句慣用語。
ngày mai 名 明天
trời 名 天
sáng 形 亮
這句是勸他人不要因為心煩事鑽
牛角尖，快樂也是一天，悲傷也
是一天不如就快樂點的意思。

01

Tôi cảm thấy mình thật vô dụng.

我覺得自己很無能。

vô dụng 形 無用、無能

02

Tôi cảm thấy chán nản, tôi muốn nghỉ việc.

我覺得很失落,我想離職。

chán nản 動 失落、沮喪
nghỉ việc 動 離職

03

Tôi cảm thấy rất thất vọng về bản thân.

我對自己很失望。

thất vọng 形 失望
về 連 關於
bản thân 代 自己、本身

04

Tôi mất niềm tin vào cuộc sống.

我對生活失去了信心。

mất 動 失去
niềm tin 名 信心

05

Sao tôi làm gì cũng thất bại?

為何我做什麼事都失敗?

thất bại 形 失敗

06

Số tôi thật đen đủi, làm gì cũng không thuận lợi.

我真命苦,做什麼都不順利。

số 名 命運
đen đủi 形 倒霉
thuận lợi 形 順利

07

Không ai tốt với tôi cả.

都沒有人對我好。

ai 疑問代名詞 誰

08

Tôi cảm thấy rất tự ti.

我覺得很自卑。

tự ti 動 自卑

09

Đừng quá kỳ vọng!

不要太期待！

kỳ vọng 動 期望

10

Việc này khó quá, chắc tôi không làm được.

這件事好難，找應該做个到吧！

khó 形 難
chắc 副 應該；表示不確定的判斷。跟「có lẽ」相似。

11

Tất cả những việc tôi làm đều vô ích.

我所做的事都枉費了。

vô ích 形 白費

12

Đời là bể khổ.

人生如苦海。

這是一句諺語。
bể 名 海；請注意生活上常的是說「biển」。
khổ 形 痛苦

Unit 09 驚訝

01

Thật không ngờ!

真想不到！

| không ngờ 詞組 沒想到 |

02

Thật hả? Anh không nói đùa chứ?

真的嗎？你不會是開玩笑的吧？

nói đùa 詞組 開玩笑。跟「nói giỡn」或「nói chơi」相似。

03

Cái gì? Tôi không nghe nhầm chứ?

什麼？我沒聽錯吧？

nhầm 副 誤、錯

04

Tôi không nằm mơ chứ?

我不是在做夢吧？

nằm mơ 詞組 做夢

05

Tôi không dám tin vào mắt mình.

我不敢相信我的眼睛。

không dám 詞組 不敢
mắt 名 眼睛

06

Tôi hết sức bất ngờ.

我感到非常意外。

bất ngờ 動 驚訝

---

07 Thật không thể tin được!

真是難以置信！

08 Đứng hình.

傻眼。

đứng hình 動 傻眼；描述因為受到驚訝的事情而沒反應的狀況，帶有幽默的語感。

09 Tôi sốc quá, sao chuyện đó lại có thể xảy ra?

我很吃驚那件事居然會發生？

sốc 動 吃驚
lại có thể 連 居然
xảy ra 動 發生

10 Không ngờ anh ấy lại có thể lừa tôi.

沒想到他居然會騙我。

lừa 動 騙；與「gạt」相似。

11 Tiếng Hoa rất khó mà anh ấy học 2 năm đã nói lưu loát.

中文很難，但他竟然只學兩年就講得很流利了。

tiếng Hoa 名 中文、華語
mà 連 竟然、但
học 動 學
đã 副 就；置於動詞前面，表示超過說者的期望。
lưu loát 形 流利

12 Thật ngoài sức tưởng tượng của tôi.

真是超乎我的想像。

ngoài 介 外面、開外
sức tưởng tượng 名 想像力

Unit 10 冷漠

01

Sao cũng được!
隨便；都可以!

sao cũng được 慣 什麼都行；
表示隨便，無所謂。

02

Tùy anh!
隨便你！

tùy… 慣 隨便；後面加上人稱代
名詞表示隨某個人的意。

03

Tin hay không tùy anh!
信不信隨你！

tin 動 相信
hay 連 或

04

Kệ nó!
管他的！

kệ... 句型 後面加上人稱代名詞表
示不管某個人的事情。

05

Đáng đời!
活該！

這一句是慣用語。

06

Nhạt nhẽo!
無聊！

nhạt nhẽo 形 平淡、無味；常
用於談話或味道。

07 Anh muốn làm gì thì làm, không liên quan đến tôi!

你想做什麼都隨便你，跟我無關！

không liên quan 詞組 無關 đến 介 表示所想講的事情是前面提到的對象。

08 Hãy để tôi yên!

讓我安靜！

yên 動 平靜

09 Tôi không thèm!

我不屑！

không thèm 慣 不屑

10 Anh nói sao cũng được, tôi không thèm quan tâm.

你說什麼都隨便你，我才不管。

quan tâm 動 關心

11 Chuyện của tôi không cần anh quan tâm!

我的事不用你管！

không cần 詞組 不需要

12 Tại sao tôi phải quan tâm?

我為什麼要在意呢？

01

Ừ!
嗯！

ừ 嘆 好、可以、行、對；可以用在於許場合、表示同意談話對象所說的話。

02

Được!
可以！

được 嘆 好、可以、行；表示發話者有能力或允許做某件事。

03

Tôi đồng ý.
我同意！

đồng ý 動 同意

04

Tôi hoàn toàn tán thành.
我完全贊成！

hoàn toàn 副 完全
tán thành 動 贊成

05

Không sai!
沒錯！

sai 形 錯

06

Đương nhiên rồi.
當然了！

đương nhiên 形 當然；跟「tất nhiên」、「dĩ nhiên」相似。

07

Không thành vấn đề!

沒問題！

vấn đề 名 問題

08

Quyết định vậy đi!

就這樣決定吧！

quyết định 動 決定

09

Quả là một ý kiến hay.

果然是一個好主意。

quả là 連 果然是
ý kiến 名 意見
hay 形 好、佳

10

Anh nói rất có lý. Tôi ủng hộ anh.

你講得很有道理。我支持你。

có lý 詞組 有理
ủng hộ 動 支持

11

Anh nói rất hay. Tôi cũng nghĩ vậy.

你說得好。我也這樣想。

vậy 代 這樣；代表前述的事、物
或眼前的事實。

12

Tôi đồng ý với quan điểm của anh.

我同意你的觀點。

Unit

12 反對

---

01 Không được.

不行！

> **không được** 詞組 不行、不可以；表示發話者沒有能力或不允許做某件事。

---

02 Tôi không đồng ý!

我不同意！

---

03 Chưa chắc.

不一定！

> **chưa chắc** 詞組 不一定；表示所講的事情並不是完全肯定的。

---

04 Hoàn toàn sai.

錯到底了。

---

05 Chắc chắn không phải!

一定不是！

> **chắc chắn** 動 一定；表示確定的判斷，與「nhất định」相似。
> **không phải** 詞組 不是

---

06 Không thể nào!

不可能！

> **không thể nào** 慣 不可能

07

Không thể nào chấp nhận được.

無法接受；說什麼都不行。

chấp nhận 動 接受

08

Tôi cảm thấy không thuyết phục.

我覺得很沒有說服力。

thuyết phục 動 說服

09

Tôi phản đối. Điều đó thật vô lý!

那件事太不合理了，我反對！

phản đối 動 反對
vô lý 形 無理

10

Làm sao có thể chấp nhận suy nghĩ như vậy?

怎麼可能接受這樣的想法？

suy nghĩ 名 想法

11

Đừng nói bậy. Không thể nào có chuyện đó.

沒有那樣的事，別亂講。

南 nói bậy / 北 nói bừa 動 亂講

12

Anh ấy không cho tôi nói.

他不准我說。

không cho (phép) 詞組 不允許、不准

309

01

Tôi xin anh!

我求求你！

xin 動 求、拜託

02

Đi mà!

拜託！

đi mà 慣 拜託；有帶著糾纏（死纏爛打）的語意，前接拜託做的動詞。

03

Xin cho qua!

借過一下！

xin 動 請、麻煩；置於祈使句句首，表示禮貌、謙虛的請求。
cho qua 動 借過

04

Làm ơn tránh ra!

請讓一讓！

làm ơn 動 麻煩；用於祈使句，置於動詞之前，表示禮貌、客氣地請他人協助。
tránh ra 動 讓開

05

Cứu tôi với!

救命啊！

cứu 動 救

06

Chị có thể giúp tôi không?

妳可以幫我嗎？

có thể 副 可以、能夠；置於動詞之前，表示有能力做某件事。用於疑問句時，表示請求的意思。
giúp 動 幫忙

07

Xin anh đừng đậu xe ở đây.

請你不要在這裡停車。

南 đậu xe / 北 đỗ xe 動 停車

08

Em làm vợ anh nhé!

妳當我老婆，好嗎？

vợ 名 妻子、太太
nhé 語助詞 好不好；置於祈使句句尾，強調要求，有親密感。

09

Anh làm ơn cho tôi gặp bà Lý.

請你讓我跟李太太見面。

làm ơn cho tôi 句型 麻煩讓我；表示很禮貌、客氣的要求。

10

Vui lòng tắt chuông điện thoại.

請把手機鈴聲關掉。

vui lòng 動 樂意；用於祈使句時，置於動詞之前，表示禮貌地請求聽者遵從自己提出的指示。
tắt 動 關
chuông điện thoại 名 電話鈴聲

11

Nhờ anh mua dùm tôi một hộp cơm.

請你幫我買一盒便當。

nhờ... dùm... 句型 託；麻煩（某對象）幫忙做…、給（另一個對象）…用於請別人幫忙的句子。
mua 動 買
hộp 名 盒子
cơm 名 飯

12

Tôi nghe không rõ. Anh có thể nói lại một lần nữa không?

我聽不清楚。你可以再說一遍嗎？

nghe 動 聽
rõ 形 清楚
một lần nữa 詞組 再一次

N04-14.MP3

---

01 Ở đây được hút thuốc.

這裡可以抽菸。

được 動 可以、允許
hút thuốc 動 抽菸

---

02 Xin lỗi, tôi có thể ngồi ở đây không?

不好意思,我可以坐這裡嗎?

ngồi 動 坐

---

03 Xin hỏi, tôi có thể vào không?

請問,我可以進去嗎?

vào 動 進去、進來

---

04 Anh phải có vé mới được vào.

你要有票才可以進去。

vé 名 票
mới 副 才

---

05 Tôi xin phép về trước.

不好意思,我先走囉!

xin phép 動 請求允許;表示客
氣、禮貌地問聽者的同意。通常
這句子用於聽者接近100%會同
意的情況下。

---

06 Ba mẹ cho phép tôi đi Đài Loan du học.

爸媽允許我去台灣留學。

cho phép 動 允許
du học 動 留學

07

Người Việt Nam muốn đi Đài Loan phải xin thị thực.

越南人若想去台灣，必須申請簽證。

phải 副 必須
xin 動 申請
thị thực 名 簽證

08

Hôm nay giám đốc cho chúng tôi về sớm.

今天經理讓我們提早下班。

giám đốc 名 經理
cho 動 讓
sớm 形 早

09

Sếp duyệt cho tôi nghỉ phép một tuần.

主管批准我請假一個禮拜。

sếp 名 主管、上司
duyệt 動 批准
nghỉ phép 動 放假

10

Kế hoạch đã được thông qua.

計劃通過了。

kế hoạch 名 計劃、方案
được 動 被；用於被動句，有正面的語義。
thông qua 動 通過

11

Anh được phép mang 10 ký hành lý xách tay.

你可以帶10公斤的手提行李。

được phép 動 可以
mang 動 帶
hành lý xách tay 名 手提行李

12

Chị ấy có quyền được biết thông tin này.

她有權知道這個消息。

có quyền 動 有權
thông tin 名 消息、資訊

01 Cấm hút thuốc.
禁止抽菸。

cấm 動 禁止

02 Cấm chụp hình.
禁止拍照。

chụp hình 詞組 拍照

03 Xin đừng đậu xe.
請勿停車。

xin đừng 詞組 請勿；跟「cấm」相比，「cấm」的程度較為強烈。

04 Không phận sự, miễn vào!
閒人勿入。

không phận sự 詞組 無權限
miễn 動 免

05 Không giẫm lên cỏ.
請勿踐踏草坪。

giẫm 動 踐踏
cỏ 名 草

06 Không vứt rác bừa bãi.
請勿亂丟垃圾。

vứt 動 扔、丟
rác 名 垃圾
bừa bãi 形 凌亂

07

Khu vực nguy hiểm. Cấm đến gần.

危險區域。禁止靠近。

khu vực 名 區域
nguy hiểm 形 危險
đến gần 動 靠近

08

Đường một chiều. Vui lòng quay đầu xe.

單行道，禁止進入（敬請調頭）。

đường một chiều 名 單行道
quay đầu xe 詞組 掉回頭

09

Phía trước đang thi công. Cấm vào.

前方施工。禁止進入。

phía trước 名 前面、前方
thi công 動 施工

10

Tôi không cho phép anh làm như vậy.

找个允許你這樣做。

không cho phép 詞組 不允許
như vậy 詞組 這樣

11

Tối nay em không được đi ra ngoài.

你今晚不可以外出。

không được 詞組 不可以
đi ra ngoài 詞組 外出

12

Tôi cấm anh làm việc đó.

我禁止你做那件事。

việc đó 詞組 那件事

N04-16.MP3

---

01 Chú ý!

注意！

chú ý 動 注意；當想引起他人的注意時，可以多講幾次「chú ý」。

---

02 Cẩn thận!

小心！

cẩn thận 形 小心；當用於警告意謂時，可以用「coi chừng」代替

---

03 Nguy hiểm!

危險！

nguy hiểm 形 危險

---

04 Coi chừng chó dữ!

小心惡犬！

chó 名 狗
dữ 形 兇

---

05 Coi chừng móc túi!

小心扒手！

móc 動 掏
túi 名 口袋

---

06 Chú ý: sàn trơn trượt dễ ngã!

小心地滑！

sàn 名 地板
trơn trượt 形 滑溜
dễ 形 容易
ngã 動 跌倒

07

Hãy đề cao cảnh giác!

請提高警覺！

đề cao 動 提高
cảnh giác 動 警覺

08

Khi nào đi anh nhớ khóa cửa nhé!

你出門時請記得鎖門哦！

khi nào 疑問代名詞 什麼時候、何時
nhớ 動 記得
khóa cửa 動 鎖門

09

Tôi cảnh cáo anh không được ăn hiếp em gái tôi.

我警告你不能欺負我妹。

cảnh cáo 動 警告
không được 詞組 不可以
南 ăn hiếp / 北 bắt nạt 動 欺負、霸陵
em gái 名 妹妹

10

Hãy đợi đấy!

你給我等著！

đợi 動 等
đấy 語助詞 呀、啦；強調前述事、物。

11

Mày coi chừng tao!

你給我小心一點！

coi chừng 動 小心、留意

12

Mày liệu hồn đó!

小心小命不保！

đó 語助詞 呀；強調前述事、物。

01

Cảm ơn!
謝謝！

cảm ơn 動 謝謝、感謝；後面可以加上代名詞強調向某個人表達謝意。

02

Cảm ơn rất nhiều!
很感謝你！

nhiều 形 多

03

Xin chân thành cảm ơn.
誠心地感謝你！

chân thành 形 真誠

04

Tôi rất biết ơn anh!
我很感謝你！

biết ơn 動 感激

05

Cảm ơn vì tất cả.
謝謝你所做的一切！

vì 連 因為、由於
tất cả 代 全部、所有

06

Cảm ơn anh đã luôn bên em.
謝謝你總是陪伴著我。

luôn 副 一直、總是
bên 動 陪伴

07

Vất vả rồi!

辛苦了！

vất vả 形 辛苦

08

Cảm ơn sự cố gắng của mọi người.

謝謝大家的努力。

cố gắng 動 努力；盡量

09

Tôi không biết nói gì hơn ngoài lời cảm ơn.

除了說謝謝之外，我就不知道該說什麼了。

hơn 形 勝過於、更
ngoài 連 除了、之外

10

Gửi lời cảm ơn của tôi đến cô ấy.

請代我跟她說謝謝。

gửi 動 寄、送
lời 名 話

11

Tôi không biết lấy gì đền đáp anh!

不知道怎麼報答你才好！

lấy 動 拿
đền đáp 動 報答

12

Đây là chút lòng thành của tôi, mong anh nhận lấy.

這是我一點心意，敬請笑納。

lòng thành 名 心意
mong 動 希望，與「hy vọng」相似。
nhận lấy 動 收取、接收
這句話為送禮物給他人時的謙虛用語。

01

Xin lỗi!

對不起！

> xin lỗi 動 對不起、不好意思、抱歉、道歉。在中文裡有「對不起」、「不好意思」、「抱歉」或「致歉」等道歉的表現，但是在越南語中只有「xin lỗi」一種。但「xin lỗi」一般沒有到很嚴重程度的事，越南人並不會講。

02

Thành thật xin lỗi!

誠心地道歉！

> thành thật 形 真心

03

Xin lỗi, tôi không cố ý.

對不起，我不是故意的。

> cố ý 動 故意

04

Xin lỗi, tôi đến trễ.

抱歉，我遲到了。

> 南 đến trễ / 北 đến muộn 動 遲到

05

Xin lỗi đã để anh đợi lâu.

對不起，讓你久等了。

> đợi 動 等；與「chờ」相似。

06

Xin lỗi vì sự bất tiện này.

抱歉造成您的不便。

> bất tiện 形 不便

320

07 Xin lỗi đã làm liên lụy đến mọi người.

對不起，連累大家了！

làm liên lụy 動 連累
mọi người 代 大家

08 Xin lỗi, tôi sẽ không tái phạm nữa.

對不起，我不會再犯了。

tái phạm 動 再犯

09 Hãy tha lỗi cho tôi.

請原諒我。

tha lỗi 動 原諒

10 Đừng giận nữa, em biết lỗi của mình rồi.

別再生氣了，我知道我錯了。

giận 動 生氣
lỗi 名 錯誤

11 Tất cả là lỗi tại tôi. Xin anh lượng thứ.

一切都是我的錯。請你原諒。

tất cả 代 一切
lượng thứ 動 原諒

12 Xin hãy chấp nhận lời xin lỗi của tôi.

請接受我的道歉。

chấp nhận 動 接受

01

Không sao!
沒關係！

không sao 價 沒關係；於回應他人對自己道歉時使用。

02

Không có chi!
不客氣！

không có chi 價 不客氣；於回應他人對自己感謝時使用，與「không có gì」相似。

03

Không cần cảm ơn!
不用謝！

không cần 詞組 不用、不必

04

Đừng khách sáo!
不客氣！

khách sáo 動 客氣

05

Có đâu!
哪裡！

có đâu 價 哪裡、哪會；用於客氣客套地回應他人的稱讚，也可以用來否定說者的意見。

06

Không dám!
不敢當！

dám 動 敢

07

Ngại quá!

很不好意思耶！

ngại quá 慣 很不好意思耶；用於客氣地接受他人好意的場合。

08

Nên như vậy mà!

這是應該的！

nên 副 應該
như vậy 代 這樣

09

Để tôi trả.

我來結帳。

trả 動 付、結帳；結帳時想請客時可以用這句。

10

Không cần đâu, tôi tự làm được rồi. Cảm ơn anh.

不用啦，我自己來就可以了。謝謝。

tự làm 詞組 自己做、自己來

11

Tôi ngại quá, không giúp gì được cho anh.

很不好意思，幫不上你什麼忙。

ngại 動 不好意思
giúp 動 幫忙

12

Mong anh không chê.

希望你不嫌棄。

chê 動 嫌棄

Unit
20 遺憾、後悔

01

Tôi sai rồi. Tôi cảm thấy rất hối hận.

我錯了。我覺得很後悔。

hối hận 動 後悔

02

Tôi hối hận vì không làm việc chăm chỉ.

我很後悔，因為沒認真工作。

làm việc 動 工作
chăm chỉ 形 認真、勤勞

03

Tôi hối hận quá, tôi muốn chuộc lỗi.

我好後悔，我想贖罪。

chuộc lỗi 動 贖罪

04

Tôi thật sự rất hối hận. Tôi muốn làm lại từ đầu.

我真的很後悔。我想要從頭來過。

thật sự 形 真的、實在
làm lại từ đầu 慣 從頭來過

05

Tôi nên nghe lời ông ấy.

我應該聽他的話。

nên 動 應該；置於動詞之前，表示勸聽者做某件事比較會有好的結果。
nghe lời 動 聽話

06

Tôi cảm thấy xấu hổ vì những gì đã làm.

我對我所做過的事感到丟臉。

xấu hổ 動 丟臉

07

Anh có thể cho tôi thêm một cơ hội nữa không?

你可以再給我一個機會嗎？

cho 動 給；表示給予對方某事、物的意思。
thêm 副 再加
cơ hội 名 機會

08

Tao biết lỗi rồi. Mày có thể tha thứ cho tao không?

我知道錯了。你可以原諒我嗎？

biết lỗi 動 知錯
tha thứ 動 寬恕、原諒

09

Nếu không tin tôi, thì anh nhất định sẽ hối hận!

如果你不相信我的話，你就一定會後悔！

nếu… (thì)… 句型 如果…就…
nhất định 副 一定

10

Bây giờ hối hận cũng không kịp rồi.

現在後悔也來不及了。

bây giờ 名 現在
cũng 副 也
không kịp 形 來不及；置於動詞之後，表示不夠時間或時間已過無法再往回做某件事或達不到某個程度的意思。

11

Tôi cảm thấy cắn rứt quá. Đáng lẽ tôi không nên làm vậy.

我覺得好內疚。我不應該這麼做的。

cắn rứt 動 愧疚、內疚
đáng lẽ 副 原本

12

Tiếc quá, bạn không thể tham gia cùng chúng tôi.

好可惜，你不能跟我們一起參加。

tiếc 形 可惜
tham gia 動 參加
cùng 副 一起；置於動詞之前或之後，表示一起做某件事。若置於動詞之前，第二個受詞前要加「với」。

01

Không sao, tôi không để bụng đâu.

沒關係，我不會在意的。

không sao 詞組 沒關係。於回應他人對自己道歉時使用，表示不在意。
để bụng 動 介意

02

Thôi được rồi, tôi tha lỗi cho anh.

好了，我原諒你。

thôi được rồi 詞組 好了。表示終於被說服、妥協了。

03

Anh yên tâm, tôi không trách anh đâu.

你放心，我不會怪你的。

trách 動 責怪

04

Không sao, ai cũng có lúc phạm sai lầm.

沒關係，人都有犯錯的時候。

phạm sai lầm 詞組 犯錯

05

Dù sao chuyện cũng qua rồi.

事情畢竟都已經過了。

dù sao 連 畢竟
qua 動 過

06

Tôi hiểu vì sao anh làm vậy.

我可以理解你為什麼要這麼做。

hiểu 動 懂、了解

07

Tôi có thể thông cảm chuyện này.

我可以諒解這件事。

thông cảm 動 諒解、同情

08

Không phải lỗi của anh, khỏi xin lỗi.

不是你的錯，不用道歉。

khỏi 動 不用、不需要。與「không cần」相似。

09

Anh biết lỗi là tốt rồi. Đừng tái phạm nữa nhé.

知錯就好了。別再犯了喲！

tái phạm 動 再犯

10

Chuyện đã lỡ rồi, đừng tự trách mình nữa.

畢竟事情都已經發生了，就別再怪自己了。

chuyện đã lỡ rồi 詞組 木已成舟
tự trách 動 自責

11

Tôi tha cho anh lần này, nhưng không có lần sau nhé.

我這次原諒你，可是不會再有下一次哦！

lần này 詞組 這次
lần sau 詞組 下一次

12

Hy vọng anh sẽ rút kinh nghiệm.

希望你能記取教訓。

hy vọng 動 希望
rút kinh nghiệm 動 吸取經驗

01

Tôi thề!

我發誓！

thề 動 發誓

02

Tôi hứa!

我承諾！

hứa 動 承諾

03

Anh hứa anh sẽ chăm sóc em suốt đời.

我答應我會照顧妳一輩子！

chăm sóc 動 照顧
suốt đời 副 一輩子

04

Tôi thề tôi không nói dối nửa lời!

我發誓絕對都是真的（我發誓沒有半個字是謊言）！

nói dối 動 說謊
nửa 名 一半

05

Tôi nhất định đến đúng giờ.

我一定準時到。

nhất định 副 一定
đúng giờ 副 準時

06

Tôi sẽ cố gắng hết sức!

我會盡力的！

cố gắng 動 努力
hết sức 副 盡力

07

Tôi đảm bảo sẽ hoàn thành công việc đúng hạn.

我保證按時完成工作。

đảm bảo 動 保證
hoàn thành 動 完成
đúng hạn 副 按時

08

Tôi nhất định không làm anh thất vọng.

我一定不會讓你失望的。

làm 動 讓
thất vọng 動 失望

09

Tôi cam đoan tuần sau sẽ trả tiền cho anh.

我保證下禮拜會把錢還給你。

cam đoan 動 承諾
tuần sau 副 下週
trả tiền 動 還錢

10

Tôi tuyệt đối không nuốt lời!

我絕不食言！

tuyệt đối 副 絕對
nuốt lời 動 食言

11

Tôi nói được làm được!

我說到做到！

nói 動 說
làm 動 做

12

Hãy tin tôi, tôi sẽ không thất hứa.

相信我，我不會反悔的。

thất hứa 動 反悔

01 **Tôi tin anh.**
我相信你。

tin 動 相信

02 **Tôi tuyệt đối tin cô ấy.**
我絕對相信她！

tuyệt đối 形 絕對

03 **Tôi tin cô ấy vô điều kiện.**
我無條件相信她。

vô điều kiện 詞組 無條件

04 **Anh không tin em thì tin ai?**
我不信妳要信誰呢？

05 **Em ấy là người tôi tín nhiệm nhất.**
她是我最信任的人。

tín nhiệm 動 信任
nhất 副 最；置於形容詞或動詞之後，表示最高的程度。

06 **Anh ấy là người đáng tin nhất.**
你是最可信任的人。

đáng tin 形 可信任的

07

Ngoài em ra, anh không tin ai cả.

除了你之外，我不相信任何人。

ngoài… (ra) 句型 除了…之外

08

Anh ấy rất có uy tín, chị yên tâm.

他這個人很講信用，妳放心吧！

uy tín 名 信譽

09

Tôi hoàn toàn không nghi ngờ về khả năng của anh.

我完全不懷疑你的能力。

nghi ngờ 動 懷疑
năng lực 名 能力

10

Chứng cứ rành rành, muốn không tin cũng không được.

鐵證如山，想不信也不行！

chứng cứ 名 證據
rành rành 形 活生生

11

Tôi rất có niềm tin nơi anh.

我對你很有信心。

niềm tin 名 信心

12

Mày là bạn tốt của tao, làm sao tao không tin mày được?

你是我的好朋友，我怎麼會不相信你呢！

bạn tốt 名 好朋友
làm sao 疑問代名詞 怎麼

Unit
24 懷疑

01

Thật không?
真的嗎?

thật không 詞組 真的嗎;用於確認剛剛講的事情。

02

Xạo!
屁啦!

xạo 動 少來、屁啦;表示說者不相信對方所提到的事。

03

Tào lao.
亂講。

tào lao 動 亂說;表示話者覺得對方在亂講或講些有的沒有的的東西。

04

Bớt giỡn.
少來。

bớt giỡn 詞組 少開玩笑;表示說者覺得對方在亂講或開玩笑。

05

Không thể nào. Anh nói đùa à?
不可能,你開玩笑吧?

nói đùa 動 鬥嘴、開玩笑

06

Em có chắc không?
你確定嗎?

chắc 動 確定

07

Thôi, anh hãy nói thật đi.

好吧，你實話實說吧！

nói thật 動 說實話

08

Tôi nghi chị ấy nói dối.

我懷疑她說謊。

nghi 動 懷疑；與「nghi ngờ」相似。

09

Sao anh có thể qua mặt tôi được.

你怎麼可以騙我。

qua mặt 動 騙

10

Tao có chết mới tin mày.

鬼才相信你嘞。

chết 動 死
mới 連 才

11

Tôi không tin anh đâu. Anh có bằng chứng không?

我不會相信你的。你有證據嗎？

bằng chứng 名 佐證

12

Thật tức cười, không thể nào có chuyện đó.

真好笑，那種事怎麼可能。

tức cười 形 好笑

Unit
25 推測

01

Hình như là vậy!

好像是那樣！

hình như 副 好像、似乎；常置於句首表示不確定的判斷。

02

Tôi nghĩ cô ấy sẽ không đến.

我在想他不會來。

nghĩ 動 想

03

Tôi đoán anh ấy thích chị.

我猜他喜歡妳。

đoán 動 猜
thích 動 喜歡

04

Tôi cá cô ấy sẽ rất bất ngờ!

我賭她一定會很驚訝。

cá 動 賭
bất ngờ 動 吃驚

05

Tôi tưởng anh là người Việt Nam.

我以為你是越南人。

tưởng 動 以為

06

Tôi cho rằng chúng ta nên xem xét kỹ.

我認為我們應該好好考慮才行。

cho rằng 動 認為
xem xét 動 考量
kỹ 形 仔細、細心

---

07 Có lẽ trời sắp mưa.

應該快下雨了！

có lẽ 副 也許、或許；常置於句首，表示不確定的主觀的判斷。
sắp 副 將要；置於動詞之前，表示即將要發生某事。

08 Có thể tuần sau tôi sẽ đi Đài Loan công tác.

我可能下禮拜去台灣出差。

có thể 副 可能；常置於句首，表示稍微確定的判斷。
công tác 動 出差

09 Nếu anh ấy biết chị đến, chắc là anh ấy ngạc nhiên lắm.

如果他知道妳要來，應該很驚訝。

chắc (là) 形 應該；表示判斷某件事情可能會發生，依情況「là」可以省略。
ngạc nhiên 動 驚訝

10 Ông ấy trông có vẻ rất nghiêm túc.

他看起來很嚴肅。

trông có vẻ 詞組 看起來
nghiêm túc 形 嚴肅、正經

11 Hình như ông ấy là giám đốc công ty này thì phải.

他好像是這間公司的經理。

hình như... thì phải 句型 好像、似乎；表示不確定的判斷，可以單獨只用「hình như」或「thì phải」皆可，亦或兩者合併為一個句型使用。

12 Sao em không ăn? Bộ không ngon hả?

妳為什麼不吃？是不是不好吃？

bộ... hả 句型 是不是…；用於猜測的疑問句。

01

Tôi có ý này.

我有一個想法。

ý 名 想法

02

Tôi khuyên anh đừng tin ông ấy.

我勸你別相信他！

khuyên 動 勸

03

Sao chúng ta không đi xem phim nhỉ?

我們何不去看電影呢？

xem phim 詞組 看電影
nhỉ 語助詞 置於句尾，表示確認對方的意願。

04

Hay là cuối tuần chúng ta đi ăn món Việt đi.

（再）不然我們週末去吃越式料理吧！

hay là 連 還是；置於句首，表示提出一項建議方案，並詢問對方的意見。
cuối tuần 名 週末
món Việt 名 越式料理

05

Tốt nhất anh không nên uống nhiều rượu.

你最好不要喝太多酒。

tốt nhất 連 最好
uống 動 喝
rượu 名 酒

06

Tôi nghĩ cái áo màu trắng hợp với anh hơn.

我在想白色的衣服比較適合你。

cái áo 名字 上衣
màu trắng 名 白色
hợp với 詞組 適合

07

Có lẽ nghỉ việc ở công ty đó sẽ tốt cho anh.

也許你辭掉那家公司的話，應該對你比較好。

nghỉ việc 動 離職
công ty 名 公司

08

Anh nên suy nghĩ kỹ rồi hãy quyết định.

你仔細考慮後再決定吧！

suy nghĩ 動 思想、考慮
rồi (hãy) 連 再；表示兩個連續發生的動作，「rồi」後述的動作會為發生於前述的動作之後。

09

Anh đừng vội, từ từ tìm cách giải quyết.

你別著急，慢慢找解決方法。

vội 動 著急
từ từ 副 慢慢來
tìm 動 找
cách giải quyết 名 解決方法

10

Tôi nói vậy cũng vì muốn tốt cho anh.

我這樣說也是為了你好。

vì 連 因為

11

Mọi người có góp ý gì không?

大家有什麼建議嗎？

góp ý 動 建議

12

Đề xuất của anh rất hay.

你的提議很不錯。

đề xuất 名 提議

N04-27.MP3

01

Thật mất lịch sự!

真沒禮貌！

lịch sự 形 禮貌
mất lịch sự 形 沒禮貌

02

Thật vô ý thức.

真沒水準。

ý thức 詞組 基本常識、水準
vô 副 無
vô ý thức 詞組 沒水準

03

Thật không biết lớn nhỏ!

真沒大沒小！

không biết lớn nhỏ 慣 沒大沒小

04

Anh thật quá đáng.

你好過分！

quá đáng 動 過分

05

Không còn gì để nói.

無話可說。

không còn 詞組 沒有

06

Đồ vô dụng.

廢物！

vô dụng 形 無用

07

Một chút lịch sự cũng không có.

你一點禮貌都沒有。

một chút 副 一點
một chút… cũng không…
句型 一點…也不…

08

Anh có biết phép lịch sự tối thiểu không?

你連基本的禮貌也不會嗎？

phép lịch sự 名 禮貌規矩
tối thiểu 形 基本的、最起碼

09

Cô làm vậy mà xem được à?

妳這樣做自己看得下去嗎？

xem được 詞組 看得下去

10

Anh nên tự kiểm điểm bản thân đi!

你該檢討自己吧！

tự 代 自己
kiểm điểm 動 檢討
bản thân 名 自己、本身

11

Đàn gảy tai trâu.

對牛彈琴！

đàn gảy tai trâu 成語 對牛彈琴

12

Tôi thấy cô ấy không có năng lực.

我覺得她沒有能力。

năng lực 名 能力

Unit
28 稱讚

01

Rất tốt.
很好。

02

Xuất sắc.
讚！（出色！）

xuất sắc 形 優秀

03

Trên cả tuyệt vời.
超級棒。

trên 介 上面
tuyệt vời 形 很棒

04

Anh làm tốt lắm.
你做得很好！

05

Món này ngon quá.
這道菜好好吃。

món [量詞] 道（菜）

06

Đẹp chịu không nổi.
漂亮到受不了。

chịu không nổi 詞組 受不了

07

Anh rất có tiềm năng.

你很有潛能。

tiềm năng 名 潛能

08

Anh thật biết ăn nói.

你真會講話。

biết ăn nói 詞組 會講話

09

Tôi rất tự hào vì anh.

我為你感到自豪！

tự hào 動 自豪
vì 連 因為

10

Sao anh nói tiếng Việt giỏi vậy?

你的越南語怎麼這麼好啊？

sao [疑問詞] 怎麼、為什麼

11

Anh ấy không những đẹp trai mà còn ga lăng nữa.

他不僅人帥而且體貼。

đẹp trai 形 帥
ga lăng 形 體貼

12

Anh quả thật không làm tôi thất vọng.

你果然沒讓我失望。

làm 動 讓、使、令
thất vọng 動 失望

Unit
29 勸慰

01

Yên tâm.

放心！

yên tâm 動 放心

02

Cố lên, tôi luôn ủng hộ anh.

加油，我會一直支持你。

ủng hộ 動 支持

03

Anh đừng quá đau lòng.

你不要太難過。

đau lòng 形 難過

04

Yên tâm đi, mọi chuyện sẽ ổn thôi.

放心吧，一切都會變好的。

yên tâm 動 放心

05

Đừng tự hù mình.

不要自己嚇自己了。

南 hù / 北 dọa 動 嚇

06

Anh nhất định tìm được ý trung nhân.

你一定能找到意中人。

tìm được 詞組 找到
ý trung nhân 名 意中人

07

Không sao đâu. Anh đừng lo lắng thái quá.

沒事啦，你別太過擔心了！

lo lắng 動 擔憂
thái quá 副 過度
lo lắng thái quá 詞組 太過擔心

08

Hãy là chính mình.

做自己吧！

09

Bình tĩnh đi, chuyện đâu còn có đó.

別擔心了（冷靜下來吧），船到橋頭自然直！

bình tĩnh 動 冷靜
chuyện đâu còn có đó 慣 船到橋頭自然直

10

Đừng lo lắng gì cả.

Bình tĩnh, tự tin, chiến thắng!

完全不用擔心。冷靜，拿出自信，就會勝利。

chiến thắng 動 戰勝

11

Thất bại là mẹ thành công.

失敗為成功之母。

這句是一句諺語
thất bại 動 失敗
thành công 動 成功

12

Đừng nản, vạn sự khởi đầu nan mà!

別灰心，萬事起頭難嘛！

nản 動 灰心
vạn sự khởi đầu nan 成語 萬事開頭難

Unit
30 祝福

01

Chúc chị sớm bình phục.

祝妳早日康復。

chúc 動 祝
sớm 形 早
bình phục 動 恢復

02

Chúc em sinh nhật vui vẻ.

祝你生日快樂。

vui vẻ 形 快樂、愉快
chúc… vui vẻ 句型 祝你…快樂；為越南語最簡單的祝福句，中間加某個節日名即可。

03

Chúc em ngày mới tốt lành.

祝妳有美好的一天。

ngày mới 詞組 新日子
tốt lành 形 美好

04

Chúc mừng năm mới.

新年快樂！

chúc mừng 動 祝賀
năm mới 名 新年

05

Chúc bạn thượng lộ bình an.

祝你一路平安（順風）。

thượng lộ bình an 成語 一路平安

06

Chúc anh dồi dào sức khỏe.

祝你身體健康。

dồi dào 形 充滿
sức khỏe 名 健康

07

Chúc anh gặp nhiều may mắn.

祝你好運。

may mắn 名 好運

08

Chúc anh công việc thuận buồm xuôi gió.

祝你在工作上一帆風順。

công việc 名 工作
thuận buồm xuôi gió 成語 一帆風順

09

Chúc anh mã đáo thành công.

祝你馬到成功。

mã đáo thành công 成語 馬到成功

10

Chúc anh chị trăm năm hạnh phúc.

祝你們兩位百年好合。

trăm năm 名 百年
hạnh phúc 形 幸福
trăm năm hạnh phúc 慣 百年好合

11

Chúc anh sớm sinh quý tử.

祝你早生貴子。

sinh 動 生（產）
quý tử 名 貴子
sớm sinh quý tử 慣 早生貴子

12

Chúc ông sống lâu trăm tuổi.

祝您長命百歲。

sống 動 活
lâu 形 久
trăm tuổi 名 百年
sống lâu trăm tuổi 慣 長命百歲

5

會話課
情境模擬生活會話

Unit 01 寒暄介紹

 01 打招呼

N05-01-01.MP3

study 1 常用短句

01. Xin chào!	你好！
02. **Ngủ**① **ngon**②.	晚安！
03. Bạn **khỏe**③ không?	你好嗎？
04. Tôi rất khỏe. Còn bạn?	我很好。你呢？
05. Rất **vui**④ được **quen**⑤ bạn.	很高興認識你。
06. **Lâu**⑥ quá không **gặp**⑦!	好久不見！
07. Dạo này⑧ bạn thế nào?	你最近如何？
08. **Công việc**⑨ của bạn **bận**⑩ không?	你工作忙嗎？
09. Cho tôi gửi lời **hỏi thăm**⑪ ba mẹ bạn nhé.	請代我向你父母問好。

單字

① ngủ 動 睡覺
② ngon 形 好吃、好睡
③ khỏe 形 健康
④ vui 形 開心、高興
⑤ quen 動 認識
⑥ lâu 形 久
⑦ gặp 動 見
⑧ dạo này 名 最近
⑨ công việc 名 工作
⑩ bận 形 忙
⑪ hỏi thăm 動 問好

文法

★ 越南語打招呼：越南語最普遍的打招呼是chào（你好）。這個詞不分性別、年齡、時間點都能廣為應用。越南語口語中常把適當的第二人稱代名詞置於「chào」後面。如：chào anh、chào chị、 chào ông…。如果想表示禮貌前面加一個字「xin」。

★ cũng 副：也。表示後述的事實跟前述的內容有一致性。

★ đều 副：都。

★ cho tôi… 句型：表示請求讓自己做某件事。

348

study 2 情境會話

對話1 初次見面

Bảo: Xin *chào.　　　　　　　　　小寶：妳好！

Ngọc: Chào bạn. Bạn tên gì?　　　小玉：你好。你叫什麼名字？

Bảo: Mình tên Bảo. Còn bạn?　　　小寶：我叫阿寶。你呢？

Ngọc: Mình tên Ngọc. Rất vui được quen bạn.　小玉：我叫小玉。很高興認識你。

Bảo: Mình *cũng rất vui được quen bạn.　小寶：我也很高興認識妳。

對話2 熟人之間

Anh Minh: Chị Trang, lâu quá không gặp. Dạo này chị thế nào?　明哥：妝姊，好久不見。妳最近怎麼樣？

Chị Trang: Tôi bình thường. Còn anh?　妝姊：我還好。你呢？

Anh Minh: Tôi cũng khỏe. Cảm ơn chị.　明哥：我也很好。謝謝妳。

Chị Trang: Công việc của anh bận không?　妝姊：你的工作忙嗎？

Anh Minh: Công việc của tôi không bận lắm.　明哥：還好，我工作不會很忙。

對話3 轉達問候

Chị Thu: Lâu quá không gặp ba mẹ chị. Ông bà khỏe không, chị?　秋姊：好久沒見到妳父母了。他們的身體好嗎？

Chị Hương: Ba mẹ tôi *đều rất khỏe. Cảm ơn chị. *Cho tôi gửi lời hỏi thăm ba mẹ chị nghe.　香姊：我的父母都很好。謝謝妳。請代我向妳父母問好。

Chị Thu: Tôi sẽ chuyển lời. Cảm ơn chị rất nhiều.　秋姊：我會轉告的。很感謝妳。

02 介紹

N05-01-02.MP3

study 1 常用短句

01. Bạn **tên**① gì?	你叫什麼名字。
02. **Đây là**② bạn học của tôi.	這是我的同學。
03. Tôi xin **tự**③ **giới thiệu**④.	請容我自我介紹一下。
04. Bạn là người **nước**⑤ nào?	你是哪國人？
05. Bạn **sống**⑥ ở đâu?	你住哪裡？
06. Bạn **làm**⑦ **nghề**⑧ gì?	你做什麼工作？
07. Bạn mấy **tuổi**⑨?	你幾歲？
08. **Số điện thoại**⑩ của bạn bao nhiêu?	你電話號碼幾號？
09. Bạn có **gia đình**⑪ chưa?	你結婚了嗎？
10. Đây là **danh thiếp**⑫ của tôi.	這是我的名片。

單字

① tên 名 名字
② đây là 詞組 這是
③ tự 副 自己
④ giới thiệu 動 介紹
⑤ nước 名 國家
⑥ sống 動 住
⑦ làm 動 做
⑧ nghề 名 職業
⑨ tuổi 名 歲
⑩ số điện thoại 名 電話號碼
⑪ gia đình 名 家庭
⑫ danh thiếp 名 名片

文法

★ 關於越南人的稱呼：越南人稱呼他人時，不會稱呼他人的姓。所以介紹時直接說名字或墊名加名字。

★ đây là… 句型：這是…。表示指定介紹某人或某物。

★ tự 代：自己。置於動詞前，表示由自己做某事。

★ nào 疑問代名詞：哪個。

study2 情境會話

對話1 介紹朋友

Bảo: Vỹ, *đây là Ngọc, bạn gái của mình.

阿寶：阿偉，這位是我的女朋友，小玉。

Ngọc: Mình xin *tự giới thiệu, mình tên là Ngọc, là bạn gái của Minh.

阿玉：我自我介紹一下，我叫小玉，是阿明的女朋友。

Vỹ: Mình là Vỹ, là bạn học của Minh. Rất vui được biết Ngọc.

阿偉：我是阿偉，是阿明的同學。很高興認識妳。

Ngọc: Mình cũng vậy.

阿玉：我也是。

對話2 詢問國籍

Anh Vỹ: Chào chị Hương. Chị là người nước *nào?

偉哥：香姊，妳好。妳是哪國人？

Chị Hương: Tôi là người Việt Nam. Còn anh, anh từ đâu đến?

香姊：我是越南人，你呢？你從哪裡來的？

Anh Vỹ: Tôi từ Đài Loan đến.

偉哥：我從台灣來的。

Chị Hương: Thì ra là vậy.

香姊：原來如此。

對話3 詢問電話

Anh Tân: Chị Thu, chị có thể cho tôi số điện thoại không?

新哥：秋姊，妳可以給我電話號碼嗎？

Chị Thu: Được chứ. Đây là danh thiếp của tôi. Còn số điện thoại anh số mấy?

秋姊：可以啊！這是我的名片。那你的電話號碼是幾號？

Anh Tân: Số của tôi là 0979-220-489. Chị add Zalo tôi nhé.

新哥：我的是0979-220-489。妳加我 Zalo 吧！

Chị Thu: Chắc chắn.

秋姊：OK。

Unit
02 日常生活

 01 **時間**

N05-02-01.MP3

study 1 常用短句

01. **Bây giờ**① là mấy giờ?	現在幾點了？
02. 9 giờ **đúng**②.	九點整。
03. 8 **giờ**③ 45 **phút**④.	八點四十五分。
04. 9 giờ **kém**⑤ 15.	差十五分鐘九點。
05. 9 giờ **rưỡi**⑥.	九點半。
06. Khi nào anh ấy **đến**⑦?	他什麼時候到？
07. Mấy giờ bạn **về**⑧?	你幾點回去？
08. Xin lỗi, tôi **đến trễ**⑨.	對不起，我遲到了。
09. Nhớ đến **đúng giờ**⑩ nhé.	記得要準時哦！
10. Không được **trễ giờ**⑪ đấy!	不可以遲到哦！

單字

① bây giờ 名 現在
② đúng 形 整、正確
③ giờ 名 點、小時
④ phút 名 分鐘
⑤ kém 形 差
⑥ rưỡi 名 半
⑦ đến 動 到、來
⑧ về 動 回去
⑨ 南 đến trễ / 北 đến muộn 詞組 遲到
⑩ đúng giờ 形 準時
⑪ trễ giờ 形 遲

文法

★ 越南語的時間說法：除了跟中文一樣，用幾點（giờ）幾分（phút）或整（đúng），越南語還有一種表達是用 kém（差）一詞。Kém 是用後面還差幾分才到前面的鐘頭的表現。

★ mấy 疑問代名詞：幾。用於詢問可數的數量。

★ khi nào 疑問代名詞：何時。置於句首表示詢問還沒發生的事情的時間；置於句尾則問已經發生的事情的時間。

study2 情境會話

對話1 相約見面

Tùng: Chủ nhật Yến rảnh không?　　　　小松：小燕，妳週日有空嗎？

Yến: Mình rảnh. Có việc gì không, Tùng?　小燕：有啊。有什麼事嗎？

Tùng: Mình muốn rủ Yến đi xem phim.　　小松：我想找妳去看電影。

Yến: Hay quá. *Mấy giờ vậy?　　　　　小燕：太好了。幾點呢？

Tùng: 6 giờ tối ở rạp Cinemax.　　　　小松：晚上六點，在Cinemax電影院。

Yến: OK. Mình sẽ đến đúng giờ.　　　　小燕：OK。我會準時到。

對話2 遲到

Chị Ha: Xin lỗi, tôi đến trễ.　　　　　霞姊：對不起，我遲到了。

Anh Hoàng: Sao giờ này chị mới đến?　　煌哥：妳為何現在才到？

Chị Hà: Đường kẹt xe quá. Anh thông cảm.　霞姊：路上塞車。請見諒。

Anh Hoàng: Lần sau chị nhớ đến đúng giờ nhé.　煌哥：下次妳記得準時到哦。

Chị Hà: Tôi biết rồi. Cảm ơn anh.　　　霞姊：我知道了。謝謝你。

對話3 詢問時間

Anh Hùng: Xin hỏi, bây giờ là mấy giờ?　雄哥：請問，現在幾點了？

Anh Dũng: Bây giờ là 9 giờ kém 15.　　勇哥：現在九點整。

Anh Hùng: Anh biết *khi nào giám đốc đến không?　雄哥：你知道經理幾點到嗎？

Anh Dũng: Khoảng 9 giờ rưỡi ông ấy đến.　勇哥：他大概九點半到。

02 節日

N05-02-02.MP3

study 1 常用短句

01. **Hôm nay**① **ngày**② mấy?　　　　　今天幾號？

02. Hôm nay ngày 22 **tháng**③ 4 **năm**④ 2020.　今天是2020年4月22日。

03. Hôm nay **mùng**⑤ mấy?　　　　　今天（農曆）初幾？

04. **Hôm qua**⑥ thứ mấy?　　　　　昨天星期幾？

05. Khi nào **nghỉ**⑦ **tết**⑧?　　　　什麼時候過（農曆）年？

06. Bạn nghỉ tết mấy ngày?　　　　你春節放幾天？

07. **Tết Trung thu**⑨ ngày mấy?　　　中秋節是幾號？

08. **Tết Thanh minh**⑩ có được nghỉ không?　清明節有放假嗎？

09. Ngày 2 tháng 9 là **Quốc khánh**⑪ Việt Nam.　9月2日是越南的國慶日。

10. **Ngày mai**⑫ là **sinh nhật**⑬ của chị ấy.　明天是她的生日。

單字

① hôm nay 名 今天
② ngày 名 天、日子
③ tháng 名 月份
④ năm 名 年
⑤ 南 mùng / 北 mống 名 （農曆）初
⑥ hôm qua 名 昨天
⑦ nghỉ 動 放假、休息
⑧ tết 名 農曆春節
⑨ tết Trung thu 名 中秋節
⑩ tết Thanh minh 名 清明節
⑪ Quốc khánh 名 國慶日
⑫ ngày mai 名 明天
⑬ sinh nhật 名 生日

文法

★ 越南語的日期說法：用越南語敘述日期時，順序為「日／月／年」，而且數字會置於日、月、年這些字前面。例如：2020年9月15日的越南語是 ngày 15 tháng 9 năm 2020。月份也是用一到十二的數字，不過四月不唸「bốn」而唸「tư」。

★ 越南語的星期說法：越南語的星期說法也用數字來代表，但比較特別的是禮拜一是講thứ 2，並不是 thứ 1。所以禮拜二是 thứ 3…，但禮拜三是 thứ 4，唸法是「thứ tư」。禮拜日是唸「chủ nhật」。

★ mùng 名：初。指農曆的初一到初十。

study2 情境會話

對話1 詢問日期

Yến: Tùng ơi, hôm nay ngày mấy?

小燕：小松，今天幾號？

Tùng: Hôm nay *ngày 19 tháng 8.

小松：今天8月19號。

Yến: Vậy à. Ngày mai là sinh nhật của Vỹ, phải không?

小燕：是哦。明天是小偉的生日，是嗎？

Tùng: Đúng rồi. Xém chút mình quên.

小松：對呦，我差點忘記了。

對話2 詢問星期

Chị Hà: Anh Hoàng, hôm nay thứ mấy?

霞姊：煌哥，今天禮拜幾？

Anh Hoàng: Hôm nay *thứ tư.

煌哥：今天禮拜三。

Chị Hà: Tôi tưởng hôm nay thứ năm.

霞姊：我以為今天是禮拜四。

Anh Hoàng: Chị nhớ sai rồi.

煌哥：妳記錯了。

Chị Hà: Dạo này tôi đãng trí quá.

霞姊：最近我的記憶好差⋯

對話3 詢問節、假日

Anh Dũng: Tết anh định làm gì?

勇哥：過年你打算做什麼？

Anh Hùng: *Mùng 1 và mùng 2 tôi đi chúc tết họ hàng. Mùng 3 tôi đi du lịch.

雄哥：初一和初二我要去親戚家拜年。初三我會去旅遊。

Anh Dũng: Anh đi đâu du lịch?

勇哥：你要去哪裡旅遊呢？

Anh Hùng: Tôi đi Thái Lan du lịch.

雄哥：我要去泰國旅遊。

Anh Dũng: Anh đi bao lâu?

勇哥：你去多久？

Anh Hùng: Tôi đi 4 ngày 3 đêm.

雄哥：我會去四天三夜。

03 天氣

study 1 常用短句

01. Ngày mai **thời tiết**① thế nào? — 明天天氣如何？

02. Ngày mai thời tiết rất tốt. — 明天天氣很好。

03. Hình như trời sắp **mưa**②. — 好像快下雨了。快下雨了。
   Đi ra ngoài nhớ mang **dù**③. — 出門記得帶傘。

04. **Dự báo thời tiết**④ nói cuối tuần có **bão**⑤. — 天氣預報說週末有颱風。

05. **Nhiệt độ**⑥ ngày mai khoảng bao nhiêu? — 明天的溫度大概多少？

06. Nhiệt độ khoảng 35 độ C. — 溫度大概35度C。

07. **Khí hậu**⑦ Việt Nam rất **nóng**⑧. — 越南的氣候炎熱。

08. Đài Loan có 4 **mùa**⑨: xuân, hạ, thu, đông. — 台灣有春、夏、秋、冬四季。

09. Trời bắt đầu **lạnh**⑩ rồi. Bạn nhớ **mặc**⑪ áo ấm⑫. — 天氣開始冷了。你記得穿暖一點。

單字

① thời tiết / trời 名 天氣
② mưa 名 雨
③ 南 dù / 北 ô 名 傘
④ dự báo thời tiết 名 天氣預報
⑤ bão 名 颱風
⑥ nhiệt độ 名 溫度
⑦ khí hậu 名 氣候
⑧ nóng 形 熱、燙
⑨ mùa 名 季節
⑩ lạnh 形 冷
⑪ mặc 動 穿
⑫ áo ấm 名 大衣

文法

★ để + 第一人稱代名詞 + 動詞 句型：讓我來…。表示話者提議自願做某事。

★ đừng 動：別、不要、請勿。置於動詞前，表示禁止或勸聽者不要做某件事情。

★ dã man 副：超級。置於形容詞之後，表示強調至高的程度。

★ sắp 副：將要、快。置於動詞前面，表示馬上就要發生的動作。

★ có thể 形：可能。置於句首，表示不確定的判斷。

study2 情境會話

對話1 下雨

Tùng: Trời mưa to quá. Yến có mang dù không?

小松：雨好大。小燕，妳有帶傘嗎？

Yến: Mình quên đem dù rồi.

小燕：我忘記帶傘了。

Tùng: *Để mình đến cửa hàng tiện lợi mua áo mưa cho Yến.

小松：我去便利商店買雨衣給妳。

Yến: Cảm ơn Tùng nhiều lắm.

小燕：很感謝你哦，小松。

Tùng: *Đừng khách sáo.

小松：不客氣。

對話2 天氣炎熱

Huy: Hôm nay trời nóng quá.

小輝：今天天氣好熱。

Hoàng: Ừ, nhiệt độ bên ngoài bây giờ là 35 độ C.

小煌：對啊，外面的溫度現在是35度。

Huy: Nóng *dã man. Hay là chúng ta đi bơi đi.

小輝：超熱的。還是我們去游泳吧！

Hoàng: Ý kiến hay đó.

小煌：這意見不錯。

對話3 天氣寒冷

Chị Hà: Mùa đông *sắp đến rồi.

霞姊：冬天快到了。

Chị Lan: Dự báo thời tiết nói tuần sau trời sẽ chuyển lạnh, *có thể có tuyết nữa.

蘭姊：天氣預報說下禮拜天氣會變冷，可能還會下雪。

Chị Hà: Vậy chúng ta nên chuẩn bị áo ấm.

霞姊：那我們應該準備大衣吧！

Chị Lan: Tôi nghĩ chúng ta nên mua thêm máy sưởi nữa.

蘭姊：我想我們應該要添購電暖器。

Chị Hà: Đúng rồi. Ngày mai chúng ta đi mua chung đi.

霞姊：沒錯。明天我們一起去吧！

04 起床

study 1 常用短句

01. **Thức dậy**①! Đừng **ngủ nướng**② nữa. 　　起床！別再賴床了。

02. Chết, tôi **ngủ quên**③ rồi. 　　死了，我睡過頭了。

03. Tôi thường thức dậy lúc 7 giờ sáng. 　　我常常七點起床。

04. Buổi sáng tôi thường dậy sớm **tập thể dục**④. 　我早上常早起做晨運。

05. Tôi **đặt đồng hồ reo**⑤ 6 giờ sáng. 　　我設定了早上六點的鬧鐘。

06. Nhờ bạn **gọi**⑥ tôi dậy lúc 6 giờ sáng. 　　麻煩你早上六點叫我起來。

07. Tối qua bạn ngủ ngon không? 　　你昨晚睡得好嗎？

08. Tối qua tôi gặp **ác mộng**⑦. 　　我昨晚作噩夢。

09. Tối qua tôi bị **mất ngủ**⑧. 　　我昨晚睡不著（失眠）。

10. Bây giờ **buồn ngủ**⑨ quá. 　　現在很睏。

11. Tôi có thói quen **ngủ trưa**⑩. 　　我有午睡的習慣。

12. **Thức khuya**⑪ **dậy sớm**⑫. 　　晚睡早起。

單字

- ① thức dậy 動 起床
- ② ngủ nướng 動 賴床
- ③ ngủ quên 動 睡過頭
- ④ tập thể dục 動 做運動
- ⑤ đặt đồng hồ reo 詞 設定鬧鐘
- ⑥ gọi 動 叫
- ⑦ ác mộng 名 噩夢
- ⑧ mất ngủ 動 失眠
- ⑨ buồn ngủ 形 睏
- ⑩ ngủ trưa 動 午睡
- ⑪ thức khuya 動 熬夜
- ⑫ dậy sớm 動 早起

文法

★ mà 語氣詞：嘛。置於句尾，表示肯定前述的事情。

★ không… chút nào 句型：一點也不…

★ nhờ 動：用於祈使句，表示麻煩他人協助後述的事項。

★ lúc 介：在。放在點鐘之前。若時間點置於動詞前時可省略「lúc」。

★ để 介：為了。「để」後方的內容為前述行為的目的。

study2 情境會話

對話1 叫醒

Mẹ: Yến, thức dậy. 7 giờ hơn rồi.

Yến: Hôm nay là chủ nhật *mà, mẹ. Cho con ngủ thêm chút nữa đi.

Mẹ: Thức dậy đi ăn sáng với cả nhà. Mọi người đang chờ con đó.

Yến: Dạ, được rồi. Chờ con một chút, con rửa mặt xong sẽ xuống ngay.

媽媽：小燕，起床。七點多了。

小燕：媽，今天是禮拜日。讓我再睡一下吧。

媽媽：起床跟大家吃早餐。大家在等妳呢！

小燕：好了。等我一下。我洗完臉就馬上下去。

對話2 失眠

Anh Huy: Tối qua anh ngủ ngon không?

Anh Hoàng: *Không ngon chút nào. Tôi bị mất ngủ.

Anh Huy: Sao vậy? Lạ chỗ hả?

Anh Hoàng: Chắc vậy. Bây giờ tôi thấy buồn ngủ quá.

Anh Huy: Hay là anh ngủ thêm chút nữa đi.

Anh Hoàng: Ừ. *Nhờ anh 9 giờ kêu tôi thức dậy nhé.

輝哥：你昨天睡得好嗎？

煌哥：一點也不好。我失眠。

輝哥：為何？不習慣嗎？

煌哥：應該吧。現在我覺得好睏。

輝哥：還是你再睡一下吧！

煌哥：嗯。麻煩你九點叫我起來吧。

對話3 談論早起

Chị Hà: Chị thường thức dậy *lúc mấy giờ?

Chị Lan: Ngày nào tôi cũng thức lúc 5 giờ sáng.

Chị Hà: Chị thức sớm không mệt à?

Chị Lan: Không, tôi quen rồi.

Chị Hà: Chị thức sớm vậy *để làm gì?

Chị Lan: Tôi tập thể dục, sau đó chuẩn bị đồ ăn sáng cho cả nhà.

Chị Hà: Chị thật đảm đang.

Chị Lan: Không dám. Chị quá khen rồi.

霞姊：妳常常幾點起床？

蘭姊：我每天都五點起床。

霞姊：妳起床那麼早不累嗎？

蘭姊：不，我習慣了。

霞姊：妳這麼早起床幹嘛？

蘭姊：我做運動。然後為家人準備早餐。

霞姊：妳真賢慧。

蘭姊：不敢當。妳過獎了。

05 日間活動

study 1 常用短句

01. Tôi thường thức dậy lúc 7 giờ sáng. 　我常常早上七點起床。

02. Tôi không bao giờ **ăn sáng**① ở ngoài. 　我都不會在外面吃早餐。

03. Tôi thường **đi làm**② lúc 8 giờ sáng, 　我常常早上八點上班，
    và **tan ca**③ lúc 5 giờ chiều. 　下午五點下班。

04. Sau khi tan ca, tôi phải đi đón con. 　下班之後，我要去接小孩。

05. Thỉnh thoảng tôi phải **tăng ca**④. 　我偶爾要加班。

06. Mỗi ngày tôi đều đi **chạy bộ**⑤ trong 　每天我都在公園跑步。
    công viên.

07. Buổi tối tôi thường ở nhà **xem ti vi**⑥ 　我晚上常在家看電視或上網。
    hoặc **lên mạng**⑦.

08. Có khi tôi **đi nhậu**⑧ hoặc uống cà phê 　有時候我跟朋友去喝酒或喝咖啡。
    với bạn.

09. Tôi ít khi đi ngủ trước 11 giờ. 　我很少十一點前睡覺。

10. Cuối tuần, cả nhà tôi thường đi 　我們週末偶爾去百貨公司。
    trung tâm **mua sắm**⑨.

單字

① ăn sáng 詞組 吃早餐
② đi làm 動 去上班
③ tan ca 動 下班
④ tăng ca 動 加班
⑤ chạy bộ 動 跑步
⑥ xem ti vi 動 看電視
⑦ lên mạng 動 上網
⑧ đi nhậu 動 去喝酒
⑨ mua sắm 動 購物

文法

★ khi… 句型：…的時候

★ hoặc 連：或是。用於肯定句。

★ hay 連：還是、或是。用於疑問句
　或肯定句。

★ 動詞 + xong 句型：完。表示完成前
　述動作。

★ nói thật 動：說實話

★ sau khi… 句型：…之後。

★ sau đó 連：然後

study 2 情境會話

對話1 休閒活動

Tùng: *Khi rảnh Yến thường làm gì?

小松：小燕，有空的時候妳常做什麼？

Yến: Mình thường đọc sách *hoặc lên mạng. Còn Tùng?

小燕：我常看書或上網。你呢？

Tùng: Mình hay nghe nhạc hoặc xem phim.

小松：我常聽音樂或看電影。

Yến: Tùng thường xem phim ở nhà *hay ở rạp?

小燕：你常在家還是在電影院看電影？

Tùng: Mình hay xem phim ở nhà, nhưng thỉnh thoảng mình cũng đi rạp xem phim với bạn bè.

小松：我常在家看電影，但是偶爾我也跟朋友去電影院看。

對話2 喝酒

Anh Huy: Anh Hoàng, anh có thường đi nhậu không?

輝哥：黃哥，你常去喝酒嗎？

Anh Hoàng: *Vì tôi thường đi tiếp khách hàng nên hầu như ngày nào tôi cũng đi nhậu.

黃哥：因為我常招待客人所以幾乎每天都去。

Anh Huy: Nhậu *xong các anh thường làm gì?

輝哥：喝完酒你們常做什麼？

Anh Hoàng: Nhậu xong khách hàng thường rủ tôi đi karaoke.

黃哥：喝完酒客人常叫我去 KTV。

Anh Huy: Như vậy chắc mệt lắm hả?

輝哥：這樣應該很累吧？

Anh Hoàng: Mệt chứ. *Nói thật tôi không muốn đi nhưng bất đắc dĩ.

黃哥：當然累啊。說實話我不想去但是不得不去。

對話3 下班後

Chị Hà: Chị Lan, *sau khi tan ca chị có bận gì không?

霞姊：蘭姊，下班後妳有忙什麼嗎？

Chị Lan: Có. Sau khi tan ca tôi phải đi rước con, *sau đó về nhà nấu cơm. Có chuyện gì không, chị Hà?

蘭姊：下班後我得去接小孩，然後回家煮飯。有什麼事嗎？

Chị Hà: Chị bận quá ta? Tôi tính rủ chị đi siêu thị.

霞姊：妳這麼忙哦。我想說找妳一起去吃飯。

Chị Lan: Xin lỗi, chắc tôi không đi được rồi. Hẹn chị hôm khác nha.

蘭姊：抱歉，我應該去不了了。改天約妳吧！

361

Unit

03 朋友之間

01 談論家庭

N05-03-01.MP3

study1 常用短句

01. Nhà bạn có mấy người? — 你家有幾個人？

02. Bạn có **anh chị em**① không? — 你有兄弟姊妹嗎？

03. Bạn là **con một**② à? — 你是獨生子喔？

04. Ba tôi là bác sĩ, còn mẹ tôi là nội trợ. — 我爸是醫生，我媽是家庭主婦。

05. Em trai tôi học lớp 9. — 我弟弟唸國三。

06. Bạn có **gia đình**③ chưa? — 你結婚了嗎？

07. Tôi còn độc thân④. — 我還單身。

08. Chúng tôi **quen nhau**⑤ được 3 năm rồi. — 我們已經交往三年了。

09. Bạn có mấy con rồi? — 你有幾個小孩了？

10. Tôi có một con trai và một con gái. — 我有一個兒子和一個女兒。

11. Con gái chị rất **giống**⑥ mẹ. — 妳女兒很像她媽媽。

12. Tháng sau tôi **kết hôn**⑦. — 我下個月結婚。

單字

① anh chị em 名 兄弟姐妹
② con một 名 獨生子
③ gia đình / nhà 名 家庭
④ độc thân 形 單身
⑤ quen nhau 動 交往
⑥ giống 形 像
⑦ kết hôn 動 結婚

文法

★ còn 連：則。連接兩件不同樣的事情。

★ 形容詞 + lắm 句型：很…。表示程度高。

★ …chưa 句型：…了嗎。詢問某件事情是否已經發生的疑問詞。

★ còn 副：還。表示某件事情的狀態仍然存在。

study 2 情境會話

對話1 詢問家庭成員

Tuấn: Nhà bạn có mấy người?

Phương: Nhà mình có 4 người: ba, mẹ, em trai, em gái và mình.

Tuấn: Em bạn học lớp mấy rồi?

Phương: Em trai mình học lớp 2, *còn em gái mình chỉ mới 2 tuổi thôi.

Tuấn: Thích quá. Mình là con một, không có anh chị em. Mình rất thích có em.

小俊：妳家有幾個人？

小芳：我家有四個人，有爸爸、媽媽、弟弟、妹妹和我。

小俊：妳弟弟、妹妹幾年級了？

小芳：弟弟唸小二，妹妹才只有兩歲而已。

小俊：真好！我是獨生子，沒有兄弟姊妹。我很喜歡有弟妹。

對話2 詢問職業

Anh Cường: Xin hỏi, anh làm nghề gì?

Anh Hải: Tôi là nhân viên kinh doanh.

Anh Cường: Tôi nghe nói làm nhân viên kinh doanh áp lực *lắm, phải không?

Anh Hải: Không sai. Tuy áp lực cao nhưng tôi rất thích vì tôi có thể quen biết nhiều người.

強哥：請問，你做什麼工作的？

海哥：我是業務人員。

強哥：我聽說當業務的工作壓力很大，對嗎？

海哥：沒錯。但因為我可以認識很多人，所以雖然壓力大我還是很喜歡。

對話3 詢問婚姻狀況

Anh Thịnh: Em kết hôn *chưa?

Chị Tâm: Dạ, chưa. Em *còn độc thân.

Anh Thịnh: Anh cũng vậy. Em có cần anh giới thiệu người yêu cho em không?

Chị Tâm: Dạ, được vậy thì tốt quá.

Anh Thịnh: Em thích ý trung nhân thế nào?

Chị Tâm: Dễ nhìn và tốt với em là được.

Anh Thịnh: Giống anh, được không?

盛哥：妳結婚了嗎？

心姊：還沒。我還單身。

盛哥：我也單身。妳需要我介紹對象給妳嗎？

心姊：這樣太好了。

盛哥：妳的意中人是怎麼樣的人呢？

心姊：看得順眼和對我好就好了。

盛哥：像我這樣的話，可以嗎？

02 談論愛好

study 1 常用短句

01. **Sở thích**① của bạn là gì.	你的興趣是什麼？
02. Tôi thích đi **du lịch**②.	我很喜歡去旅遊。
03. Bạn thích môn **thể thao**③ gì?	你喜歡什麼運動？
04. Tôi thích **bóng chày**④ nhất.	我最喜歡棒球。
05. Tôi không thích xem ti vi lắm.	我不太喜歡看電視。
06. Ba tôi rất **ghiền**⑤ **bóng đá**⑥.	我爸爸很愛足球。
07. Tôi rất **mê**⑦ món ăn Việt Nam.	我很迷越南菜。
08. Phở là món ăn mà tôi thích nhất.	河粉是我最喜歡的料理。
09. Tôi thích ăn **bánh mì**⑧ hơn **bánh bao**⑨.	我喜歡麵包勝過於包子。
10. **Thần tượng**⑩ của bạn là ai?	你的偶像是誰？

單字

① sở thích 名 興趣
② du lịch 名 旅遊
③ thể thao 名 體育
④ bóng chày 名 棒球
⑤ ghiền 動 上癮
⑥ bóng đá 名 足球
⑦ mê 動 迷上
⑧ bánh mì 名 法國麵包
⑨ bánh bao 名 包子
⑩ thần tượng 名 偶像

文法

★ ...nè, …nè 句型：…啊、…啊。表示列出的意思。

★ 形容詞 + nhất 副：最。置於形容詞之前，表示最佳的程度。

★ chắc… 句型：應該…。表示主觀的判斷。

★ A + 形容詞 + hơn + B 副：A比B…。表示比較兩項事物。

study2 情境會話

對話1 談論愛好

Tuấn: Phương, sở thích của bạn là gì?

Phương: Mình hả? Mình thích đi du lịch *nè, chụp ảnh nè, mua sắm nè.

Tuấn: Còn đọc sách thì sao?

Phương: Bình thường. Mình lười đọc sách lắm. Mình chỉ thích xem phim thôi.

Tuấn: Vậy thần tượng của bạn là ai?

Phương: Lâm Tâm Như.

小俊：小芳，妳的興趣是什麼？

小芳：我嗎？我喜歡旅遊啊，拍照啊，購物啊。

小俊：看書呢？

小芳：還好。我懶得看書。我只喜歡看電影而已。

小俊：那妳的偶像是誰？

小芳：林心如。

對話2 談論運動

Anh Cường: Anh có chơi thể thao không?

Anh Hải: Có. Chủ nhật nào tôi cũng chơi.

Anh Cường: Anh thích môn thể thao nào *nhất?

Anh Hải: Tôi thích bóng đá nhất.

Anh Cường: Tôi cũng mê bóng đá lắm.

Anh Hải: Vậy à. Hay là tối nay chúng ta đi uống cà phê xem World Cup đi.

Anh Cường: Ý kiến tuyệt vời.

強哥：你有玩什麼運動嗎？

海哥：有。我每個週日都有玩。

強哥：你最喜歡的運動是什麼？

海哥：我最喜歡足球。

強哥：我也很迷足球。

海哥：是哦。還是今天我們一起去喝咖啡看世界盃吧！

強哥：聽起來不錯（很棒的意見）。

對話3 談論語言學習

Anh Thịnh: Sao chị học tiếng Trung?

Chị Tâm: Vì tôi rất thích văn hóa Trung Quốc.

Anh Thịnh: Chị học tiếng Trung bao lâu rồi?

Chị Tâm: Tôi học khoảng một năm rồi.

Anh Thịnh: Vậy *chắc tiếng Trung của chị giỏi lắm ha?

Chị Tâm: Có đâu. Tiếng Trung khó lắm. Tôi mới học tiếng Pháp nửa năm mà nói lưu loát *hơn tiếng Trung.

盛哥：妳為什麼學中文？

心姊：因為我很喜歡中國文化。

盛哥：妳學中文多久了？

心姊：我大概學一年了。

盛哥：那你的中文應該很厲害吧？

心姊：哪有！中文很難。我法文才學半年但就已經說得比中文還流利了。

03 爭吵

study 1 常用短句

01. Sao họ **cãi nhau**①? 　　　　他們為何吵架？

02. Đừng cãi nhau nữa. 　　　　別再吵架了。

03. Mỗi người **nhường**② nhau một tí đi. 　　　　大家各退一步吧！

04. Chúng ta **làm hòa**③ nhé! 　　　　我們和好吧！

05. Bạn đừng **viện cớ**④. 　　　　你別找藉口了。

06. Tôi muốn **yên tĩnh**⑤. 　　　　我想一個人靜一靜！

　　Xin đừng **làm phiền**⑥ tôi. 　　　　不要打擾我。

07. Bạn đừng nói nữa, tôi không muốn nghe. 　　　　你別再說了，我不想聽。

08. Đã không yêu nhau nữa thì chia tay đi. 　　　　既然彼此不再相愛了就分手吧！

09. Đây⑦ là lỗi của bạn. Tại sao lại **trách**⑧ tôi? 　　　　這是你的錯。為何卻怪我？

10. Bạn không **tin**⑨ thì thôi. Tôi không muốn **giải thích**⑩ nữa. 　　　　你不相信就算了。我不想再解釋下去了。

單字

① cãi nhau 動 吵架
② nhường 動 讓
③ làm hòa 動 和好
④ viện cớ 動 接口
⑤ yên tĩnh 形 安靜
⑥ làm phiền 動 打擾
⑦ lỗi 名 錯誤
⑧ trách 動 責怪
⑨ tin 動 相信
⑩ giải thích 動 解釋

文法

★ lại 副：又。置於動詞前，表示某個動作反複發生。

★ nữa rồi 句型：又來了

★ lại 連：卻。表示逆接。

★ đừng... nữa 句型：別再…了。表示要求某件事情不要繼續發生。

★ có... đâu 句型：哪有…、哪能…。表示否定敘述的內容。

★ mà 連：而、但。表示逆接。

★ đã... thì... 句型：既然…就…

study2 情境會話

對話1 吵架

Chị Yến: Chị trông có vẻ không vui. Có chuyện gì hả?

Chị Phương: Hôm qua tôi và chồng tôi *lại cãi nhau.

Chị Yến: *Nữa rồi. Sao vậy?

Chị Phương: Anh ấy muốn đi Thái Lan du lịch, còn tôi *lại muốn đi Đài Loan.

Chị Yến: Chuyện nhỏ mà. Mỗi người nhường nhau một tí là được rồi.

燕姊：妳看起來不高興。有什麼事嗎？

芳姊：我昨天又跟我先生吵架了。

燕姊：又來了。為什麼？

芳姊：他想去泰國旅遊，但我想去台灣。

燕姊：小事情嘛。你們兩個各讓一步不就好了。

對話2 朋友吵架

Anh Cường: Đây không phải là lỗi của tôi.

Anh Hải: Nếu không phải của anh thì là của ai?

Anh Cường: Chúng ta cùng một team, ai cũng có trách nhiệm. Sao lại đổ lỗi cho một mình tôi.

Anh Huy: Thôi được rồi, mọi người *đừng cãi nhau nữa. Cãi nhau *có giải quyết được vấn đề đâu.

強哥：這是我的錯。

海哥：若不是你的錯是誰的錯？

強哥：我們同一組，誰都要負責任。為何卻把錯推到我一個人身上？

輝哥：好啦，大家別再吵了。吵架沒辦法解決問題的。

對話3 情人吵架

Chị Tâm: Em cảm giác dạo này anh ít quan tâm em hơn trước.

Anh Thịnh: Em đừng suy nghĩ lung tung.

Chị Tâm: Em gửi tin nhắn anh đã xem *mà không trả lời.

Anh Thịnh: Dao này công ty rất nhiều việc, anh rất mệt mà em còn muốn cãi nhau. *Đã không tin tưởng nhau thì chia tay đi.

心姊：我感覺你最近不像以前那麼關心我。

盛哥：妳別亂想。

心姊：我發簡訊給你都已讀不回。

盛哥：最近公司很多事情。我很累了妳還要無理取鬧。既然不相信彼此那就分手吧！

04 尋求幫助

study 1 常用短句

01. Chào anh, tôi có thể **giúp**① gì cho anh? 您好，我可以幫您什麼忙？

02. Giúp tôi mua **một ít**② **đồ ăn**③. 幫我買一點食物。

03. Nhờ bạn **đưa**④ quyển sách này cho anh ấy dùm tôi. 請你幫我把這本書給他。

04. Để tôi giúp bạn một tay. 我來幫你個忙。

05. Có thể cho tôi **mượn**⑤ điện thoại **một lát**⑥ không? 可以借我級的手機一下嗎？

06. **Phiền**⑦ bạn quá. 太麻煩你了。

07. Đừng **khách sáo**⑧. 別客氣。

08. Việc này **nên**⑨ làm mà. 這件事該做的。

09. Chúng ta nên **giúp đỡ**⑩ lẫn nhau. 我們應該互相幫助。

10. Tôi sẽ **cố gắng**⑪ giúp bạn. 我會盡力幫你。

單字

① giúp 動 幫
② một ít 形 一點
③ đồ ăn 名 食物
④ đưa 動 傳
⑤ mượn 動 借
⑥ một lát 副 一下
⑦ khách sáo 動 客氣
⑧ phiền 動、形 麻煩、困擾
⑨ nên 動 應該
⑩ giúp đỡ 動 幫忙
⑪ cố gắng 動 努力、盡量

文法

★ có thể… 句型：可以…。用於疑問請求句，表示禮貌得請求。

★ 動詞 + giúp / dùm / hộ + 人稱代名詞 句型：幫某個人做某件事。

★ nhờ 動：請。用於祈使句表示請求幫忙。

★ mượn (+ 代名詞) + 受詞 句型：跟…借…

★ cho + 代名詞 + mượn + 受詞 句型：借…

★ trước 形：先。置於動詞前，表示先做某件事。

368

study2 情境會話

對話1 請求幫忙

Phương: Bạn rảnh không? 　　　　　小芳：你有空嗎？

Tuấn: Sao vậy? 　　　　　　　　　小俊：怎麼了？

Phương: *Có thể xem *dùm mình bài tập này 　小芳：可以幫我看這個作業嗎？
　　　　không?

Tuấn: Không thành vấn đề. Để mình xem. 　小俊：沒問題。我來看。

對話2 借東西

Anh Cường: Tôi có thể *nhờ anh một việc 　　強哥：我可以拜託你一件事嗎？
　　　　　không?

Anh Hải: Có chuyện gì anh cứ nói đi, đừng 　海哥：有什麼事說就好，不用不好
　　　　ngại. 　　　　　　　　　　　　　　意思。

Anh Cường: Anh có thể *cho tôi mượn một ít 　強哥：你可以借我一點錢嗎？
　　　　　tiền không?

Anh Hải: Anh muốn *mượn bao nhiêu? 　　海哥：你想借多少？

Anh Cường: Tôi cần 3 triệu đồng. 　　　　　強哥：我要300萬盾。

Anh Hải: Khi nào anh trả? 　　　　　　　海哥：你什麼時候還？

Anh Cường: Tháng sau lãnh lương tôi trả anh 　強哥：下個月我了領薪水就馬上還
　　　　　ngay. 　　　　　　　　　　　　　　你。

Anh Hải: Ừ, không thành vấn đề. 　　　　海哥：好，沒問題。

對話3 代墊

Chị Phương: Chị đi siêu thị hả? 　　　　　芳姊：妳去超市嗎？

Chị Tâm: Ừ. Tôi định đi siêu thị mua một ít đồ. 　心姊：嗯！我想去超市買些東西。

Chị Phương: Chị sẵn tiện mua dùm tôi một gói 　芳姊：妳順便幫我買一包洗衣粉，
　　　　　bột giặt, được không? 　　　　　　　好嗎？

Chị Tâm: Được chứ. 　　　　　　　　　心姊：可以啊。

Chị Phương: Cảm ơn chị. Chị trả tiền *trước 　芳姊：謝謝妳。麻煩妳先幫我出一
　　　　　dùm tôi. Mua xong tôi sẽ trả lại 　　　　下。買完後我會還給妳。
　　　　　chị.

Chị Tâm: Ừ, không sao. 　　　　　　　心姊：嗯，沒問題。

Unit
04 餐廳用餐

01 預約

N05-04-01.MP3

study 1 常用短句

01. Tôi muốn **đặt**① **chỗ**②.　　　　　我想訂位。

02. Tôi muốn đặt **bàn**③.　　　　　我想訂桌。

03. Xin hỏi, anh đặt mấy chỗ?　　　請問有幾位？

04. Tôi muốn đặt bàn 2 người.　　　我想訂兩人桌。

05. Xin hỏi, anh đặt ngày nào?　　　請問，您要訂幾號？

06. Tôi muốn đặt 6 chỗ ngày 12 tháng 3.　我想訂3月12日，6個人。

07. **Còn**④ bàn **gần**⑤ **cửa sổ**⑥ không?　有靠窗戶的桌子嗎？

08. Xin lỗi, tôi muốn **hủy**⑦ đặt chỗ.　不好意思，我想要取消訂位。

09. Xin lỗi, **hết**⑧ chỗ rồi ạ.　　　不好意思，沒有位置囉！

10. Xin lỗi, nhà hàng chúng tôi không có
　　dịch vụ⑨ đặt chỗ.

不好意思，我們餐廳沒有提供
訂位服務。

單字

① đặt 動 訂
② chỗ 名 地方、位子
③ bàn 名 桌子
④ còn 動 還有
⑤ gần 形 靠近
⑥ cửa sổ 名 窗戶
⑦ hủy 名 取消
⑧ hết 形 沒有
⑨ dịch vụ 名 服務

文法

★ xin 動：置於動詞前或句首，表示謙
　虛或禮貌。

★ vui lòng 形：置於動詞前，表示希望
　聽者同意做某件事情。

study 2 情境會話

對話1 訂餐

Nhân viên: Việt Fastfood xin nghe ạ.	服務生：您好，這裡是越速食。
Anh Quân: Tôi muốn đặt 4 phần cơm hộp.	君哥：我想訂四盒便當。
Nhân viên: *Xin hỏi, anh đặt cơm gì ạ?	服務生：請問您要訂什麼飯呢？
Anh Quân: 2 hộp đùi gà chiên và 2 hộp bò xào. Khoảng 15 phút nữa tôi đến lấy.	君哥：兩盒炸雞腿和兩盒炒牛肉。我大概再15分鐘後過去拿。
Nhân viên: Anh cho em xin tên của anh ạ.	服務生：請問貴姓大名？
Anh Quân: Quân.	君哥：我叫做君。

對話2 訂位

Anh Sơn: Tôi muốn đặt chỗ.	山哥：我想訂位。
Nhân viên: Xin hỏi, mấy người ạ?	服務生：請問您要訂幾位呢？
Anh Sơn: 5 người.	山哥：五位。
Nhân viên: Xin hỏi, anh đặt ngày nào?	服務生：請問，您要訂哪一天呢？
Anh Sơn: Thứ 7, ngày 15 tháng 8, 6 giờ tối.	山哥：8月15號禮拜6，晚上6點。
Nhân viên: Anh *vui lòng cho em xin tên và số điện thoại ạ.	服務生：麻煩請給我您的大名和聯絡電話。
Anh Sơn: Tôi tên Sơn, số diện thoại là 0938396879.	山哥：我叫做山，電話號碼是 0938396879。
Nhân viên: Cảm ơn anh. Anh vui lòng có mặt đúng giờ. Nếu quá 15 phút bên em sẽ không giữ chỗ cho anh ạ.	服務生：謝謝您。麻煩您準時過來。座位只會保留15分鐘哦！

對話3 訂位失敗

Nhân viên: Nhà hàng Món Việt nghe.	服務生：您好，這裡是越料理餐廳。
Chị Thảo: Xin hỏi, chiều mai khoảng 6 giờ tối còn chỗ không?	草姊：請問明天晚上六點還有位置嗎？
Nhân viên: Dạ, xin lỗi. Từ 6 đến 8 giờ tối mai bên em hết chỗ rồi ạ. 8 giờ 15 được không ạ?	服務生：很抱歉。從晚上六點到八點我們都沒有位置了哦！八點十五分可以嗎？
Chị Thảo: Vậy thôi, khỏi. Cảm ơn em.	草姊：那算了。不用了，謝謝。

02 點菜

study 1 常用短句

01. Anh đã gọi món chưa ạ? 你點菜了嗎？

02. Tôi đang xem. Em chờ một chút. 我正在看，請你等一下。

03. Ở đây có **món**① gì ngon vậy, em? 請問，這裡有什麼好推薦的呢？

04. Đây là món đặc sản② của quán. 這是我們店的招牌。

05. Tôi **ăn chay**③. Ở đây có **món chay**④ không? 我吃素。這裡有素食嗎？

06. Cho tôi 2 **tô**⑤ phở bò và 2 **lon**⑥ Coca. 請給我兩碗河粉和兩罐可樂。

07. Em ơi, cho tôi xin chanh. 不好意思，請給我檸檬。

08. Anh không ăn **rau sống**⑦. Cho anh **rau trụng**⑧, được không? 我不吃生菜。幫我燙一燙，可以嗎？

09. Chị ơi, sao lâu quá mà đồ ăn chưa **lên**⑨ vậy? 小姐，為什麼這麼久了還沒上菜呢？

單字

① món 量 道（菜）
② đặc sản 名 特產
③ ăn chay 動 吃素
④ món chay 名 素食
⑤ 南 tô / 北 bát 名 大碗
⑥ lon 名 罐
⑦ rau sống 名 生菜
⑧ rau trụng 名 燙青菜
⑨ lên 動 上

文法

★ đã… chưa? 句型：…了嗎？

★ thêm 動：添加。可置於其他動詞後，表示加做某個動作。

★ cho tôi… 句型：請給我…。點菜時用動詞「cho tôi」加上想點的菜。

★ sẵn 形：預先。置於動詞後，表示提前先做某件事。

★ khoan 動：等等，先不要。

study2 情境會話

對話1 推薦餐點

Nhân viên: Mấy anh *đã chọn món xong chưa ạ?

Anh Quân: Vẫn chưa. Tôi lần đầu ăn quán này nên không biết món nào ngon. Em có thể giới thiệu không?

Nhân viên: Dạ, tôm nướng muối ớt là đặc sản của quán em. Ngoài ra, cánh gà chiên nước mắm cũng ngon lắm ạ.

Anh Quân: Vậy à. Vậy cho tôi gọi 2 món này trước. Nếu cần gọi *thêm tôi sẽ kêu.

服務生：你們已經選好餐了嗎？

君哥：還沒，我第一次來這裡所以不知道哪一道菜好吃。妳可以推薦嗎？

服務生：辣椒鹽蝦是我們店裡的招牌菜。另外，魚露炸雞翅也很美味哦！

君哥：是哦！那我先點這兩道菜。如果要加點的話我會叫妳。

對話2 點菜

Anh Sơn: Em ơi, cho anh mượn thực đơn.

Nhân viên: Dạ, đậy ạ. Anh muốn gọi món gì ạ?

Anh Sơn: *Cho tôi hai tô bún bò Huế.

Nhân viên: Anh có thêm giò heo không ạ?

Anh Sơn: Không cần. Cảm ơn em.

Nhân viên: Anh ăn rau sống hay rau trụng?

Anh Sơn: Rau trụng.

山哥：不好意思，請給我菜單。

服務生：這裡。你想點什麼呢？

山哥：給我兩碗順化牛肉米線。

服務生：您要加豬腳嗎？

山哥：不用。謝謝。

服務生：您要生菜還是燙青菜。

山哥：燙青菜。

對話3 點飲料

Nhân viên: Xin hỏi, anh chị uống gì ạ?

Anh Trường: Cho anh một ly cà phê đá, không đường và một ly sinh tố bơ.

Nhân viên: Dạ, cà phê pha phin hay pha *sẵn ạ?

Anh Trường: Pha phin.

Nhân viên: Dạ, anh chị chờ một chút ạ.

Anh Trường: À, *khoan. Pha sẵn đi. Cảm ơn.

服務生：請問你們想喝什麼？

長哥：請給我一杯冰咖啡，無糖。加一杯酪梨冰沙。

服務生：咖啡是您要自己動手泡的還是現成泡好的呢？

長哥：我們自己泡。

服務生：好的。請你們稍等一下。

長哥：等等。改現成的。謝謝。

03 談論餐點

study 1 常用短句

01. Đồ ăn ở đây không những ngon mà còn **rẻ**① nữa.
這裡的菜不但好吃而且也很便宜。

02. Món này rất hợp khẩu vị tôi.
這道菜很合我的口味。

03. Lần sau **nhất định**② đến đây ăn lại.
下次一定回來這裡吃。

04. Đồ ăn ở đây **dở**③ quá.
這裡的菜太差了。

05. Món này vừa **cay**④ vừa **mặn**⑤, **khó ăn**⑥ quá.
這道菜又辣又鹹，難吃死了。

06. Tôi không bao giờ ăn **quán**⑦ này nữa.
我再也不會來這家吃了。

07. Bạn ăn nhiều một chút.
你多吃一點。

08. Tôi **no**⑧ quá, ăn không **nổi**⑨ nữa rồi.
我太撑了，吃不下了。

09. Tiền nào của nấy.
一分錢一分貨。

10. **Trăm phần trăm**⑩.
乾了！（乾杯！）

單字

① rẻ 形 便宜
② nhất định 副 一定
③ 南 dở / 北 tệ 形 差
④ cay 形 辣
⑤ mặn 形 鹹
⑥ khó ăn 形 難吃
⑦ quán 名 小吃店、館子
⑧ no 形 飽
⑨ ăn không nổi 詞組 吃不下
⑩ trăm phần trăm 詞組 乾杯

文法

★ mặc dù… nhưng… 句型：雖然…但是…

★ không những… mà còn… (nữa) 句型：不但…而且…

★ vừa… vừa… 句型：又…又…

★ biết vậy 詞組：知道如此、早知道

★ trăm phần trăm 詞組：百分之百。越南語中喝酒時說這句話時是把指酒全部喝光。

★ 1 2 3 vô 詞組：在越南，碰杯時會大喊「1 2 3 vô」以便讓氣氛更high。

study2 情境會話

對話1 餐點美味

Chị Thảo: Hải sản ở đây ngon quá.

Chị Như: Ừ. Quán này *mặc dù mắc một chút nhưng hải sản *không những tươi mà còn ngon nữa.

Chị Thảo: Đúng là tiền nào của nấy mà.

Chị Như: Chị ăn nhiều một chút.

Chị Thảo: Cảm ơn chị. Tôi tự gắp được rồi.

草姊：這裡的海鮮好好吃。

如姊：嗯。這家雖然貴一點但海鮮新鮮又好吃。

草姊：正所謂一分錢一分貨嘛！

如姊：妳多吃一點。

草姊：謝謝。我自己夾就好了。

對話2 餐點不美味

Anh Quân: Tôi nghe nói nhà hàng này nổi tiếng lắm, sao tôi ăn chẳng thấy ngon.

Anh Sơn: Ừ, tôi cũng cảm thấy vậy. Món cá này *vừa tanh vừa mặn.

Anh Quân: Đã vậy giá cả còn mắc nữa. *Biết vậy chúng ta đi ăn nhà hàng gần nhà còn ngon hơn.

Anh Sơn: Ừ. Lần sau chúng ta đi nhà hàng khác.

君哥：聽說這家餐廳很有名，但為何我覺得不好吃呢！

山哥：嗯，我也這樣覺得。這個魚有腥味，味道也偏鹹。

君哥：難吃死了，價錢又貴。早知道我們去家附近的餐廳吃還比較好吃。

山哥：嗯。下次我們去別家餐廳。

對話3 喝酒

Anh Trường: Em ơi. Hết bia rồi. Lên bia dùm anh.

Nhân viên: Dạ, có ngay ạ.

Anh Trường: Chúng ta cụng ly chúc mừng anh Sơn được thăng chức. *Trăm phần trăm nhé.

Mọi người: *1 2 3 vô.

Anh Trường: Hôm nay không say không về.

長哥：不好意思，啤酒沒有了。幫我上酒。

服務生：好的，馬上來。

長哥：我們來碰杯恭喜山哥升職吧！喝乾哦！

大家：一、二、三，乾杯！

長哥：今天不醉不歸哦！

04 結帳

N05-04-04.MP3

study 1 | 常用短句

01. Tôi ăn không hết, giúp tôi **gói mang về**①.　　我吃不完，幫我打包。

02. Anh ơi, cho tôi xin cái **túi**② đựng thức ăn.　　請給我一個打包袋。

03. Vui lòng đến quầy **thanh toán**③ ạ.　　請到櫃檯結帳哦！

04. **Bữa**④ này tôi **mời**⑤. Lần sau anh mời.　　這頓我請。下次你請。

05. Của ai nấy **trả**⑥ đi.　　各付各的吧。

06. Chơi **kiểu Mỹ**⑦ đi.　　玩美式吧！（各付各的）

07. Cho tôi xem **bill**⑧.　　請給我帳單。

08. **Tổng cộng**⑨ bao nhiêu tiền.　　總共多少錢？

09. Của anh tổng cộng 500 ngàn đồng.　　你的總共50萬盾。

10. Hình như tôi không có gọi món này.　　我好像沒有點這到菜。

11. Không cần **thối**⑩.　　不用找。

單字

① gói mang về 詞組 打包
② túi 名 袋子
③ thanh toán 動 算帳、買單
④ bữa 量詞 頓（飯）
⑤ mời 動 請客
⑥ trả 動 付
⑦ kiểu Mỹ 形 美式
⑧ bill 名 帳單（英文）
⑨ tổng cộng 副 總共
⑩ thối 動 找錢

文法

★ hết 副：完、盡。置於動詞後，表示進行的動作已達到極限。

★ nếu không 連：不然的話

★ cho 副：置於動詞後，表示前述內容為需聽者同意的提議或要求。

★ 疑問代名詞 + cũng… + hết 句型：任誰都…。

★ tính tiền 動：結帳。越南語中要求結帳時可向服務生說「tính tiền」。前可依稱謂加「em ơi」等以禮貌地引起服務生的注意。

study2 情境會話

對話1 打包

Chị Thảo: Đồ ăn nhiều quá, ăn không *hết.

草姊：食物太多了，吃不完。

Chị Như: Ừ, đem về nhà ăn đi, *nếu không lãng phí lắm.

如姊：嗯。帶回去吃吧，不然很浪費。

Chị Thảo: Ừ. Em ơi, cho chị xin cái hộp giấy.

草姊：好，不好意思，請給我一個紙盒。

Nhân viên: Dạ, tụi em không có hộp giấy. Chị lấy túi ni lông, được không?

服務生：不好意思，我們沒有紙盒。塑膠袋可以嗎？

Chị Thảo: Ừ, cũng được.

草姊：好，也可以。

對話2 各付各的

Anh Quân: Để tôi trả *cho.

君哥：我來付。

Anh Sơn: Thôi, chơi kiểu My đi, *ai cũng đi làm có tiền *hết rồi.

山哥：不要，各付各的吧！大家上班賺錢了。

Anh Quân: Được rồi. Vậy lần sau tôi mời anh uống nước.

君哥：好吧。那下次我請你喝飲料。

Anh Sơn: Ừ. Quyết định vậy đi.

山哥：好。就這樣決定吧！

對話3 結帳

Anh Trường: Chị ơi, *tính tiền.

長哥：不好意思，結帳。

Nhân viên: Dạ, anh chờ một chút. Của anh tổng cộng 500 ngàn ạ.

服務生：好，請等一下。總共50萬盾。

Anh Trường: Cho tôi mượn bill. Tôi không có xài khăn ướt.

長哥：帳單請給我看一下，我沒有用濕紙巾。

Nhân viên: Dạ, xin lỗi. Vậy tổng cộng là 490 ngàn ạ.

服務生：嗯，對不起。那總共是49萬盾。

Anh Trường: Nè, không cần thối.

長哥：這裡，不用找了。

Nhân viên: Dạ, cảm ơn anh.

服務生：謝謝你。

Unit 05 血拼購物

01 買衣服

N05-05-01.MP3

study1 常用短句

01. Xin hỏi, **phòng thử**① ở đâu?　　請問，更衣室在哪邊？
02. Có số nhỏ hơn một chút không?　　有比較小一點的尺寸嗎？
03. Chị muốn lấy **size**② bao nhiêu?　　妳想拿什麼尺寸的？
04. Có **màu**③ khác không?　　有其他顏色嗎？
05. Có **kiểu**④ khác không?　　有其他款式嗎？
06. Cái này rất **vừa**⑤.　　這件很合身。
07. Cuối tuần có **khuyến mãi**⑥ mua 1 tặng 1.　　週末有買一送一的優惠。
08. Hôm nay có khuyến mãi **giảm giá**⑦ 30%.　　今天有打七折的優惠。
09. Chị muốn **trả tiền mặt**⑧ hay **quẹt thẻ**⑨?　　妳想付現金還是刷卡呢？

單字

① phòng thử 名 更衣室
② size 名 尺寸（英文）
③ màu 名 顏色
④ kiểu 名 款式、類型
⑤ vừa 形 合身、剛好
⑥ khuyến mãi 名 優惠
⑦ giảm giá 動 打折
⑧ trả tiền mặt 詞組 付現金
⑨ quẹt thẻ 詞組 刷卡

文法

★ thử 動：試。可置於動詞後，表示試做某個動作。

★ hơi 副：有點、稍微。置於形容詞前面，表示稍微的程度。

★ hơn 副：更。置於形容詞後，表示程度比其他的更高。

★ lỡ… thì… 句型：萬一…

★ với điều kiện 連：前提是

study 2 情境會話

對話1 試衣服

Nhân viên: Chào chị, chị muốn tìm gì ạ?

Chị Hạnh: Xin hỏi, kiểu này có màu trắng không?

Nhân viên: Dạ, để em tìm giúp chị. Đây ạ.

Chị Hạnh: Tôi có thể mặc *thử không?

Nhân viên: Dạ, được ạ. Phòng thử ở bên kia.

店員：妳好，妳想找什麼？

幸姊：請問，這款有白色的嗎？

店員：我幫妳找一找。這裡。

幸姊：請問我可以試穿嗎？

店員：可以啊。更衣室在那邊。

對話2 尺寸顏色

Chị Hằng: Em ơi, cái này *hơi rộng. Có nhỏ *hơn một chút không?

Nhân viên: Dạ, để em tìm cho chị.
Chị ơi, màu này em chỉ còn số 29 thôi ạ. Màu đỏ có số 28, chị có muốn thử màu đỏ không ạ?

Chị Hằng: Tôi không thích màu đỏ lắm. Vậy thôi, cảm ơn em.

姮姊：小姐，這個有點大。有小一點的嗎？

店員：有的，我找找。
小姐，這個顏色我只有29號而已。紅色有28號，您想試穿紅色嗎？

姮姊：我不太喜歡紅色。那不用了，謝謝妳。

對話3 結帳

Nhân viên: Của mình 2 cái áo và 2 cái quần, tổng cộng 1 triệu 200 ngàn ạ. Mình có thẻ thành viên không ạ?

Chị Nga: Có, đây. Xin hỏi, có thể quẹt thẻ không?

Nhân viên: Dạ được ạ.

Chị Nga: *Lỡ hàng bị lỗi thì có thể đổi không?

Nhân viên: Trong vòng 7 ngày có thể đổi *với điều kiện có hóa đơn mua hàng và còn nguyên mác.

店員：您的兩件衣服和兩件褲子，總共120萬盾。請問您有會員卡嗎？

娥姊：有，在這。請問可以刷卡嗎？

店員：可以的。

娥姊：萬一貨有瑕疵的話能換嗎？

店員：在保留發票及標籤未撕的前提下，7天之內可以退換。

02 菜市場

study 1 常用短句

01. **Táo**① **bao nhiêu**② một **ký**③? 蘋果一公斤多少錢？

02. **Ổi**④ này **bán**⑤ thế nào? 這個芭樂怎麼賣？

03. Táo 1 trái 10 ngàn, 1 ký 40 ngàn. 蘋果一顆1萬盾，一公斤4萬盾。

04. Có thể ăn thử không? 可以試吃嗎？

05. **Mắc**⑥ quá. **Bớt**⑦ một chút, 貴死了。可以便宜一點嗎？
được không?

06. 2 ký 50 ngàn thôi, được không? 兩公斤5萬盾，如何？

07. **Giá**⑧ này **rẻ**⑨ lắm rồi. 這個價錢已經很便宜了。

08. Tôi **lấy**⑩ 2 ký. 我要兩公斤。

09. Chị còn mua gì **khác**⑪ không? 妳還想買別的嗎？

10. Chị có lấy **túi**⑫ không? 你要袋子嗎？

單字

① táo 名 蘋果
② bao nhiêu 代 多少
③ 南 ký / 北 cân 名 公斤
④ ổi 名 芭樂
⑤ bán 動 賣
⑥ 南 mắc / 北 đắt 形 貴
⑦ bớt 動 減少
⑧ giá 名 價錢
⑨ rẻ 形 便宜
⑩ lấy 動 拿
⑪ khác 形 別的
⑫ túi 名 袋子

文法

★ 越南語說價錢的講法：越南語口語中當提到價錢時通常不會講出錢的單位「đồng」（越盾）。另外，因為越南錢的數字相當多，所以千單位的價錢，如果一萬越盾以上，通常會把「ngàn」（千）這個字省略。例如：15 ngàn đồng（一萬五千盾）唸15、100 ngàn đồng（十萬盾）唸100…等等。

★ chết 副：死。置於形容詞後面以便強調其極高程度。

study 2 情境會話

對話1 買水果

Chị Hạnh: Thanh long bao nhiêu một ký?

Người bán: Dạ, ruột trắng *20, ruột đỏ 30.

Chị Hạnh: Loại nào ngọt, chị?

Người bán: Loại ruột đỏ ngọt hơn. Chị ăn thử đi.

Chị Hạnh: Ừ, ngọt thiệt. Tôi lấy 2 ký ruột đỏ. Chị lựa dùm tôi trái nào ngon ngon.

幸姊：火龍果一公斤多少錢？

攤販：白心兩萬盾，紅心三萬盾。

幸姊：哪一種比較甜？

攤販：紅心的比較甜。您試吃看看。

幸姊：嗯，真甜。給我兩公斤紅心的。幫我選好吃一點的。

對話2 講價

Chị Hằng: Nho này bán sao vậy, chị?

Người bán: Dạ, 1 ký 50.

Chị Hằng: Mắc vậy. Bớt một chút, được không?

Người bán: Nếu chị mua nhiều thì em bớt cho.

Chị Hằng: Vậy, 2 ký 80 được không?

Người bán: Dạ, không được chị ơi. Bán vậy em lỗ *chết. 2 ký 90, được không chị?

Chị Hằng: Ừ, được rồi. Tôi lấy 2 ký.

姮姊：請問這個葡萄怎麼賣呢？

攤販：一公斤五萬盾。

姮姊：那麼貴。可以算便宜點嗎？

攤販：若買多可以算便宜一點。

姮姊：那兩公斤算8萬盾，行嗎？

攤販：不行啦！這樣賣我會虧死。兩公斤9萬，可以嗎？

姮姊：好吧！那給我兩公斤。

對話3 結帳

Người bán: Táo và ổi của chị tổng cộng 140 ngàn. Chị muốn để chung hay để riêng?

Chị Nga: Để riêng dùm tôi.

Người bán: Em nhận của chị 150. Thối lại chị 10 ngàn. Cảm ơn chị nhiều nghe. Lần sau chị lại đến nha.

攤販：妳的蘋果和芭樂總共14萬盾。妳想要裝在一起還是要分開裝？

娥姊：幫我分開裝。

攤販：收妳15萬。找妳1萬盾。感謝妳喔。下次再來哦。

03 網購

study 1 常用短句

01. Xin hỏi, cái này **còn hàng**① không?　請問，這個還有現貨嗎？

02. Hiện tại **hết hàng**② rồi.　目前沒貨了。

03. Khi nào có hàng thì **báo**③ mình nhé.　有貨的時候請通知我。

04. Hàng này có **freeship**④ không, bạn?　這個貨有免運費嗎？

05. Hàng này freeship trong các **quận**⑤ nội thành.　這個貨在市內各郡免運。

06. Có cần **thanh toán**⑥ trước không?　要先付嗎？

07. Thanh toán khi **nhận hàng**⑦.　貨到付款。

08. Hàng bị **lỗi**⑧. Mình muốn **trả hàng**⑨.　貨品有瑕疵。我要退貨。

09. Hàng không đúng kiểu mình đặt.　這個跟我訂的款式不一樣。

10. Size không vừa. Mình có thể đổi hàng⑩ không?　Size不合。我可以換嗎？

單字

① còn hàng 形 有現貨
② hết hàng 形 缺貨
③ báo 動 通知
④ freeship 動 免運費（英文）
⑤ quận 名 郡
⑥ thanh toán 動 算錢
⑦ nhận hàng 動 領貨
⑧ lỗi 名 瑕疵
⑨ trả hàng 動 退貨
⑩ đổi hàng 動 換貨

文法

★ hết 動：用完。後接名詞，表示後述事物已罄。反義詞為「còn（還有）」。

★ cứ 副：置於動詞前，表示保持一樣的狀態。

★ ngay 副：馬上。常置於句尾，表示馬上做前述情事。

★ luôn 副：置於動詞後，表示接著前面的事情而馬上發生。

study2 情境會話

對話1 詢問款式

Hạnh: Xin hỏi, cái váy này còn hàng không?

Người bán: Hiện tại chỉ còn màu trắng thôi, màu đỏ *hết hàng rồi ạ.

Hạnh: Vậy, khoảng khi nào có hàng vậy, bạn?

Người bán: Khoảng 2-3 ngày nữa. Bạn *cứ yên tâm, khi nào có hàng mình nhắn bạn *ngay.

Hạnh: OK. Cảm ơn bạn.

阿幸：請問，這件裙子有現貨嗎？

賣家：目前只有白色而已，紅色沒貨了。

阿幸：那，大概什麼時候有貨呢？

賣家：大概再2-3天才有。有貨的時候我會通知您。

阿幸：OK。謝謝妳。

對話2 詢問送貨方式

Hằng: Xin hỏi, hàng này có freeship không, bạn?

Người bán: Chỉ freeship trong các quận nội thành thôi ạ.

Hằng: Vậy, nếu ship đến Đà Nẵng thì cước phí bao nhiêu?

Người bán: Phí là 30 ngàn nhé, bạn.

Hằng: Có cần thanh toán trước không?

Người bán: Không cần. Bạn nhận hàng rồi thanh toán *luôn cũng được.

阿姮：請問，這款有免運嗎？

賣家：只有在市內各郡有免運而已。

阿姮：那麼，如果送到峴港要多少運費？

賣家：要3萬越盾喔！

阿姮：要先付嗎？

賣家：不用。妳收到貨後再付也可以。

對話3 退換貨

Nga: Bạn ơi, mình phát hiện hàng bị lỗi. Mình có thể trả hàng không?

Người bán: Không được, bạn ơi. Bên mình chỉ chấp nhận đổi hàng thôi.

Nga: Ừ. Vậy bạn đổi giúp mình cái khác nhé.

Người bán: Xin hỏi, hàng bị lỗi sao vậy bạn?

Nga: Trên váy có một lỗ thủng. Để mình chụp hình gửi bạn xem.

阿娥：你好，我發現貨品有瑕疵。請問我可以退貨嗎？

賣家：不行。我們只接受換貨。

阿娥：好，那你幫我換別的吧！

賣家：請問，貨品是怎樣的瑕疵？

阿娥：裙子上有一個破洞。我拍照給你看。

Unit
06 電話交流

01 工作電話I

study 1　常用短句

01. Xin hỏi, anh cần **tìm**① ai?　　請問，您想找誰？

02. Vui lòng cho em biết tên để **tiện**② **xưng hô**③.　　麻煩請教您怎麼稱呼？

03. Anh vui lòng **giữ máy**④.　　請您不要掛斷。

04. Xin anh chờ một chút, tôi sẽ **chuyển**⑤ máy cho anh Thành.　　請您稍等一下，我會把你電話轉給誠哥。

05. Anh vui lòng **gọi**⑥ **số máy lẻ**⑦ 123.　　麻煩您撥打分機123。

06. Anh Thành không có ở đây.　　誠哥不在這裡。

07. Xin hỏi, có việc gì không ạ?　　請問有什麼事嗎？

08. Khi nào anh ấy về thì **nhắn**⑧ anh ấy gọi cho tôi nhé.　　他回來的時候請他回電給我。

單字

① tìm 動 找
② tiện 形 方便
③ xưng hô 動 稱呼
④ giữ máy 詞組 不要掛斷
⑤ chuyển 動 轉
⑥ gọi 動 打（電話）、叫
⑦ số máy lẻ 名 分機號碼
⑧ nhắn 動 轉達

文法

★ alô 感：喂。接起電話時的發語詞。

★ xin nghe 詞組：聆聽。越南機構接電話時為了讓對方知道接聽的單位，通常會講機構名稱並加上nghe 或 xin nghe。

★ làm ơn 動：拜託。置於祈使句的動詞前表示禮貌和謙虛。

study2 情境會話

對話1 接通電話

Anh Thành: *Alô, phải công ty du lịch Quốc Tế không ạ?

誠哥：喂，請問是國際旅行社嗎？

Nhân viên: Dạ, phải.

職員：是的。

Anh Thành: Tôi muốn hỏi giá tour đi Đài Loan.

誠哥：我想問台灣的旅行團價格。

Nhân viên: Dạ, anh vui lòng giữ máy, em sẽ chuyển cuộc gọi của anh đến phòng Kinh doanh.

職員：好。請您稍等，我會把您電話轉給業務部門。

對話2 轉接電話

Nhân viên: Alô, công ty Trung Hoa *xin nghe.

職員：您好，這裡是中華公司。

Anh Long: Vui lòng cho tôi gặp anh Thành phòng Kinh doanh.

隆哥：麻煩請接業務部門的誠哥。

Nhân viên: Dạ, anh chờ một chút, để em chuyển máy cho anh ấy.

職員：好，請您稍等一下，我把您電話傳給他。

對話3 對方不在

Tổng đài: Kính chào quý khách. Cảm ơn quý khách đã gọi đến công ty Trung Hoa. Để gặp phòng Kinh doanh, xin bấm số 1. Để gặp phòng Kế toán, xin bấm số 2. Để gặp tổng đài viên, xin bấm số 0. Để nghe lại, xin bấm phím thăng (#).

總機：您好。謝謝您來電中華公司。業務部門，請按1。會計部門，請按2。總機，請按3。重聽，請按井號。

Nhân viên: Phòng Kinh doanh công ty Trung Hoa xin nghe.

職員：中華公司業務部，您好。

Chị Phượng: Alô, *làm ơn cho tôi gặp anh Thành.

鳳姊：你好，我想找誠哥。

Nhân viên: Anh Thành đi họp rồi ạ.

職員：誠哥去開會了。

Chị Phượng: Vậy khi nào anh ấy về, anh nhắn anh ấy gọi cho chị Phượng ở công ty Đại Việt nhé.

鳳姊：那他進來的時候，請你跟他說回電給大越公司的鳳姊。

385

02 工作電話II

study 1 常用短句

01. Anh Thành không có ở đây. — 誠哥不在這。

02. Anh có **nhắn**① gì không? — 您要留言嗎？

03. Phiền anh nhắn ấy anh **gọi lại**② cho tôi. — 麻煩你轉告他回電給我。

04. Anh có thể cho tôi tên và số điện thoại không? — 您可以給我您的大名和電話號碼嗎？

05. Anh chờ một chút, để tôi **ghi lại**③. — 您請稍等，我抄一下。

06. Vâng, tôi sẽ nhắn với anh ấy. — 好的，我會轉達給他。

07. Tôi đang **họp**④. Có gì anh **nhắn tin**⑤ cho tôi nhé. — 我在開會。有事請發簡訊給我。

08. Anh nhắn vô **hộp thư thoại**⑥ giúp tôi nhé. — 您在語音信箱裡留言吧！

09. Có ai gọi cho tôi không? — 有誰打給我嗎？

10. Nếu có ai gọi cho tôi thì nói tôi đang bận họp nhé. — 如果有人打給我的話，就說我在開會喲！

單字

① nhắn 動 留言、轉告
② gọi lại 動 回電
③ ghi lại 詞組 寫下來
④ họp 動 開會
⑤ nhắn tin 詞組 發簡訊
⑥ hộp thư thoại 名 語音信箱

文法

★ phiền + 受詞 + 動詞 句型：用於請求句，麻煩某個人做某個動作，表示禮貌性地請求。

★ hả 語氣詞：疑問語氣詞。表示疑問以便確認。

★ nè 語助詞：表示強調前面所講的事。跟「đây」相似。

★ lại 副：…下來

study2 情境會話

對話1 進行留言

Anh Long: Alô, tôi muốn tìm anh Thành.

Nhân viên: Anh Thành không có ở đây. Anh muốn nhắn gì với anh ấy không?

Anh Long: À, có. *Phiền chị nhắn với anh ấy chiều nay tôi bận nên không gặp anh ấy được.

Nhân viên: Dạ, xin hỏi anh tên gì?

Anh Long: Tôi tên Long, ở công ty Đại Việt.

隆哥：喂，我想找誠哥。

人員：誠哥不在這。您想留言給他嗎？

隆哥：喔，好。麻煩妳跟他講因為我下午忙碌所以沒辦法跟他見面。

人員：好。請問您貴姓大名？

隆哥：我是大越公司的阿隆。

對話2 留電話號碼

Anh Thành: Alô, tôi muốn tìm anh Long.

Nhân viên: Anh Long không có ở đây.

Anh Thành: Vậy khi nào anh ấy về chị có thể nhắn anh ấy gọi cho tôi không?

Nhân viên: Dạ, được. Xin hỏi, số điện thoại của anh bao nhiêu?

Anh Thành: 0938396879, tôi tên Thành.

Nhân viên: Anh chờ một chút, để em ghi *lại.

誠哥：喂，我想找隆哥。

人員：隆哥現在不在。

誠哥：那你可以轉告他請他回來後回電給我嗎？

人員：好的，請問您的電話號碼是多少？

誠哥：0938396879，我是阿誠。

人員：您請稍等，我抄一下。

對話3 交待事項

Anh Long: Chị Phượng *hả? Tôi, Long *nè. Anh Thành có nhà không, chị?

Chị Phượng: À, anh Long hả. Anh Thành vừa đi ra ngoài rồi. Sao anh không gọi di động cho anh ấy?

Anh Long: Anh ấy không nghe máy.

Chị Phượng: *Nói không chừng anh ấy đang chạy xe.

Anh Long: Chị nhắn với anh ấy ngày mai đi họp nhớ mang theo hợp đồng nhé.

隆哥：鳳姊嗎？是我，阿隆。請問誠哥在家嗎？

鳳姊：是隆哥呀！誠哥剛出門去了。你怎麼不打行動電話給他？

隆哥：他沒接。

鳳姊：說不定他在騎車。

隆哥：請妳轉告他。明天開會記得帶合約哦！

03 通話問題

study1 常用短句

01. Tôi gọi **nhầm**① số rồi. 我打錯了。

02. Xin lỗi, anh gọi nhầm số rồi. 不好意思，你打錯了。

03. Tôi nghe không **rõ**②. 我聽不清楚。
    Bạn có thể nói **to**③ một chút không? 你可以講大聲一點嗎？

04. Bạn có thể nói lại một lần nữa không? 你可以再講一次嗎？

05. **Tín hiệu**④ không tốt. Anh nhắn tin đi. 訊號不好。你發簡訊吧。

06. Tôi sẽ gọi lại cho anh sau. 我稍後再打給你。

07. Không ai **nghe** máy⑤. 沒人接電話

08. **Máy bận**⑥. Chút nữa tôi gọi lại. 電話占線。我等一下再打。

09. Số máy quý khách vừa gọi không đúng. 你撥的電話是空號。

10. **Thuê bao**⑦ quý khách vừa gọi **tạm thời**⑧ 您播的電話關機中。請稍後
    không **liên lạc**⑨ được. Xin quý khách vui 再撥。
    lòng gọi lại sau.

單字

① nhầm 形 錯
② rõ 形 清楚
③ to 形 大
④ tín hiệu 名 訊號
⑤ nghe máy 動 接電話
⑥ máy bận 動 占線、忙線中
⑦ thuê bao 名 門號
⑧ tạm thời 形 暫時
⑨ liên lạc 動 聯絡

文法

★ ủa 感：咦。置於句首，表示驚訝。

★ nhầm 形：錯。置於動詞之後，表示前述動作有所錯誤。

★ hả? 感：啊？。表示驚訝或表示聽不到需要對方再講一次。

★ không... hết 句型：完全不…。表示強調否定某件事情。句子裡面會出現疑問代名詞。

study2 情境會話

對話1 打錯電話

Anh Long: Alô, thứ bảy này rảnh không?

Người nghe: Xin lỗi, anh tìm ai?

Anh Long: *Ủa, đây có phải là số của anh Thành không ạ?

Người nghe: Không phải, anh gọi *nhầm số rồi.

Anh Long: À, xin lỗi chị.

隆哥：喂，你這禮拜六有空嗎？

接電話的人：不好意思，你找誰？

隆哥：咦，這不是誠哥的號碼嗎？

接電話的人：不是，你打錯了。

隆哥：喔，對不起。

對話2 聽不清楚

Anh Thành: Alô, tôi nghe nè.

Anh Long: Thứ bảy này anh rảnh không?

Anh Thành: *Hả? Anh nói gì? Ồn quá tôi nghe không rõ.

Anh Long: Alô, anh nghe không?

Anh Thành: *Không nghe gì hết.

誠哥：喂，我在聽了。

隆哥：這個星期六你有空嗎？

誠哥：你說什麼？太吵了我聽不清楚。

隆哥：喂，你聽得到嗎？

誠哥：完全聽不到。

對話3 關機中

Tổng đài: Thuê bao quý khách vừa gọi tạm thời không liên lạc được. Xin quý khách vui lòng gọi lại sau.

Chị Phượng: Sao kỳ vậy, gọi không được.

Anh Long: Hay là chị bấm nhầm số rồi.

Chị Phượng: Không thể nào. Số này tôi lưu trong danh bạ, sao nhầm được.

Anh Long: Cũng có thể điện thoại chị ấy hết pin.

Chị Phượng: Chắc vậy. Để tối tôi gọi lại cho chị ấy.

語音：您播的電話未開機。請稍後再撥。

鳳姊：好奇怪，打不通。

隆哥：是不是妳撥錯號碼了？

鳳姊：不可能。這個號碼是存在我電話簿裡的，怎麼會錯呢！

隆哥：會不會是她手機沒電了？

鳳姊：應該是吧！我晚上再打給她。

389

Unit 07 出門在外

 01 問路

N05-07-01.MP3

study 1 常用短句

01. Xin hỏi, **bến xe**① Miền Tây ở đâu?　　請問，西部車站在哪裡？

02. Xin hỏi, **gần đây**② có **cửa hàng tiện lợi**③ không?　　請問，這裡附近有便利商店嗎？

03. Xin hỏi, ở đây là đâu?　　請問，這裡是哪裡？

04. Bến xe Miền Tây nằm bên tay trái.　　西部車站在左手邊。

05. Từ đây đến **bệnh viện**④ Thống Nhất có xa không?　　從你這裡到統一醫院遠嗎？

06. Nhà thờ Đức Bà đối diện công viên.　　紅教堂在公園對面。

07. **Bưu điện**⑤ trung tâm ở ngay **góc đường**⑥.　　中心郵局正在街角。

08. Qua đường, đi thẳng khoảng 100 mét là đến.　　過馬路，直走大概100公尺就到。

單字

① bến xe 名 車站
② gần đây 副 附近
③ cửa hàng tiện lợi 名 便利商店
④ bệnh viện 名 機場
⑤ bưu điện 名 郵局
⑥ góc đường 名 街角

文法

★ tiếp 副：下去。置於動詞後，表示某個動作繼續發生。

★ ngay 副：正在。後接指地方的詞組，表示強調正在某個地方。

★ bằng 介：後接交通工具、表示使用某種交通工具。

★ cho 介：後接形容詞，表示前述內容所能達到的效應。

study2 情境會話

對話1 問路成功

Phong: Chị ơi, cho hỏi Nhà thờ Đức Bà đi thế nào ạ?

Chị Ba: Em đi thẳng đường này, đến ngã tư thứ hai quẹo phải. Sau đó đi thẳng, đến ngã ba quẹo trái. Đi *tiếp khoảng 100 mét nữa là đến.

Phong: Em cảm ơn chị nhiều.

小鋒：小姐，請問西貢紅教堂要怎麼去？

三姊：你往這條路直走，到第二個十字路口右轉後再直走，到丁字路口左轉，再繼續直走大概100公尺就到了。

小鋒：感謝妳。

對話2 迷路

Anh Lâm: Chú ơi, con bị lạc đường. Chú biết đường nào đi Bưu điện trung tâm không ạ?

Chú Tám: Ở quận 1, xa lắm. Anh không thể đi bộ đến đó được đâu.

Anh Lâm: Vậy con nên đi *bằng gì?

Chú Tám: Anh bắt taxi hoặc xe ôm *cho nhanh.

Anh Lâm: Bắt xe ôm ở đâu ạ?

Chú Tám: Ở góc đường đằng kia có rất nhiều xe ôm. Anh hỏi họ xem. Nhớ hỏi giá trước nhé.

霖哥：大叔，我迷路了。您知道哪條路有到西貢中央郵局嗎？

八叔：在第一郡，很遠。從這裡走路過去太遠了啦！

霖哥：那我該怎麼去好呢？

八叔：搭計程車或抱抱車比較快。

霖哥：在哪裡搭抱抱車呢？

八叔：在那邊的街角有很多抱抱車。你問他們看看。記得先問價錢哦！

對話3 詢問公車

Chị Chi: Cô ơi, cho con hỏi gần đây có trạm xe buýt không ạ?

Dì Hai: Có, chị đi thẳng đường này khoảng 100 mét sẽ thấy trạm xe buýt số 53, *ngay góc đường.

Chị Chi: Từ đây đến chợ Bến Thành khoảng bao lâu ạ?

Dì Hai: Nếu đi xe buýt khoảng nửa tiếng. Đi taxi thì, khoảng 15 phút thôi.

枝姊：阿姨，借問一下這附近有公車站嗎？

二姨：有，妳往這條路直走大概100公尺就會在街角看到53號的公車站。

枝姊：從這裡到檳城市場大概多久？

二姨：若搭公車約半小時。搭計程車的話，約15分鐘而已。

02 搭乘公車

study 1　常用短句

01. Xin hỏi, xe này có đi **sân bay**① không?　請問，這班車有去機場嗎？

02. Xin hỏi, **chuyến xe**② nào về **trung tâm thành phố**③?　請問，哪一班車去市中心？

03. Xin hỏi, gần đây có **trạm xe buýt**④ nào không?　請問，這裡附近有公車站嗎？

04. Anh xuống trạm nào?　你哪一站下車？

05. Xin hỏi, **trạm cuối**⑤ là trạm nào?　請問，總站是哪一站？

06. Chuyến 49 bao lâu có một chuyến?　49班車多久有一班？

07. Khi nào tới trạm vui lòng **kêu**⑥ tôi.　到站的時候麻煩叫我一聲。

08. Từ đây đến chợ Bến Thành còn mấy trạm nữa ạ?　從這裡到檳城市場還有幾站？

09. **Trạm tới**⑦ cho tôi xuống.　我下一站要下車。

10. Vui lòng **giữ**⑧ **vé**⑨ để **kiểm soát**⑩.　請保留車票以便隨時驗票。

單字

① sân bay 名 機場
② chuyến xe 名 班車
③ trung tâm thành phố 名 市中心
④ trạm xe buýt 名 公車站
⑤ trạm cuối 名 總站
⑥ kêu 動 提醒、叫
⑦ trạm tới 名 下一站
⑧ giữ 動 保留、留
⑨ vé 名 票
⑩ kiểm soát 動 檢查

文法

★ trừ phi… nếu không… 句型：除非…不然…

★ rồi 連：然後。指 rồi 後述的動作會在 rồi 前述的動作完成後而發生。

★ không… đâu 句型：不會…的。強調否定。

study2 情境會話

對話1 搭乘公車

Anh Lâm: Xin hỏi, tôi muốn đi trung tâm thành phố thì bắt xe buýt số mấy ạ?

霖哥：請問，我想去市中心要搭幾號的班車？

Nhân viên: Số 49, 152, 109 đều được.

人員：49、152、109號都可以。

Anh Lâm: Chuyến nào nhanh nhất ạ?

霖哥：哪一班最快？

Nhân viên: 49 nhanh nhất. *Trừ phi kẹt xe, nếu không khoảng 30 phút là tới.

人員：49號最快。除非塞車，不然大概30分鐘就到了。

Anh Lâm: Vậy chuyến 49 bao lâu có một chuyến ạ?

霖哥：那49號車多久有一班呢？

Nhân viên: Khoảng 10-15 phút có một chuyến.

人員：大概10-15分鐘有一班。

對話2 坐過站

Phong: Chị ơi, đã đến Dinh Độc Lập chưa ạ?

小鋒：小姐，請問到獨立宮了嗎？

Nhân viên: Vừa qua rồi. Sao em không bấm chuông xuống xe?

車掌：剛經過。你為何不按下車鈴呢？

Phong: Em là khách du lịch nên không rành đường.

小鋒：我是觀光客，對路不熟。

Nhân viên: Không sao. Em xuống trạm tới *rồi đi bộ đến Dinh Độc Lập nhé, *không xa lắm *đâu.

車掌：沒關係。那你到下一站下車再走路到獨立宮吧！不會很遠的。

Phong: Em cảm ơn chị.

小鋒：謝謝您。

對話3 下車

Chị Chi: Chị ơi, trạm tới cho xuống nhé.

枝姊：小姐，下一站我要下車！

Nhân viên: Chị muốn đi đâu?

車掌：您想要去哪裡？

Chị Chi: Tôi đi Bến xe Miền Đông.

枝姊：我要去東部車站。

Nhân viên: Vậy chị xuống trạm tới nữa, sẽ gần hơn.

車掌：那妳下下一站再下車，會比較近。

Chị Chi: Vậy à. Cảm ơn chị.

枝姊：是哦！謝謝妳。

03 搭乘客運

study 1 常用短句

01. Tôi muốn mua 2 vé xe đi Phan Thiết.　我想買兩張去潘切的車票。

02. Anh muốn mua vé **ghế ngồi**① hay vé **giường nằm**②?　你想買座椅票還是臥鋪票？

03. Mấy giờ xe xuất bến?　幾點出站？

04. Mời **quý khách**③ giữ vé xe đi Phan Thiết **lên xe**④.　請持有開往潘切車票的旅客上車。

05. Vui lòng kiểm tra lại **hành lý**⑤ trước khi **xuống xe**⑥.　下車前，請再次檢查您的行李。

06. Có **trung chuyển**⑦ đến địa chỉ này không?　有轉運到這個地址嗎？

07. Tôi muốn trung chuyển đến địa chỉ này.　我想轉運到這個地址。

08. Anh vào **nhà chờ**⑧ đợi một chút, khi nào có xe trung chuyển tôi sẽ kêu.　你去等候車處稍等一下，有轉運車的時候我會通知你。

單字

① vé ghế ngồi 名 椅子票
② vé giường nằm 名 臥鋪票
③ quý khách 名 貴客
④ lên xe 詞組 上車
⑤ hành lý 名 行李
⑥ xuống xe 詞組 下車
⑦ trung chuyển 動 轉運
⑧ nhà chờ 名 候車處

文法

★ lúc trước 名：以前。反義為「sau này（以後）」。

★ trước 形：上（用於時間）。置於時間名詞前，如：tuần（禮拜）、tháng（月）…，指上個禮拜、上個月…等的意思。相反的是「sau」（下）。

★ trước 介：前。後接名詞。反義為「sau」（後）。

★ trước khi 連：之前。後接著句子或短句。反義為「sau khi」（之後）。

study2 情境會話

對話1 買票

Anh Lâm: Em ơi, bán tôi 2 vé đi Phan Thiết.

Nhân viên: Anh đi ngày nào ạ?

Anh Lâm: Ngày mai.

Nhân viên: Ngày mai có 2 chuyến đi Phan Thiết: lúc 6 giờ sáng và 3 giờ chiều. Anh muốn đi chuyến nào?

Anh Lâm: 6 giờ sáng. Bao nhiêu tiền 1 vé.

Nhân viên: Dạ, 135 ngàn một vé.

Anh Lâm: Lên giá rồi à? *Lúc trước chỉ có 120 ngàn một vé.

Nhân viên: Dạ, vừa lên giá tháng *trước ạ.

Anh Lâm: Vậy cho tôi 2 vé giường nằm.

Nhân viên: Của anh tổng cộng 270 ngàn. Anh vui lòng có mặt 30 phút *trước giờ xuất bến.

霖哥：請給我兩張去潘切的票。

員工：請問您要哪一天的？

霖哥：明天。

員工：明天有兩班車去潘切：早上六點和下午三點。請問您想搭哪一班？

霖哥：早上6點的，一張票多少錢？

員工：13萬5千盾一張。

霖哥：有漲價了嗎？以前只有12萬一張。

員工：是的，上個月剛漲價。

霖哥：那請給我兩張臥鋪票。

員工：您的票總共27萬盾。請你於發車時間30分鐘前抵達車站候車。

對話2 上車

Nhân viên: Quý khách giữ vé xe đi Phan Thiết lúc 6 giờ vui lòng ra xe. Xe đang đậu phía trước nhà chờ.

Anh Phong: Anh ơi, tôi muốn gửi hành lý.

Nhân viên: Cho tôi mượn vé của anh.

Anh Phong: Đây ạ.

員工：6點開始往潘切的班車已於候車處等候。請乘客上車準備。

鋒哥：先生，我想寄行李。

員工：請出示您的車票。

鋒哥：請。

對話3 下車

Nhân viên: Xe chúng ta đã đến bến xe Phan Thiết. Quý khách vui lòng kiểm tra lại hành lý *trước khi xuống xe.

Chị Chi: Anh ơi, tôi muốn trung chuyển đến địa chỉ này.

Nhân viên: Mời chị lên xe trung chuyển số 3.

車掌：車子已經到達潘切車站。各位乘客下車前請再一次檢查你們的行李。

枝姊：先生，我想轉乘到這的地址去。

車掌：請妳上3號的客運。

04 搭乘飛機

study 1　常用短句

01. Xin hỏi, **quầy làm thủ tục**① ở đâu?　請問，報到櫃台在哪裡？

02. **Hành lý xách tay**② không được quá 7 ký.　手提行李不能超過七公斤。

03. Hành lý của anh **quá ký**③ rồi.　你的行李超重了。

04. Bên trong hành lý của anh có **sạc dự phòng**④, anh vui lòng lấy ra.　你的行李裡面有行動電源，麻煩你拿出來。

05. Anh vui lòng lên máy bay ở cửa B8.　請你在B8門登機。

06. Chúng ta đi tham quan **cửa hàng miễn thuế**⑤ đi.　我們去逛免稅店吧。

07. Xin lỗi, có thể cho tôi mượn **cái mền**⑥ không?　不好意思，可以給我一條被子嗎？

08. Xin hỏi, lấy **tờ khai nhập cảnh**⑦ ở đâu?　請問，在哪裡拿入境表？

09. Anh không được mang trái cây **nhập cảnh**⑧, nếu không sẽ bị **tịch thu**⑨.　你不可以帶水果入境，不然會被沒收。

單字

① quầy làm thủ tục 詞組 報到櫃台
② hành lý xách tay 名 手提行李
③ quá ký 形 超重
④ sạc dự phòng 名 行動電源
⑤ cửa hàng miễn thuế 名 免稅店
⑥ 南 mền / 北 chăn 名 被子
⑦ tờ khai nhập cảnh 名 入境表
⑧ nhập cảnh 動 入境
⑨ tịch thu 動 沒收

文法

★ ra 副：…出來。置於動詞之後。
★ sau đây 連：接下來
★ có lẽ 副：有可能、也許。表示判斷。
★ được 副：（此作）到。置於動詞後，表示做到某個動作。
★ lập tức 副：立即。置於動詞前，表示立刻做某個動作。

study 2 情境會話

對話1 登機報到

Nhân viên: Vui lòng cho em mượn hộ chiếu.

Anh Phong: Đây ạ.

Nhân viên: Anh có hành lý ký gửi không?

Anh Phong: Tôi có 2 kiện hành lý.

Nhân viên: Anh để lên cân giúp em. Đây là vé máy bay của anh. Giờ lên máy bay là 14:30, cửa B8.

人員：麻煩請借我您的護照。

鋒哥：請。

人員：你有行李要托運嗎？

鋒哥：我有兩件行李要托運。

人員：請您幫我把行李放在磅秤上。這是您的機票。登機時間為14:30，請於B8門登機。

對話2 機內餐飲

Nhân viên: *Sau đây, chúng tôi sẽ phục vụ thức ăn. Quý khách vui lòng mở bàn ăn phía trước mặt. Xin hỏi, anh muốn ăn cơm hay mì ạ?

Anh Lâm: Tôi muốn ăn mì.

Nhân viên: Anh muốn uống gì ạ?

Anh Lâm: Cho tôi một lon Coca. Cảm ơn.

人員：接下來，空服員將會提供餐飲服務。請您把前方的小桌板放下。不好意思，您想吃飯還是麵呢？

霖哥：我想吃麵。

人員：您想喝什麼？

霖哥：那請給我一罐可樂。謝謝。

對話3 托運行李遺失

Chị Chi: Anh ơi, hành lý của tôi lâu quá sao chưa thấy ra?

Nhân viên: *Có lẽ hành lý chị bị thất lạc rồi. Chị đến quầy Hành lý thất lạc để thông báo. Chúng tôi sẽ tìm giúp chị.

(Tại quầy Hành lý thất lạc)

Chị Chi: Chị ơi, tôi bị thất lạc hành lý.

Nhân viên: Chị vui lòng điền vào đơn này. Khi nào tìm *được chúng tôi sẽ *lập tức thông báo chị.

枝姊：先生，我的行李很久了怎麼都還沒出來？

人員：可能您的行李遺失了。請您到失物招領處登記。我們會幫妳找尋。

（在失物招領處）

枝姊：小姐，我的行李遺失了。

人員：麻煩請您填寫這張單子。找到的時候我們會馬上通知妳。

01 預訂

N05-08-01.MP3

study 1 常用短句

01. Xin hỏi, ngày 10 tháng 9 còn **phòng trống**① không?

請問，9月10號還有空房嗎？

02. Anh muốn đặt **phòng đôi**② hay **phòng đơn**③?

您想訂雙人房還是單人房呢？

03. Xin hỏi, anh ở mấy ngày?

請問，您要住幾天？

04. Xin hỏi, phòng đôi **một đêm**④ bao nhiêu tiền?

請問，雙人房一個晚上多少錢？

05. Có bao gồm **bữa sáng**⑤ không?

有包括早餐嗎？

06. Phòng rất đầy đủ⑥ **tiện nghi**⑦.

房間裡一應俱全。

07. Mấy giờ có thể **check-in**⑧?

幾點可以入住？

單字

① phòng trống 名 空房
② phòng đôi 名 雙人房
③ phòng đơn 名 單人房
④ đêm 名 晚上
⑤ bữa sáng 名 早餐
⑥ đầy đủ 形 足夠
⑦ tiện nghi 名 設備
⑧ check-in 動 入住（英文）

文法

★ giả sử… thì… 句型：假設…
★ là 副：就。

study2 情境會話

對話1 電話預訂

Nhân viên: Alô, khách sạn Sunrise xin nghe.

Anh Duy: Xin chào, tôi muốn đặt phòng.

Nhân viên: Xin hỏi, anh muốn đặt ngày nào?

Anh Duy: Tôi muốn đặt một phòng đôi ngày 2 và ngày 3 tháng 9.

Nhân viên: Phòng đôi 500 ngàn một đêm. trả trước 50%.

Anh Duy: *Giả sử tôi hủy phòng thì có hoàn tiền không?

Nhân viên: Nếu hủy phòng 2 ngày trước ngày check-in thì hoàn tiền 100% ạ.

職員：Sunrise飯店，您好。

惟哥：妳好，我想訂房。

職員：請問，您想訂哪一天呢？

惟哥：我想訂一間雙人房，日期是 9月2號到3號。

職員：雙人房一個晚上50萬越盾。 現付一半房費。

惟哥：假設我取消訂房有退錢嗎？

職員：如果入住前兩天取消訂房的 話，會全額退費。

對話2 房間設施

Anh Trí: Xin hỏi, trong phòng có những gì vậy, em?

Nhân viên: Dạ, có tủ lạnh, máy lạnh, ti vi, máy nước nóng, bồn tắm.

Anh Trí: Tiện nghi quá. À đúng rồi, phòng có cửa sổ không, em?

Nhân viên: Dạ có ạ. Phòng có cửa sổ nhìn ra biển.

志哥：小姐請問，房間裡面有什麼 呢？

職員：有冰箱、冷氣、電視、熱水 器及浴缸。

志哥：好完備喔！哦對了，房間有 窗戶嗎？

職員：有啊。房間有海景窗戶。

對話3 詢問周圍情況

Chị Hiền: Cho tôi hỏi khách sạn có gần chợ Bến Thành không?

Nhân viên: Dạ, đi bộ chỉ khoảng 5 phút *là đến chợ Bến Thành.

Chị Hiền: Cỡ mấy giờ có thể check-in, em?

Nhân Viên: Dạ, 3 giờ chiều mới được check-in. Xin hỏi, khoảng mấy giờ chị check-in?

Chị Hiền: Cỡ 9 giờ tối tôi *mới check-in.

賢姊：請問一下飯店離檳城市場很 近嗎？

職員：走路五分鐘就到檳城市場 了。

賢姊：大約幾點可以入住？

職員：三點左右可以入住。請問， 您大概幾點入住？

賢姊：我大概九點才入住。

02 入住

study 1 常用短句

01. Tôi muốn check-in.	我要入住。
02. **Mã số**① đặt phòng của anh bao nhiêu?	您的訂房編號多少？
03. Phòng anh số 303, ở tầng 3. Đây là **chìa khóa**② phòng.	您的房間是303，在三樓。這是您的房間鑰匙。
04. Xin hỏi, **thang máy**③ ở đâu?	請問，電梯在哪裡？
05. Xin hỏi, **password**④ Wi-Fi là gì?	請問，Wi-Fi 密碼是什麼？
06. Cho tôi xin một cái **khăn tắm**⑤.	請給我一條浴巾。
07. **Ăn sáng**⑥ ở tầng B1, từ 7 giờ đến 10 giờ sáng.	在B1用餐，用餐時間從早上7點到10點。
08. Có thể **dọn phòng**⑦ giúp tôi không?	可以幫我打掃房間嗎？
09. Ngày mai 5 giờ sáng có thể gọi tôi dậy không?	明天早上5點麻煩叫醒我。
10. Ở đây có **dịch vụ giặt ủi**⑧ không?	這裡有洗衣服務嗎？

單字

① mã số 名 編號
② chìa khóa 名 鑰匙
③ thang máy 名 電梯
④ password 名 密碼（英文）
⑤ khăn tắm 名 浴巾
⑥ ăn sáng 名；動 早餐、吃早餐
⑦ dọn phòng 動 打掃房間
⑧ 南 dịch vụ giặt ủi /
　北 dịch vụ giặt là 名 洗衣服務

文法

★ mở... lên 詞組：把…打開。用於有開關的物品（如：電器、瓦斯爐），類似英文的「turn on」。相反的是「tắt」（關）。

★ mở... ra 詞組：把…打開。用於有物理移動的動作（如：門、箱子、櫃子），類似英文的「open」。相反的是「đóng」（關）。

study2 情境會話

對話1 入住

Anh Duy: Xin chào, tôi muốn check-in.

Lễ tân: Vui lòng cho em xin mã số đặt phòng hoặc số điện thoại ạ.

Anh Duy: Mã số đặt phòng đây.

Lễ tân: Anh Duy đúng không ạ?

Anh Duy: Đúng rồi.

Lễ tân: Anh cho em mượn chứng minh thư hoặc passport của anh. Phòng của anh số 303. Đây là chìa khóa phòng. Còn đây là phiếu ăn sáng. Nhà hàng ở tầng B1, thời gian ăn sáng từ 7 giờ đến 10 giờ sáng.

惟哥：妳好，我要入住。

櫃檯：請給我您的訂房編號或電話號碼。

惟哥：這是訂房編號。

櫃檯：是惟先生嗎？

惟哥：是的。

櫃檯：請借我您的身分證或護照。您的房間號碼是303。這是房間鑰匙，還有這是早餐券。餐廳在B1，用餐時間是從早上7點到10點。

對話2 洗衣服務

Anh Trí: Xin hỏi, có dịch vụ giặt ủi không?

Lễ tân: Dạ có ạ. Một ký 30 ngàn ạ.

Anh Trí: OK. Em giặt dùm tôi số quần áo này. Với lại, em dọn phòng giúp tôi nhé.

Lễ tân: Dạ, em biết rồi ạ.

志可：請問有洗衣服務嗎？

櫃檯：有的，一公斤3萬越盾。

志可：妳幫我洗這些衣服。另外，請幫我打掃房間。

櫃檯：好的，我知道了。

對話3 發生問題

Chị Hiền: Alô, em ơi, sao máy lạnh *mở không lên?

Lễ tân: Chị chờ một chút, để em lên xem giúp chị.
Chị ơi, máy lạnh phòng này bị hư rồi. Chị có thể chuyển sang phòng kế bên, được không?

Chị Hiền: Ừ, cũng được.
Kỳ lạ, sao cửa phòng *mở không ra. Em có lấy nhầm chìa khóa không?

賢姊：喂，小姐抱歉，我的冷氣怎麼打不開？

櫃檯：請您稍等一下，我上去幫您看。
抱歉小姐，這間的冷氣壞掉了。幫您換到別的房間去好嗎？

賢姊：好，沒問題。
奇怪，門怎麼打不開呢？妳有拿錯鑰匙嗎？

03 退房

study 1 常用短句

01. Xin hỏi, mấy giờ **trả phòng**①? 請問，（最晚）幾點要退房？

02. Trả phòng trước 12 giờ trưa. 中午12點之前要退房。

03. Tôi muốn trả phòng. 我想退房。

04. Nếu trả phòng sau 12 giờ sẽ **thu**② thêm **phụ phí**③. 若12點後退房要加收額外費用。

05. Tôi có thể **gửi**④ hành lý ở đây không? 我可以把行李寄放在這裡嗎？

06. Tôi muốn **xuất**⑤ hóa đơn đỏ⑥. 我要統編。

07. Tôi có thể **thanh toán**⑦ bằng **thẻ**⑧ không? 我可以刷卡嗎？

08. Đây là **hộ chiếu**⑨ và **biên lai**⑩ của anh. 這是您的護照和收據。

09. Vui lòng gọi giúp tôi một chiếc taxi. 麻煩幫我叫一台計程車。

10. Xe đến rồi, mời anh ra xe. 車到了，請您上車。

單字

① trả phòng 動 退房
② thu 動 收
③ phụ phí 名 其他費用
④ gửi 動 寄
⑤ xuất 動 出
⑥ hóa đơn đỏ 名 統編
⑦ thanh toán 動 結帳、買單
⑧ thẻ 名 卡
⑨ hộ chiếu 名 護照
⑩ biên lai 名 收據

文法

★ mỗi 副：每。置於量詞之前。
★ hóa đơn đỏ 名：統編。字面的意思是紅色的發票，因為越南的統編是紅色的，所以越南人習慣講 hóa đơn đỏ.

study2 情境會話

對話1 詢問退房時間

Anh Duy: Xin hỏi, mấy giờ trả phòng?

Lễ tân: Dạ, trả phòng trước 12 giờ trưa ạ.

Anh Duy: Nếu sau 12 giờ trả phòng thì có thu thêm phụ phí không?

Lễ tân: Dạ có. *Mỗi tiếng 100 ngàn ạ.

Anh Duy: Vậy, sau khi trả phòng, tôi có thể gửi hành lý ở đây không?

Lễ tân: Dạ được ạ.

惟哥：請問，最晚幾點要退房？

櫃檯：退房時間是中午12點前。

惟哥：如果12點後退房有沒有加收額外費用？

櫃檯：有哦！每個小時10萬越盾。

惟哥：那，退房之後我可以把行李放在這邊嗎？

櫃檯：可以啊！

對話2 結帳

Anh Trí: Tôi muốn trả phòng.

Lễ tân: Dạ, tổng cộng của anh 2 đêm là 1 triệu đồng.

Anh Trí: Tôi có thể quẹt thẻ không?

Lễ tân: Dạ, được ạ. Anh có cần *hóa đơn đỏ không ạ?

Anh Trí: Không cần.

Lễ tân: Đây là hộ chiếu của anh. Cảm ơn anh rất nhiều. Hẹn gặp lại.

志哥：我想退房。

櫃檯：您的兩個晚上總共100萬越盾。

志哥：請問我可以刷卡嗎？

櫃檯：可以啊！您需要統編嗎？

志哥：不需要。

櫃檯：這是您的護照。感謝您。歡迎再度光臨！

對話3 叫車服務

Chị Hiền: Có thể gọi dùm tôi một chiếc taxi không?

Lễ tân: Dạ, chị đợi một chút. Xin hỏi, chị muốn đi đâu ạ?

Chị Hiền: Tôi muốn đi sân bay.

Lễ tân: Taxi đến rồi ạ. Mời chị ra xe.

Chị Hiền: Cảm ơn.

Lễ tân: Chúc chị thượng lộ bình an.

賢姊：可以幫我叫一台計程車嗎？

櫃檯：好的，請您稍等一下。請問您想去哪裡？

賢姊：我想去機場。

櫃檯：計程車到了。請您上車。

賢姊：謝謝。

櫃檯：祝您一路平安。

09 醫院看病

01 約診

N05-09-01.MP3

study 1 常用短句

01. Tôi muốn **hẹn**① **khám bệnh**②.	我想掛號。
02. Tôi muốn hẹn 3 giờ chiều chủ nhật tuần này.	我想約這禮拜天下午三點。
03. Chị có **chỉ định**③ **bác sĩ**④ nào không?	妳有指定哪一位醫生嗎？
04. Chị có khám ở đây lần nào chưa?	妳有在這看過病嗎？
05. Tôi từng khám qua mấy lần rồi.	我曾經看過幾次病了。
06. Chị có **bảo hiểm y tế**⑤ không?	妳有健保嗎？
07. Chủ nhật bác sĩ đều bận hết rồi ạ.	禮拜天醫生都很忙。
08. Tôi muốn **đổi**⑥ **thời gian**⑦ khám bệnh.	我想更改約診時間。
09. Tôi muốn **hủy**⑧ hẹn khám bệnh.	我想取消約診。
10. Nếu **cần**⑨ gọi **cấp cứu**⑩ thì gọi 115 nhé.	如果想要急診就打115喔！

單字

① hẹn 動 約
② khám bệnh 動 看病
③ chỉ định 動 指定
④ bác sĩ 名 醫生
⑤ bảo hiểm y tế 名 健保
⑥ đổi 動 更改
⑦ hủy 動 取消
⑧ thời gian 名 時間
⑨ cần 動 需要
⑩ cấp cứu 動 急診

文法

★ đã từng 副：曾經。置於動詞前，表示過去有過做某件事情的經驗。

★ sang 副：⋯成。置於動詞後，表示「轉換為⋯」的意思。

★ tất cả 代：全部、所有。

★ nổi 副：⋯起。置於動詞後，表示有能力做得到某個動作。

study2 情境會話

對話1 預約掛號

Lễ tân: Alô, phòng khám Y Đức xin nghe.

Chị Hoa: Tôi muốn hẹn khám bệnh.

Lễ tân: Xin hỏi, chị *đã từng khám ở đây lần nào chưa?

Chị Hoa: Chưa.

Lễ tân: Chị muốn hẹn khi nào ạ?

Chị Hoa: Chủ nhật tuần này, lúc 2 giờ chiều.

Lễ tân: Chị có chỉ định bác sĩ nào không ạ?

櫃檯：喂，醫德診所您好。

樺姊：我想掛號。

櫃檯：請問，妳有來看過嗎？

樺姊：沒有。

櫃檯：妳想約什麼時候呢？

樺姊：這禮拜天，下午兩點。

櫃檯：妳有指定哪一位醫生嗎？

對話2 更改約診時間

Chị Vy: Alô, tôi có thể đổi ngày khám bệnh không?

Lễ tân: Chị muốn đổi *sang ngày nào ạ?

Chị Vy: Chiều thứ bảy, 2 giờ.

Lễ tân: Xin lỗi, giờ đó *tất cả các bác sĩ đều bận rồi ạ. Chị chuyển sang 3 giờ chiều được không?

Chị Vy: Ừ, cũng được.

薇姊：喂，我可以更改約診時間嗎？

櫃檯：您想改到哪一天呢？

薇姊：禮拜六，下午兩點。

櫃檯：抱歉，那時候全部的醫生都在忙。改到下午三點可以嗎？

薇姊：好，也可以。

對話3 急診

Chị Trân: Chị Hoa đau bụng sắp sinh rồi. Anh mau gọi xe cấp cứu đi.

Anh Hào: Cấp cứu số 114, phải không?

Chị Trân: Không phải, 114 là cứu hỏa. Cấp cứu là 115.

Anh Hào: Ừ. Xe cấp cứu 5 phút nữa đến.

Chị Hoa: Đau bụng quá, chịu không *nổi rồi.

Chị Trân: Xe cấp cứu sắp đến rồi. Chị ráng chịu một chút nhé.

珍姊：樺姊肚子痛快生產了。你趕快叫救護車吧！

豪哥：急診號碼是114，對嗎？

珍姊：不是，114是消防隊。急診是115。

豪哥：好。救護車再5分鐘就到。

樺姊：我肚子好痛，受不了了。

珍姊：救護車快到了。妳再忍耐一下。

02 就診

study1 常用短句

01. Chị **cảm thấy**① **trong người**② thế nào?　妳感覺身體怎麼樣？

02. Chị thấy không **khỏe**③ chỗ nào?　妳覺得那裡不舒服？

03. Tôi thấy **mệt**④ và **chóng mặt**⑤.　我覺得累和頭暈。

04. Tôi bị **sốt**⑥ 2 ngày rồi.　我發燒兩天了。

05. Bệnh tôi có nặng không?　我的病很嚴重嗎？

06. Chị chỉ bị **cảm**⑦ nhẹ thôi.　妳只是稍微感冒而已。

07. Có cảm thấy đỡ hơn chút nào không?　有覺得好一點嗎？

08. Tôi có cần **kiêng ăn**⑧ gì không?　我有什麼不能吃的？

09. Chị nên uống nhiều nước và ăn nhiều rau quả.　妳該多喝水和多吃蔬果。

10. Chị không nên làm việc **quá sức**⑨.　妳不應該過度工作。

11. Chị có **dị ứng**⑩ thuốc gì không?　妳有對什麼藥過敏嗎？

12. Uống thuốc ngày 3 lần, sau khi ăn.　三餐飯後服用。

單字

① cảm thấy 動 覺得

② trong người 詞組 身體裡面

③ khỏe 形 健康

④ mệt 形 累

⑤ chóng mặt 動 頭暈

⑥ sốt 動 發燒

⑦ 南 bệnh / 北 ốm 名 病

⑧ cảm 動 感冒

⑨ kiêng ăn 動 忌食

⑩ quá sức 形 過度

⑪ dị ứng 動 過敏

文法

★ bị 動：罹患。後面加上病名，表示得到某種病。

★ uống thuốc 動：吃藥。字面的意思為「喝藥」。

★ không được 詞組：不可以。後面加上動詞，表示勸戒不可做某個動作。

study2 情境會話

對話1 醫生指示

Bác sĩ: Chào chị, chị không khỏe chỗ nào?

Chị Quỳnh: Tôi *bị đau họng và ho.

Bác sĩ: Chị há miệng ra tôi xem. Chị chỉ bị viêm họng nhẹ thôi. Chỉ cần *uống thuốc vài ngày là khỏi.

Chị Quỳnh: Có cần chú ý gì khác không bác sĩ?

Bác sĩ: *Không được uống nước đá, uống nhiều nước và ăn nhiều rau quả.

醫生：妳好，妳哪裡不舒服？

瓊姊：我喉嚨痛還有咳嗽。

醫生：妳嘴巴張開給我看。妳喉嚨稍微發炎而已。只要吃幾天藥就會好了。

瓊姊：有其他要注意的事項嗎？

醫生：不可以吃冰的，多喝水和多吃蔬果。

對話2 詢問病情

Bác sĩ: Chị cảm thấy trong người thế nào?

Chị Vy: Dạo này tôi thường thấy mệt mỏi và chóng mặt.

Bác sĩ: Chị có sốt không?

Chị Vy: Dạ có. Tôi sốt 2 ngày rồi.

Bác sĩ: Để tôi đo nhiệt độ cho chị. Tôi sẽ nhờ y tá đưa chị đi thử máu. Tuần sau chị đến tái khám tôi sẽ thông báo kết quả.

醫生：妳覺得身體怎麼樣？

薇姊：我最近常覺得疲勞還有頭暈。

醫生：妳有發燒嗎？

薇姊：有。我發燒兩天了。

醫生：我來幫妳量溫度。我請護士帶妳去驗血。妳下禮拜回診來看報告。

對話3 體檢

Chị Trân: Xin hỏi, khám sức khỏe cơ bản gồm có những gì ạ?

Y tá: Đo cân nặng, chiều cao, đo thị lực, khám tai mũi họng. Ngoài ra, còn có siêu âm, chụp X-quang, thử máu, xét nghiệm nước tiểu.

Chị Trân: Có khám phụ khoa không ạ?

Y tá: Không có, khám phụ khoa phải mua thêm.

珍姊：請問，基本體檢包括哪些？

護士：量體重、身高、量視力、看耳鼻喉。除此之外，還有照超音、照X光、驗血、驗尿。

珍姊：有包括婦產診嗎？

護士：沒有，婦產診要增加買。

03 牙科

study1 常用短句

01. Tôi bị **nhức răng**①.　　　　　　　　我牙齒痛。

02. Tôi bị **mọc**② **răng khôn**③.　　　　我長智牙。

03. Tôi có một cái **răng sâu**④, tôi muốn **nhổ**⑤.　我有一顆蛀牙，我想拔牙。

04. Tôi muốn **cạo vôi răng**⑥.　　　　　我想洗牙。

05. Tôi phải đeo **niềng răng**⑦ bao lâu?　我牙套要帶多久？

06. **Trồng răng giả**⑧ một cái bao nhiêu tiền?　植牙一顆多少錢？

07. Răng tôi thường **chảy máu**⑨ và miệng　我的牙齒常流血且嘴巴有臭
   có **mùi hôi**⑩.　　　　　　　　　　　味。

08. Răng này có cần nhổ không, bác sĩ?　醫生，這顆牙需要拔掉嗎？

09. Anh nhớ đi khám răng định kỳ 6 tháng　記得每半年定期看一次牙醫。
   1 lần.

10. Một tuần sau đến **tái khám**⑪ nhé.　一個禮拜後回診。

單字

① 南 nhức răng / 北 đau răng
   形 牙齒痛
② mọc 動 長（出）
③ răng khôn 名 智牙
④ răng sâu 名 蛀牙
⑤ nhổ 動 拔
⑥ cạo vôi răng 動 洗牙
⑦ đeo niềng răng 動 帶牙套
⑧ trồng răng giả 動 植牙
⑨ chảy máu 動 流血
⑩ mùi hôi 名 臭味
⑪ tái khám 動 回診

文法

★ luôn 副：順便。放在句尾。
★ … trước rồi… 句型：先…再…

408

study2 情境會話

對話1 看牙醫

Chị Hoa: Chào bác sĩ, răng tôi thường chảy máu và bị hôi miệng.

Bác sĩ: Chị há miệng ra tôi xem. Chị chỉ bị viêm nướu thôi.

Chị Hoa: Vậy có cần uống thuốc không, bác sĩ?

Bác sĩ: Không cần cũng được. Sau khi đánh răng xong, chị nên dùng nước súc miệng để kháng viêm.

樺姊：醫生您好，我的牙齒常常流血和有口臭。

醫生：妳嘴巴張開我看看。妳只是牙齦發炎而已。

樺姊：那需要吃藥嗎？

醫生：不用也沒關係。刷牙之後妳用漱口水漱口就可以消炎了。

對話2 拔牙

Bác sĩ: Chị bị làm sao?

Chị Vy: Tôi mọc răng khôn, đau quá.

Bác sĩ: Để tôi chụp X-quang răng của chị. Răng của chị bị mọc lệch. Tôi sẽ nhổ nó ra.

Chị Vy: Có đau không, bác sĩ.

Bác sĩ: Chỉ đau một chút thôi. Bây giờ tôi chích thuốc tê cho chị, chị ráng chịu đau một chút nhé.

醫生：妳怎麼樣？

微姊：我長智齒，很痛。

醫生：我幫妳照牙齒X光。妳的牙齒長歪了。我會幫你把它拔出來。

薇姊：醫生，會很痛嗎？

醫生：微痛而已。現在我幫你打麻醉針，妳忍耐一下。

對話3 補牙

Chị Trân: Tôi muốn trám răng.

Y tá: Để tôi kiểm tra răng giúp chị. Chị có 2 cái răng sâu. Tôi sẽ giúp chị trám lại. Chị có muốn cạo vôi *luôn không?

Chị Trân: Dạ, cũng được.

Y tá: Vậy, tôi sẽ cạo vôi *trước rồi trám răng sau.

珍姊：我想補牙。

護士：我看一下妳的牙齒。妳有兩顆蛀牙。我會幫妳補起來。妳要順便洗牙嗎？

珍姊：好，可以。

護士：好，那我先幫你洗牙後再補牙。

409

04 談論健康

study 1 常用短句

01. Mặt chị có vẻ **xanh xao**①. Chị bị bệnh à? 　妳的臉色蒼白。生病了嗎？

02. Tôi bị **mất ngủ**② mấy ngày rồi. 　我失眠好幾天了。

03. Tôi đang **giảm cân**③. 　我正在減肥。

04. Nên giảm cân đúng cách, không nên **nhịn ăn**④. 　該用對的方法減肥，不應絕食。

05. Ngủ sớm rất **có lợi**⑤ cho sức khỏe. 　早睡對身體好。

06. Thức khuya rất **có hại**⑥ cho sức khỏe. 　熬夜對身體有害。

07. Nên **tập thể dục**⑦ để **rèn luyện**⑧ sức khỏe. 　應該做運動保持健康。

08. Nếu cảm thấy không khỏe nên đi khám bác sĩ ngay. 　如果覺得不舒服應立即就醫。

09. Nên đi **khám sức khỏe**⑨ định kỳ. 　應該定期作健康檢查。

10. Thuốc là **con dao hai lưỡi**⑩. 　藥是把雙面刃。

單字

① xanh xao 形 蒼白
② mất ngủ 動 失眠
③ giảm cân 動 減肥
④ nhịn ăn 動 絕食
⑤ có lợi 形 有利
⑥ có hại 形 有害
⑦ tập thể dục 動 做運動
⑧ rèn luyện 動 磨煉、鍛煉
⑨ khám sức khỏe 動 健康檢查
⑩ con dao hai lưỡi 詞組 雙面刃

文法

★ bằng cách… 句型：以…方式

★ thà… cũng không 句型：寧願…也不…

★ bất luận… cũng… 句型：不管…都…

study2 情境會話

對話1 減肥

Chị Vy: Dạo này chị có vẻ ốm.　　　　　　薇姊：妳最近看起來比較瘦。

Chị Quỳnh: Ừ, tôi đang giảm cân.　　　　瓊姊：嗯，我在減肥。

Chị Vy: Chị có tập thể dục không?　　　　薇姊：妳有做運動嗎？

Chị Quỳnh: Không có. Tôi chỉ uống thuốc　瓊姊：沒有。我只吃減肥藥。
giảm cân.

Chị Vy: Tôi nghĩ giảm cân như vậy không tốt.　薇姊：我覺得這樣減肥不好。以運
Giảm cân *bằng cách tập thể dục tốt　動方式減肥比較好。
hơn.

Chị Quỳnh: Tôi *thà nhịn ăn cũng không tập　瓊姊：我寧可絕食也不做運動。
thể dục.

對話2 健身

Chị Trân: Dạo nay anh có vẻ lực lưỡng quá!　珍姊：你最近看起來很壯。你有在
Anh tập gym à?　　　　　　　　　健身嗎？

Anh Hào: Ừ. Đi làm ngồi suốt nên tôi muốn　豪哥：嗯。上班整天坐著所以我想
tập gym để rèn luyện sức khỏe.　健身以保持健康。

Chị Trân: Đúng rồi, *bất luận bạn thế nào　珍姊：沒錯，不管怎麼忙也要做運
cũng nên tập thể dục. Tôi cũng tính　動。我也有打算去練瑜伽。
đi tập yoga.

Anh Hào: Phòng gym của tôi cũng có lớp dạy　豪哥：我健身房也有教瑜伽班，妳
yoga, chị có thể đến đó đăng ký.　可以去那裡報名。

對話3 失眠

Chị Trân: Lúc này tôi thường xuyên mất ngủ.　珍姊：我最近常失眠。不知道為什
Không biết tại sao.　　　　　　　麼？

Chị Vy: Chị có áp lực gì không?　　　　薇姊：妳有什麼壓力嗎？

Chị Trân: Không có.　　　　　　　　　珍姊：沒有。

Chị Vy: Chị nên đi khám bác sĩ sớm đi. Mất　薇姊：那，你應該早點去看醫生。
ngủ kéo dài rất có hại cho sức khỏe.　長時間失眠對身體不好。

Chị Trân: Vậy để ngày mai tôi đi khám.　　珍姊：那明天我去看醫生。

411

01 寄信

N05-10-01.MP3

study1 常用短句

01. Tôi muốn **gửi thư**① đi Nhật.   我想寄信到日本去。

02. Tôi muốn gửi **bưu thiếp**② đi Đài Loan.   我想寄明信片到台灣去。

03. Gửi bưu thiếp có cần dán tem không?   寄明信片要貼郵票嗎？

04. Vui lòng ghi **địa chỉ**③ **người gửi**④ và **người nhận**⑤, sau đó bỏ thư vào **bao thư**⑥ và dán lại.   請填寫寄件者和收件者的地址，然後把信放在信封裡並封起來。

05. Anh muốn **gửi chuyển phát nhanh**⑦ hay gửi thường?   你想寄快遞還是平信？

06. Tôi muốn **gửi bảo đảm**⑧.   我想掛號。

07. Bán cho tôi một cái bao thư.   我要買一個信封。

08. Xin hỏi, bên trong bao thư là gì?   請問信封裡面是什麼？

單字

① gửi thư 動 寄信
② bưu thiếp 名 明信片
③ địa chỉ 名 地址
④ người gửi 名 寄件者
⑤ người nhận 名 收件者
⑥ 南 bao thư / 北 phong bì 名 信封
⑦ gửi chuyển phát nhanh 動 快遞
⑧ gửi bảo đảm 動 掛號

文法

★ phải 動：必須。後接動詞。
★ trong vòng 介：以內。
★ thì… thì… 句型：…時，就…。表示兩個不同性質的事物或動作。

study2 情境會話

對話1 寄信

Anh Bảo: Xin hỏi, tôi muốn gửi thư đi Nhật.
*Phải dán mấy con tem?

Nhân viên: 4 con tem.

Anh Bảo: Khoảng bao lâu đến?

Nhân viên: *Trong vòng một tuần đến.

Anh Bảo: Lâu quá. Có cách nào gửi nhanh hơn không?

Nhân viên: Nếu anh gửi chuyển phát nhanh thì trong vòng 2 ngày sẽ đến.

寶哥：請問，我要寄信去日本。要貼幾張郵票呢？

辦事員：四張郵票。

寶哥：大概多久會到？

辦事員：一周內會到。

寶哥：那麼久。有比較快的方式嗎？

辦事員：如果你寄快遞的話兩天就到了。

對話2 寄明信片

Ông Thái: Xin hỏi, gửi bưu thiếp có cần dán tem không ạ?

Nhân viên: Không cần ạ.

Ông Thái: Tôi viết xong rồi.

Nhân viên: Anh bỏ bưu thiếp vào thùng thư là được. Gửi trong nước *thì bỏ vào thùng thư màu xanh lá, gửi nước ngoài thì bỏ thùng thư màu đỏ.

蔡先生：請問，寄明信片要貼郵票嗎？

辦事員：不需要。

蔡先生：我寫好了。

辦事員：那麼請您將明信片投入郵筒就可以了。寄國內就放到綠色的郵筒，寄國外則放到紅色的郵筒。

對話3 信封郵件

Nhân viên: Xin hỏi, bên trong là gì ạ?

Chị Diệp: Chỉ là vài quyển sách thôi.

Nhân viên: Chị có thể mở ra để tôi kiểm tra được không?

Chị Diệp: Được. Chị chờ một chút.

辦事員：請問，裡面是什麼呢？

葉小姐：只是幾本書而已。

辦事員：妳可以打開給我檢查嗎？

葉小姐：好。請您等一下。

413

02 寄包裹

N05-10-02.MP3

study 1 常用短句

01. Xin hỏi, tôi muốn gửi **bưu phẩm**① đi nước ngoài thì đến quầy nào?

請問，我想寄郵件到國外，要到哪個窗口？

02. Anh muốn **gửi đường hàng không**② hay **gửi đường biển**③?

您想寄空運還是海運？

03. Gửi đường biển bao lâu đến?

寄海運要多久？

04. Anh có muốn mua **bảo hiểm**④ cho **bưu kiện**⑤ này không?

您要給這份郵件加保嗎？

05. Bưu kiện của anh **quá ký**⑥ rồi.

您的郵件超重了。

06. Hàng này phải có **giấy chứng nhận**⑦ mới gửi đi nước ngoài được.

這種貨品要有證明書才可以寄到國外去。

07. Xin chào, anh có bưu phẩm.

您好，有您的包裹。

08. Xin lỗi, hàng này không thể gửi đi nước ngoài.

抱歉，這項貨品不能寄到國外去。

09. Gửi đường hàng không đi Mỹ cước phí bao nhiêu.

寄空運到美國需要多少運費。

單字

① bưu phẩm 名 包裹
② gửi đường hàng không 動 空運
③ gửi đường biển 動 海運
④ bảo hiểm 名 保險
⑤ bưu kiện 名 郵件
⑥ quá ký 形 超重
⑦ giấy chứng nhận 名 證明書

文法

★ hoặc là… hoặc là… 句型：要嘛… 要嘛…

★ bớt 動：減少。可置於別的動詞之後，表示減少某件事情。

★ xem 動：看。可置於別的動詞之後，表示試前述動作。

study 2 情境會話

對話1 郵寄方式

Ông Thái: Tôi muốn gửi bưu kiện.

蔡先生：我想寄包裹。

Nhân viên: Anh muốn gửi trong nước hay nước ngoài?

辦事員：您想寄到國內還是國外呢？

Ông Thái: Trong nước. Xin hỏi, có các hình thức gửi nào?

蔡先生：我要寄國內。請問，有哪些郵寄方式？

Nhân viên: Gửi thường, gửi chuyển phát nhanh, gửi đảm bảo.

辦事員：有平信、快遞和掛號。

Ông Thái: Nếu gửi bảo đảm đi Hà Nội thì khoảng bao nhiêu tiền?

蔡先生：如果掛號到河內大概多少錢？

Nhân viên: Tối thiểu là 50 ngàn đồng.

辦事員：最少5萬越盾。

對話2 超重

Nhân viên: Anh đặt bưu kiện lên cân giúp em. Bưu kiện của anh quá ký rồi. Tối đa chỉ được 30 ký thôi.

辦事員：您幫我把郵件放在磅秤上。您的郵件超重了。基重只接受30公斤而已。

Anh Bảo: Vậy phải làm sao ạ?

寶哥：那怎麼辦呢？

Nhân viên: *Hoặc là anh lấy *bớt hàng ra, hoặc là anh phải trả phí quá ký.

辦事員：要嘛你減少內容物，要嘛你要付超重費。

Anh Bảo: Phí quá ký tính thế nào?

寶哥：超重費怎麼算呢？

Nhân viên: Mỗi ký quá ký là 20 ngàn đồng.

辦事員：超重每公斤是兩萬越盾。

對話3 收取包裹

Nhân viên: Xin chào, chị có bưu phẩm.

辦事員：您好，有您的包裹。

Chị Diệp: Cảm ơn anh.

葉小姐：謝謝你。

Nhân viên: Chị kiểm tra *xem thông tin người nhận đúng chưa, sau đó ký nhận.

辦事員：請您確認收件者資料是否正確？若無誤請簽收。

Chị Diệp: Đúng rồi. Ký ở đây, đúng không?

葉小姐：沒問題。簽這邊，是嗎？

Nhân viên: Đúng rồi ạ.

辦事員：對。

Unit 11 銀行業務

01 開戶

N05-11-01.MP3

study 1 常用短句

01. Xin hỏi, **phí thường niên**② là bao nhiêu?　　請問年費是多少？

02. Điều kiện mở thẻ tín dụng là gì?　　辦信用卡的條件是什麼？

03. Muốn mở thẻ tín dụng phải có **chứng minh thu nhập**⑤ hoặc có gửi tiền tại ngân hàng.　　想要辦信用卡您要有收入證明書或有在本行存款。

04. Đây là **số tài khoản**⑨ của anh.　　這是您的帳號。

05. Thẻ này có thể thanh toán ở nước ngoài không?　　這張卡可以在國外刷嗎？

06. Thẻ này có thể thanh toán online không?　　這張卡可以在網路上刷嗎？

07. Sau khi nhận thẻ, anh vui lòng đến ATM đổi mật mã.　　領取卡片后，請您到ATM更換密碼。

單字

① phí thường niên 名 年費
② thẻ tín dụng 名 信用卡
③ điều kiện 名 條件
④ chứng minh thu nhập 詞組 收入證明書
⑤ đăng ký 動 註冊、登記
⑥ số tài khoản 名 帳號

文法

★ chứ 語氣詞：置於回答句句尾，表示當然的意思。

★ miễn… là… 句型：只要…就…

★ tùy theo 詞組：因…而異。置於名詞前，表示情況以某些不同的條件而有所相異。

study2 情境會話

對話1 開戶

Ông Lý: Xin hỏi, tôi là người nước ngoài, có thể mở tài khoản ở ngân hàng Việt Nam không?

Nhân viên: Dạ, được *chứ ạ. Xin hỏi, anh muốn mở tài khoản tiền đô hay tiền Việt?

Ông Lý: Tôi muốn mở tài khoản tiền Việt.

Nhân viên: Anh vui lòng điền đầy đủ thông tin vào "Giấy đề nghị mở tài khoản". Vui lòng cho em mượn passport của anh để photo ạ.

Ông Lý: Đây ạ.

Nhân viên: Xong rồi. Đây là thông tin tài khoản của anh. Còn đây là phiếu hẹn nhận thẻ, 3 ngày sau anh đến nhận thẻ nhé.

李先生：妳好，我是外國人，可以在越南銀行開戶嗎？

行員：可以。請問您想開美金還是越盾帳戶呢？

李先生：我想開越盾帳戶。

行員：麻煩您完整填寫「開戶申請書」。麻煩請借我您的護照讓我影印留存。

李先生：請。

行員：好了。這是您的帳戶資料。這是您的（金融卡）領卡預約單，請您於一天後來領卡喔！

對話2 辦信用卡

Ông Lâm: Tôi muốn mở thẻ tín dụng, điều kiện như thế nào?

Nhân viên: *Miễn có giấy chứng minh thu nhập hàng tháng là được ạ.

Ông Lâm: Hạn mức là bao nhiêu?

Nhân viên: *Tùy theo thu nhập của anh. Tối thiểu là 20 triệu một tháng.

林先生：我想辦信用卡，申辦條件是什麼？

行員：只要有每個月收入證明書就好了。

林先生：信用額度是多少？

行員：要看您的收入。最少是一個月2000萬越盾。

02 辦理業務

study1 常用短句

01. Lãi suất② tiết kiệm **kỳ hạn**③ 1 tháng là bao nhiêu?　　一個月期間的存款利率是多少？

02. Tôi muốn gửi kỳ hạn 1 năm.　　我想作一年的（定存）。

03. **Chuyển tiền**④ ra nước ngoài phí là bao nhiêu?　　匯款到國外的手續費是多少？

04. Anh muốn **nộp tiền mặt**⑤ hay **chuyển khoản**⑥?　　您想繳現金還是轉帳呢？

05. **Phí**⑦ chuyển tiền là bao nhiêu?　　匯款是手續費的多少？

06. **Tỷ giá**⑩ hôm nay là bao nhiêu?　　今天的匯率多少？

07. Tỷ giá 1 Đài tệ⑪ bằng 750 **Việt Nam đồng**⑫.　　匯率一台幣等於750越盾。

08. Xin hỏi, ở đây có đổi tiền Nhân dân tệ không?　　請問，這裡有換人民幣嗎？

單字

① lãi suất 名 利率
② kỳ hạn 名 期間
③ chuyển tiền 動 匯款
④ nộp tiền mặt 動 繳交現金
⑤ chuyển khoản 動 轉帳
⑥ phí 名 手續費
⑦ đổi tiền 動 還錢
⑧ tỷ giá 名 匯率
⑨ Đài tệ 名 台幣
⑩ Việt Nam đồng 名 越盾

文法

★ tùy 動：要看。放在名詞或句子前面，表示情況以某個不同的條件。

★ càng… càng… 句型：越…越…

★ bằng 形：等於

study2 情境會話

對話1 存款

Ông Lý: Xin chào, tôi muốn mở sổ tiết kiệm. Xin hỏi, lãi suất tiết kiệm hiện tại là bao nhiêu?

Nhân viên: *Tùy kỳ hạn, kỳ hạn *càng dài lãi suất càng cao. Xin hỏi anh muốn gửi kỳ hạn bao lâu?

Ông Lý: Tôi muốn gửi 6 tháng.

Nhân viên: Lãi suất kỳ hạn 6 tháng là 5% một năm.

李先生：妳好，我想開存款戶。請問，現在的存款利率是多少？

行員：依存款期間不一定，期間越長利率越高。請問您想存多久的期間。

李先生：我想存六個月期間。

行員：六個月期的話，一年的利率是5%。

對話2 匯款

Ông Lâm: Tôi muốn chuyển tiền.

Nhân viên: Xin hỏi, anh muốn nộp tiền mặt hay chuyển khoản ạ?

Ông Lâm: Tôi muốn chuyển khoản.

Nhân viên: Anh muốn gửi cùng ngân hàng hay khác ngân hàng?

Ông Lâm: Khác ngân hàng. Xin hỏi, phí bao nhiêu?

Nhân viên: Phí là 2% số tiền gửi, tối thiểu là 10 ngàn đồng.

林先生：我想匯款。

行員：請問，您想繳交現金還是轉帳呢？

林先生：我想轉帳。

行員：您想轉同一個銀行還是不同的銀行呢？

林先生：不同銀行。請問手續費多少？

行員：手續費是匯款金額的2%，最低是1萬越盾。

對話3 外幣兌換

Bà Trần: Anh ơi, tôi muốn đổi tiền đô.

Nhân viên: Chị muốn mua hay muốn bán?

Bà Trần: Tôi muốn bán. Xin hỏi tỷ giá hôm nay bao nhiêu?

Nhân viên: Tỷ giá hôm nay là 1 đô Mỹ *bằng 22500 đồng.

Bà Trần: Cho tôi đổi 1000 đô.

陳太太：妳好，我想換美金。

行員：您想買還是賣呢？

陳太太：我想賣。請問今天的匯率多少？

行員：今天的匯率是一個美元等於22500越盾。

陳太太：請換1000美金給我。

03 處理問題

study1 常用短句

01. Tôi bị **mất thẻ**①, xin giúp tôi **khóa thẻ**②. 　我卡片遺失了，請幫我鎖卡。

02. Thẻ của tôi bị mất, tôi muốn **làm**③ 　我卡片弄丟了，我想重新申辦。
lại thẻ.

03. Tôi rút tiền nhưng tiền ra không đủ. 　我提錢但出鈔不足。

04. Thẻ của tôi bị **nuốt**④ rồi. 　我的卡被吃掉了。

05. Tôi không có thực hiện⑤ giao dịch⑥ 　我沒有進行交易但帳戶被扣款。
nhưng tài khoản bị trừ tiền.

06. Tôi **nhập**⑦ sai mật mã. 　我按錯密碼。

07. Thẻ của tôi bị khóa rồi. 　我的卡片被鎖卡了。

08. Xin giúp tôi mở lại thẻ. 　請幫解卡。

09. Số **chứng minh thư**⑧ hoặc 　您的身分證或護照號碼是多少？
hộ chiếu của anh bao nhiêu?

10. Xin lỗi, số điện thoại tổng đài ngân 　請問，中華銀行的電話是多少？
hàng Trung Hoa là bao nhiêu?

單字

① mất thẻ 動 卡片遺失
② khóa thẻ 動 鎖卡
③ làm 動 辦、弄
④ nuốt 動 吞
⑤ thực hiện 動 進行
⑥ giao dịch 名 交易
⑦ nhập 動 輸入
⑧ chứng minh thư 名 身分證

文法

★ bị 動：被、遭。除了用於被動句之外，可以表示說者覺得遇上不好的情事。

★ lại 副：重…。置於動詞後，表示重複做某個動作。

★ được 動：被。用於被動句或說者覺得遇上好的情事。

★ lại 副：回來。置於動詞之後。

study 2 情境會話

對話1 卡片遺失

Ông Lý: Alô, tôi *bị mất thẻ tín dụng. Vui lòng khóa thẻ giúp tôi.

Nhân viên: Anh vui lòng đọc số chứng minh thư hoặc hộ chiếu của anh ạ.

Ông Lý: Số hộ chiếu là HC30040209.

Nhân viên: Ngân hàng đã giúp anh khóa thẻ. Anh vui lòng đến chi nhánh gần nhất để làm *lại thẻ mới nhé.

李先生：喂，我信用卡遺失了。請幫我鎖卡。

行員：請告訴您的身分證或護照號碼。

李先生：護照號碼是HC30040209。

行員：銀行已經幫您完成鎖卡。請您到最近的分行重新申請辦卡。

對話2 重辦卡片

Ông Lâm: Tôi muốn làm lại thẻ.

Nhân viên: Xin hỏi, thẻ của anh bị hư hay bị mất ạ?

Ông Lâm: Thẻ của tôi bị mất.

Nhân viên: Vui lòng cho em mượn chứng minh thư hoặc hộ chiếu của anh ạ.

林先生：我想重新辦卡。

行員：請問，您的卡片是損壞還是遺失呢？

林先生：我的卡片遺失了。

行員：請借我您的身分證或護照。

對話3 提款後錢沒出來

Bà Trần: Alô, tôi rút tiền không ra nhưng tài khoản bị trừ.

Nhân viên: Xin hỏi, số chứng minh thư của chị bao nhiêu?

Bà Trần: 397986689.

Nhân viên: Chị rút bao nhiêu tiền ạ?

Bà Trần: 5 triệu đồng.

Nhân viên: Em đã kiểm tra cho chị. Tiền của chị đã *được chuyển *lại vào tài khoản của chị rồi. Xin chị yên tâm.

陳太太：喂，我提錢時錢沒出來但帳戶被扣款了。

行員：請問，您的身分證號是幾號？

陳太太：397986689.

行員：您要提多少錢呢？

陳太太：500萬越盾。

行員：我已經幫您檢查過了。您的錢已經退回您的帳戶。請您放心。

421

Unit
12 工作職場

01 求職面試

N05-12-01.MP3

study 1 常用短句

01. Công ty chúng tôi muốn mời anh đến **phỏng vấn**①. 　　我們公司想邀請您來面試。

02. Đây là **sơ yếu lý lịch**② của tôi. 　　這是我的履歷表。

03. Anh có **kinh nghiệm**③ làm việc chưa? 　　您有工作經驗嗎？

04. Anh biết những **ngoại ngữ**④ nào? 　　您會哪一種外語？

05. Anh có những **kỹ năng**⑤ gì? 　　您有什麼技能？

06. Ưu điểm⑥ và **nhược điểm**⑦ của anh là gì? 　您的優點和缺點是什麼？

07. Anh **mong muốn**⑧ **mức lương**⑨ bao nhiêu? 　　您希望的薪資是多少呢？

08. Xin lỗi, tôi đã tìm được việc làm rồi. 　　抱歉，我已經找到工作了。

單字

① phỏng vấn 動 面試
② sơ yếu lý lịch 名 履歷表
③ kinh nghiệm làm việc 名 工作經驗
④ ngoại ngữ 名 外語
⑤ kỹ năng 名 技能
⑥ ưu điểm 名 優點
⑦ nhược điểm 名 缺點
⑧ mong muốn 動 希望、願望
⑨ mức lương 名 薪資

文法

★ về 副：關於。置於動詞之後。

★ mình 代：自己。反身代名詞，指自己。

★ ngoài… ra 句型：除了…之外

★ ngoài ra 連：除此之外、另外

★ lương tháng 13：第13個月的薪資。為越南特有的一種公司福利獎金，通常陽曆12月時加發（依公司而異），並非年終獎金。

study2 情境會話

對話1 邀請面試

Nhân viên: Alô, tôi gọi từ công ty Đài Việt. Chúng tôi muốn mời anh đến phỏng vấn.

Anh Quang: Xin hỏi, thời gian và địa điểm phỏng vấn như thế nào ạ?

Nhân viên: 9 giờ sáng thứ tư, ngày 14 tháng 2, tại văn phòng công ty Đài Việt.

Anh Quang: Dạ, Tôi sẽ đến đúng giờ.

職員：喂，我這裡是台越公司。我們想邀請您來面試。

光哥：請問，面試時間和地點如何呢？

職員：二月十四號星期三的9點，在台越公司辦公室裡。

光哥：好。我會準時到。

對話2 面試

Giám đốc: Bạn hãy tự giới thiệu về mình.

Mai: Em tên Mai, vừa tốt nghiệp đại học ngành Tài chính.

Giám đốc: Bạn có kinh nghiệm làm việc chưa?

Mai: Khi học đại học, em có làm phiên dịch tiếng Hoa bán thời gian ở một công ty Đài Loan.

Giám đốc: Vậy, *ngoài tiếng Hoa ra, bạn còn biết ngoại ngữ nào khác không?

Mai: Em còn biết tiếng Anh và tiếng Nhật.

經理：請您自我介紹。

阿梅：我叫阿梅，大學剛畢業，就讀財經系。

經理：您有工作經驗嗎？

阿梅：唸大學時，我有在一個台灣公司當兼職的華語口譯。

經理：那，除了華語之外，妳還會其他語言嗎？

阿梅：我還會英文和日語。

對話3 詢問待遇

Anh Thắng: Xin hỏi, mức lương cho vị trí này thế nào?

Giám đốc: Lương cơ bản là 10 triệu một tháng. *Ngoài ra, nếu đạt doanh số sẽ thưởng 10% hoa hồng.

Anh Thắng: Còn có phúc lợi nào khác không ạ?

Giám đốc: Còn có bảo hiểm xã hội, *lương tháng 13, tiền thưởng cuối năm và phụ cấp ăn uống.

勝哥：請問，這個職位的薪水是多少？

經理：基本薪資是一個月1000萬越盾。除此之外，如果達到銷售額會有10%分紅。

勝哥：還有其他福利嗎？

經理：還有社會保險、第十三月的薪資、年終獎金和餐費津貼。

02 工作

study 1 常用短句

01. Anh làm xong **báo cáo**① chưa?　你作完報告了嗎？

02. Ngày mai là **deadline**② rồi,　明天是截止日了。

03. Giúp tôi **fax**③ tài liệu này cho khách hàng.　幫我把這個資料傳真給客戶。

04. Anh làm ơn giúp tôi **photo**④ tài liệu này, mỗi thứ 2 bản.　請你幫我影印這些文件，每種兩份。

05. Nhờ anh email tài liệu này cho khách hàng, nhớ **cc**⑤ cho tôi và sếp nhé.　請你把這個資料email給客戶，記得寄副本給我和主管。

06. **Doanh số**⑥ tháng này không được tốt lắm nên sếp không **hài lòng**⑦.　這個月的銷售額不佳，所以主管不滿意。

07. Hôm nay tôi phải **tăng ca**⑧, 9 giờ tối mới **tan ca**⑨.　今天我要加班，晚上9點才下班。

08. Tôi là nhân viên mới, rất mong được mọi người **chỉ giáo**⑩.　我是新人，敬請各位指教。

單字

① báo cáo 名、動 報告
② deadline 名 截止日（英文）
③ fax 動 傳真（英文）
④ photo 動 影印（英文）
⑤ cc 動 寄副本（英文）
⑥ doanh số 名 銷售額
⑦ hài lòng 動 滿意
⑧ tăng ca 動 加班
⑨ tan ca 動 下班
⑩ chỉ giáo 動 指教

文法

★ sếp 名、代：主管、上司。越南語中「sếp」可以當名詞指上司，也可以當代名詞稱呼主管。

★ nghe nói 詞組：聽說

★ xuể 副：置於動詞後，表示說者覺得量太多沒辦法完成。

★ biết đâu 詞組：說不定

★ làm 動：讓、害。除了這個意思之外，「làm」還有很多意思如：做、辦、當、弄等。

study2 情境會話

對話1 開會

Anh Quang: Mọi người chú ý, *sếp nói chiều nay họp.

光哥：大家注意，主管說下午開會。

Anh Thắng: Sao đột ngột vậy? Có việc gấp hả?

勝哥：怎麼這麼突然？有急事嗎？

Anh Quang: Ừ, *nghe nói sắp có khách hàng quan trọng đến thăm công ty chúng ta.

光哥：嗯，聽說有重要的客戶將要來我們公司參訪。

Anh Thắng: Thời gian và địa điểm thế nào?

勝哥：時間與地點呢？

Anh Quang: 2 giờ chiều, ở phòng họp lầu 3.

光哥：下午兩點在三樓的會議室。

Anh Thắng: Có cần chuẩn bị tài liệu gì không?

勝哥：要準備什麼資料嗎？

Anh Quang: Sếp không có nói.

光哥：主管沒有說。

對話2 加班

Chị Mai: Cuối năm công việc nhiều quá, làm không *xuể.

梅姊：年底工作太多了，忙不過來。

Anh Quang: Tôi cũng vậy. Mấy hôm nay ngày nào cũng tăng ca đến 8-9 giờ.

光哥：我也是。這幾天都加班到8-9點。

Chị Mai: Thôi, cố lên. *Biết đâu cuối năm được thưởng lớn.

梅姊：好吧，加油。說不定年底會有高額獎金呢！

Anh Quang: Mong là như vậy.

光哥：希望如此。

對話3 升職

Giám đốc: Chúc mừng anh được thăng chức trưởng phòng.

經理：恭喜你升職成主管。

Anh Thắng: Cảm ơn sếp. Cũng nhờ sự hỗ trợ của mọi người.

勝哥：謝謝經理。這都是大家的功勞。

Giám đốc: Sau này tiếp tục phát huy nhé!

經理：以後繼續大顯身手哦！

Anh Thắng: Nhất định, tôi sẽ không *làm mọi người thất vọng.

勝哥：一定的，我不會讓大家失望。

03 請假與離職

study 1 常用短句

01. Hôm nay tôi không khỏe, tôi xin phép **nghỉ**① một ngày.　　我今天不舒服，要請假一天。

02. Anh viết đơn xin **nghỉ phép**② đưa tôi.　　你寫請假單給我。

03. **Nghỉ bệnh**③ phải có **giấy xác nhận**④ của bác sĩ.　　請病假要有醫生的證明書。

04. **Nghỉ phép**⑤ có bị **trừ lương**⑥ không?　　請假有沒有扣薪水？

05. Khi tôi nghỉ phép, nhờ chị **backup**⑦ giúp tôi nhé.　　我放假時，請妳做我的代理人。

06. Sao anh nghỉ mà không **xin phép**⑧?　　你為何沒來又不請假呢？

07. Tôi đang **thất nghiệp**⑨. Tôi đang tìm việc làm mới.　　我現在失業中，正在找新工作。

單字

① nghỉ 動 放假、休息
② đơn xin nghỉ phép 名 請假單
③ 南 nghỉ bệnh / 北 nghỉ ốm 名 病假
④ giấy xác nhận 名 證明書
⑤ về sớm 詞組 提早離開
⑥ trừ lương 動 扣薪水
⑦ backup 動 協助
⑧ xin phép 動 請假
⑨ thất nghiệp 動 失業

文法

★ xin 動：請求允許、跟別人要

★ thưa 動：放在代名詞前面，表示尊重、禮貌。

★ càng ngày càng 詞組：越來越

★ ... không nói, ... cũng... 句型：…就算了，…也…

★ thay vì... chi bằng... 句型：與其…不如…

study2 情境會話

對話1 提前下班

Chị Mai: Thưa giám đốc, nhà tôi có việc gấp. Tôi có thể *xin về sớm 1 tiếng không?

梅姊：經理，我家有急事。我可以提早一個小時下班嗎？

Giám đốc: Có việc gì vậy?

經理：有什麼事呢？

Chị Mai: Con tôi bị sốt, tôi phải chở nó đi bệnh viện.

梅姊：我的孩子發燒，我要載他去看醫生。

Giám đốc: Vậy à. Vậy chị mau đi đi.

經理：是哦！那妳趕快去吧！

對話2 加班

Anh Quang: *Thưa sếp, tháng sau tôi xin nghỉ vài ngày để đi du lịch với gia đình.

光哥：主管，我下個月請幾天假跟家人去旅游。

Sếp: Anh xin nghỉ bao lâu?

主管：你要請多久？

Anh Quang: Dạ, 5 ngày, từ ngày 2 đến ngày 6 tháng sau.

光哥：5天，從下個月2號到6號。

Sếp: Ừ. Tôi nhờ chị Mai backup cho anh. Anh nhớ bàn giao công việc của anh cho chị ấy xử lý nhé.

主管：好。我請梅姊當你的代理人。你記得要把工作交代給她處理。

對話3 離職

Anh Thắng: Tôi vừa từ chức.

勝哥：我剛離職了。

Anh Quang: Sao vậy?

光哥：為什麼？

Anh Thắng: Tôi cảm thấy công việc *càng ngày càng áp lực. Công việc nhiều *không nói, lúc nào cũng phải nhìn sắc mặt sếp.

勝哥：我覺得工作壓力越來越大。工作量多就算了，還要一直看主管的臉色。

Anh Quang: *Thay vì làm nhân viên, chi bằng tự kinh doanh làm ông chủ đi.

光哥：與其當員工，不如自己做生意當老闆吧。

Anh Thắng: Vốn đâu mà kinh doanh.

勝哥：我哪有資本做生意。

427

Unit

13 休閒娛樂

01 約會

N05-13-01.MP3

study 1 常用短句

01. Tối nay **rảnh**① không? Anh muốn **mời**② em đi ăn cơm.

妳今晚有空嗎？我想請妳去吃飯。

02. Em muốn đi **xem phim**③ với anh không?

妳想跟我去看電影嗎？

03. Em thích xem **thể loại**④ phim gì?

妳喜歡哪一種電影？

04. Khi nào rảnh chúng ta đi phượt⑤một **chuyến**⑥ đi.

有空的時候我們去一趟自由行吧！

05. Nghe nói nhà hàng đó ngon lắm. Nếu có **dịp**⑦ chúng ta đến đó ăn thử đi.

聽說那家餐廳很好吃。有機會的話我們去吃看看吧。

06. Không gặp không về.

不見不歸。

07. Chúng ta hẹn gặp nhau ở đâu?

我們約在哪裡見面？

08. Mấy giờ chúng ta gặp nhau?

我們約幾點見面？

單字

① rảnh 形 有空
② mời 動 邀請
③ thể loại 名 種類
④ đi phượt 動 自由行、背包旅行
⑤ ngon 形 好吃、美味
⑥ chuyến 量詞 趟
⑦ dịp 名 機會

文法

★ sao cũng được 詞組：都可以、無所謂

★ tùy 動：隨便。表示依據某個人的意見。

★ dù sao 副：反正

428

study 2 情境會話

對話1 邀約

Anh Toàn: Anh muốn mời em đi ăn cơm để cảm ơn em đã hỗ trợ công việc cho anh.

Chị Mỹ: Anh khách sáo quá.

Anh Toàn: Em muốn ăn món Nhật hay món Trung?

Chị Mỹ: *Sao cũng được. *Tùy anh quyết định.

Anh Toàn: Vậy đi ăn sashimi nhé. Em ăn được cá sống không?

全哥：為了感謝妳在工作上的幫忙，我想請妳去吃飯。

美姊：你太客氣了。

全哥：妳想吃日式料理還是中式料理呢？

美姊：都可以。你決定就好。

全哥：那去吃生魚片吧。妳可以吃生魚片嗎？

對話2 看電影

Anh Hưng: Cho tôi 2 vé phim, suất 7 giờ tối.

Nhân viên: Mời anh xem trên màn hình và chọn ghế.

Anh Hưng: Ghế G7, 8.

Nhân viên: Anh có muốn mua thêm bắp rang và nước không ạ?

Anh Hưng: Cho tôi 1 phần bắp rang và 2 ly Coca.

Nhân viên: Của mình tổng cộng 250 ngàn.

興哥：兩張票，晚上七點的場。

人員：請您看螢幕選座位。

興哥：G7、8的座位。

人員：您想加買爆米花和飲料嗎？

興哥：請給我一份爆米花和兩杯可樂。

人員：您的總共25萬越盾。

對話3 喝酒

Đức: Ê, tối rảnh không, mày?

Anh: Rảnh. Chi vậy?

Đức: Đi nhậu đi. Để tao rủ thêm mấy đứa bạn học cũ nữa.

Anh: Ừ, được đó. *Dù sao ngày mai cũng không phải đi làm.

Đức: Ừ, tối nay gặp, không gặp không về.

阿德：嘿，晚上有空嗎？

阿英：有。幹嘛？

阿德：去喝酒吧。我來叫一些老同學。

阿英：好呀！不錯。反正明天也不用上班。

阿德：好，今晚見，不見不歸。

429

02 重要日子

study1 常用短句

01. Chúc anh chị **trăm năm hạnh phúc**①.

祝你們兩位百年好合。

02. Ngày mai là **kỷ niệm**② 10 năm ngày cưới của chúng tôi.

明天是我們10週年的結婚紀念日。

03. Tối mai tôi **tổ chức**③ **sinh nhật**④ ở nhà hàng Legend. Mời các bạn đến **tham dự**⑤.

明晚我在Legend餐廳舉行生日派對。請你們來參加。

04. Cảm ơn món **quà**⑥ của bạn, tôi rất thích.

謝謝你的禮物，我很喜歡。

05. Bạn mau **cầu nguyện**⑦ đi.

你趕快許願吧。

06. Sắp đến sinh nhật anh ấy rồi.

快要到他的生日了。

07. Chúng ta mua quà gì tặng anh ấy nhỉ?

我們買什麼禮物給他呢？

08. Chủ nhật là **đầy tháng**⑧ con trai tôi. Mời anh chị đến chung vui.

週日是我兒子的滿月酒。請你們兩位來共襄盛舉。

單字

① trăm năm hạnh phúc 詞組 百年好合
② kỷ niệm ngày cưới 名 結婚紀念日
③ tổ chức 動 舉行
④ sinh nhật 名 生日
⑤ tham dự 動 參與、參加
⑥ quà 名 禮物
⑦ cầu nguyện 動 許願
⑧ đầy tháng 名 滿月酒

文法

★ chúc mừng 動：恭喜。賀喜某件已經發生的事。

★ chúc 動：祝。希望對方收到某件好事情。

★ đây 語氣詞：喔。置於句尾，目的是引起聽者注意話者所想做的事。

★ … chứ gì? 句型：一定是…對不對？。表示話者覺得他所說判斷的事是對的並進一步聽者確認。

★ … mới lạ 句型：…才怪。表示說者想否定某件事情。

★ tào lao 詞組：亂講、白癡

study2 情境會話

對話1 參加婚禮

Anh Toàn: Chúng ta cùng nâng ly *chúc mừng cô dâu chú rể đi. 1 2 3 vô.

全哥：我們來舉杯慶祝新郎新娘吧！1 2 3 乾杯！

Anh Hưng: Rất cảm ơn mọi người hôm nay đến tham dự lễ cưới của chúng tôi.

興哥：很感謝大家今天來參加我們的婚禮。

Anh Toàn: *Chúc cô dâu chú rể trăm năm hạnh phúc, sớm sinh quý tử.

全哥：祝新郎新娘百年好合、早生貴子。

對話2 過生日

Mỹ: Sinh nhật vui vẻ.

阿美：生日快樂。

Uyên: Cảm ơn mày.

阿鴛：謝謝妳。

Mỹ: Mau cầu nguyện và thổi đèn cầy đi.

阿美：趕快許願和吹蠟燭吧！

Uyên: Xong rồi. Tao cắt bánh *đây.

阿鴛：好了。我來切蛋糕喔。

Mỹ: Mày cầu nguyện gì vậy?

阿美：妳許了什麼願？

Uyên: Bí mật không thể bật mí.

阿鴛：天機不可洩露。

Mỹ: Chắc chắn là sớm có người yêu *chứ gì, không phải *mới lạ.

阿美：一定是早點交到男朋友，沒其他可能了。

Uyên: *Tào lao. Tao mở quà, được không?

阿鴛：亂講。我開禮物了，可以嗎？

對話3 過年

Chị Dung: Chúc anh năm mới vạn sự như ý, an khang thịnh vượng.

蓉姊：新年快樂。祝你萬事如意，安康盛旺。

Anh Đức: Cảm ơn chị. Tôi cũng chúc chị đại cát đại lợi, cung hỷ phát tài.

德哥：謝謝妳。我也祝你大吉大利，恭喜發財。

Chị Dung: Bé Như, lại đây cô lì xì.

蓉姊：來，小如，姑姑給妳紅包。

Bé Như: Con chúc cô luôn trẻ đẹp.

小如：祝姑姑青春永駐。

Chị Dung: Ngoan. Lì xì con nè.

蓉姊：乖。紅包給妳。

Bé Như: Con cảm ơn cô.

小如：謝謝姑姑。

431

03 旅遊

study 1 常用短句

01. Tôi muốn mua **sim 4G**①.	我想買4G SIM卡。
02. Xin hỏi, sim 4G này **lưu lượng**② có **giới hạn**③ hay **không giới hạn**④?	請問，這張4G SIM卡的流量是有限還是吃到飽？
03. Có tour nào đi **trong ngày**⑤ không?	有當日的套裝行程嗎？
04. Có **hướng dẫn viên**⑥ biết tiếng Trung không?	有中文導遊嗎？
05. Tour có bao gồm **vé vào cửa**⑦ không?	套裝行程有含門票嗎？
06. **Lịch trình**⑧ của tour như thế nào?	套裝行程的規劃是去哪些地方呢？
07. **Thuê**⑨ xe máy có cần **bằng lái**⑩ không?	租機車要駕照嗎？
08. Xin hỏi, **đổ xăng**⑪ ở đâu?	請問，在哪裡加油？
09. Tôi muốn đổi 500 đô.	我想換500美元。
10. Xin chở tôi đến địa chỉ này.	請載我到這個地址。

單字

① sim 4 名 4G SIM卡
② lưu lượng 名 流量
③ có giới hạn 形 有限
④ không giới hạn 形 吃到飽
⑤ trong ngày 形 當天
⑥ hướng dẫn viên 名 導遊
⑦ vé vào cửa 名 門票
⑧ lịch trình 名 行程
⑨ thuê 動 租
⑩ bằng lái 名 駕照
⑪ đổ xăng 動 加油

study2 情境會話

對話1 買SIM卡

Anh Toàn: Tôi muốn mua sim 4G.

Nhân viên: Anh du lịch ở đây bao lâu ạ?

Anh Toàn: 5 ngày.

Nhân viên: Vậy anh có thể mua sim 4G loại 7 ngày, dung lượng không giới hạn, có 30 phút gọi diện thoại, giá 200 ngàn.

Anh Toàn: OK. Cho tôi 1 sim.

Nhân viên: Anh cho em mượn điện thoại, em gắn sim vào giúp anh.

全哥：我想買4G的SIM卡。

人員：請問您會在這裡停留多久？

全哥：5天。

人員：那你可以買用7天4G的SIM卡，流量吃到飽，可以打30分鐘的電話，價錢是20萬盾。

全哥：OK。請給我一張。

人員：請借我您的手機，我幫您把SIM卡裝進去。

對話2 詢問套裝行程

Anh Hưng: Chào chị, tôi muốn mua tour địa đạo Củ Chi.

Nhân viên: Anh muốn khi nào đi?

Anh Hưng: Ngày mai. Xin hỏi thời gian và giá cả thế nào?

Nhân viên: 150 ngàn một người, bao gồm ăn trưa. Tour sẽ xuất phát lúc 9 giờ sáng và kết thúc lúc 5 giờ chiều.

Anh Hưng: Tôi mua một vé.

興哥：您好，我想買去占芝地道套裝行程。

人員：您想什麼時候去？

興哥：明天。請問時間和價錢如何呢？

人員：一個人15萬盾，包括午餐。出發時間是早上9點，下午5點回來。

興哥：我買一張。

對話3 租車

Anh Đức: Xin chào, tôi muốn thuê xe.

Nhân viên: Anh muốn thuê xe hơi hay xe máy?

Anh Đức: Cho tôi thuê một chiếc xe tay ga, 2 ngày.

Nhân viên: Tiền thuê là 300 ngàn, tiền cọc là 500 ngàn. Tổng cộng là 800 ngàn ạ.

德哥：你好，我想租車。

人員：你想租汽車還是機車？

德哥：我租一台速克達，兩天。

人員：租金是30萬，押金是50萬。總共是80萬盾。

附錄

1. 越南文輸入法

　　常見的越南輸入法有兩種：VNI 和 Telex，因為現在大部分的手機都有預設Talex輸入法，故於應用上也較為普遍。想用電腦輸入越南文時則可以安裝Unikey軟體（下載連結：www.unikey.vn）。安裝後就可以選擇VNI或Telex輸入法。另外，也可以直接採用Unikey的免安裝網站輸入越南文。

（Unikey的界面）

　　以下是VNI和Telex輸入法的規則：

輸入法	銳聲 ╱	玄聲 ╲	問聲 ?	跌聲 ～	重聲 ●	â、ô、ê	ă	ơ、ư	đ	刪除聲調符號
Telex	s	f	r	x	j	aa、oo、ee	aw	ow、uw	dd	z
	例子：Tiếng Việt rất dễ → 輸入 Tieengs Vieetj raats deex									
VNI	1	2	3	4	5	a6、o6、e6	a7	o8、u8	d9	0
	例子：Tiếng Việt rất dễ → 輸入 Tie6ng1 Vie6t5 ra6t1 de64									

* 注意：聲調符號可以在打完母音之後或打完整個字之後再輸入都可以。

2. 南越和北越常見的詞彙差別

　　南北越的用詞有些差異。但如此但雙方面彼此都聽得懂。所以學習者可以選擇學一種說法就好。

南越	北越	中文意思	南越	北越	中文意思
事物			cuốn tập	quyển vở	筆記本
chén	bát	碗	cục gôm	cục tẩy	橡皮擦
nĩa	dĩa	叉子	bao thư	phong bì	信封
dĩa	đĩa	盤子	bọc ni-lông	túi bóng	塑膠袋
muỗng	thìa	湯匙	hình	ảnh	照片
nón	mũ	帽子	bình bông	lọ hoa	花瓶
vớ	tất	襪子	đèn cầy	nến	蠟燭
áo thun	áo phông	T恤	nhang	hương	線香
nút áo	cúc áo	釦子	thau	chậu	盆子
mền	chăn	棉被	banh	bóng	球
mùng	màn	蚊帳	xí ngầu	xúc xắc	骰子
nệm	đệm	床墊	xe hơi	ô tô	汽車
màn	rèm	窗簾	xe lửa	tàu hỏa	火車
dù	ô	雨傘	máy lạnh	điều hòa	冷氣
kiếng	gương	鏡子	bàn ủi	bàn là	熨斗
mắt kiếng	mắt kính	眼鏡	hộp quẹt	bật lửa	打火機
bóp	ví	錢包	hồ bơi	bể bơi	游泳池
dây nịch	thắt lưng	皮帶	蔬果		
xà bông	xà phòng	香皂	trái	quả	果實
dầu thơm	nước hoa	香水	mãng cầu	na	釋迦
viết	bút	筆	mận	roi	蓮霧

南越	北越	中文意思	南越	北越	中文意思
mận Hà Nội / mận Bắc	mận	李子	xí muội	ô mai	酸梅
			chà bông	ruốc	肉鬆
thơm / khóm	dứa	鳳梨	rau câu	thạch	果凍
táo / bôm	táo	蘋果	bánh flan	bánh caramen	布丁
tắc	quất	金桔	bột ngọt	mì chính	味精
sa-pô-chê	hồng xiêm	仁心果	snack	bim bim	洋芋片
bắp	ngô	玉米	sinh-gum	kẹo cao su	口香糖
khổ qua	mướp đắng	苦瓜	mì gói	mì tôm	泡麵
dưa leo	dưa chuột	黃瓜	giò / dầu cháo quẩy	quẩy	油條
trà	chè	茶			
đậu	đỗ	豆子	hoành thánh	vằn thắn	餛飩
đậu phộng	lạc	花生	phô mai	phó mát	起司
mè	vừng	芝麻	動物		
khoai mì	củ sắn	木薯	heo	lợn	豬
củ sắn	củ đậu	豆薯	cọp	hổ	老虎
ngò	rau mùi	香菜	vịt xiêm	ngan	紅面鴨
bông cải	súp lơ	綠色花椰菜	thằn lằn	thạch sùng	壁虎
bông	hoa	花	tâm tít	bề bề	蝦蛄
食物			形容詞		
chả giò	nem rán	炸春捲	ốm	gầy	瘦
nước tương	xì dầu	醬油	mập	béo	胖
tàu hủ	đậu phụ	豆腐	lớn	to	大
tàu hủ nước đường	tàu phớ	豆花	nhỏ	bé	小
			bệnh	ốm	生病
gỏi	nộm	涼拌	đẹp	xinh	漂亮

438

南越	北越	中文意思	南越	北越	中文意思
dơ	bẩn	髒	bể	vỡ	破
làm biếng	lười	懶惰	chiên	rán	炸
mắc	đắt	貴	xắt	thái	切
thiệt	thật	真	queo	rẽ	轉彎
mắc cười	buồn cười	好笑	thắng	phanh	剎車
lạt	nhạt	清淡	la	mắng	罵
hư	hỏng	壞	nói dóc	nói dối	說謊
gấp	vội	急	nói giỡn	nói đùa	開玩笑
kẹt xe	tắc đường	塞車	trả giá	mặc cả	講價
動詞			ăn hiếp	bắt nạt	欺負
kêu	gọi	叫	có bầu	có thai	懷孕
chờ	đợi	等	ủi đồ	là quần áo	燙衣服
coi	xem	看	đánh chữ	gõ chữ	打字
tới	đến	到	đá banh	đá bóng	踢足球
mướn	thuê	租	đốt đèn	thắp đèn	點燈
lựa	chọn	選	ói	nôn	吐
kiếm	tìm	尋找	muốn ói	buồn nôn	想吐
xài	dùng	用	địt	đánh rắm	放屁
chở	đèo	載（人）	xoa bóp	tẩm quất	按摩
té	ngã	跌倒	其他		
rớt	trượt	（考試）當掉	ba	bố	爸爸
			anh hai	anh cả	大哥
đậu	đỗ	考上	tiền thối	tiền thừa	找的錢
lượm	nhặt	撿	hẻm	ngõ	巷子
nhéo	véo	捏	đít	mông	屁股

439

南越	北越	中文意思	南越	北越	中文意思
nướu	lợi	牙齦	cuốn	quyển	（量詞）本
nước miếng	nước dãi	口水	ngày mốt	ngày kia	後天
ngàn	nghìn	千	dạ	vâng	禮貌語氣詞
ký	cân	公斤	vậy hả	thế à	是哦

3. 越南人與華人常見的姓

中文	越南文	中文	越南文	中文	越南文	中文	越南文
丁	Đinh	方	Phương	白	Bạch	賴	Lại
于	Vu	施	Thi	盧	Lư	趙	Triệu
任	Nhậm / Nhâm	曹	Tào	石	Thạch	連	Liên
何	Hà	曾	Tăng	秦	Tần	邱	Khưu / Khâu
余	Dư	朱	Chu	程	Trình	邵	Thiệu
侯	Hầu	李	Lý	章	Chương	郝	Hác
倪	Nghê	杜	Đỗ	童	Đồng	郭	Quách
傅	Phó	林	Lâm	簡	Giản	鄒	Trâu
古	Cổ	柯	Kha	籃	Lam	鄧	Đặng
吳	Ngô	柳	Liễu	紀	Kỷ	鄭	Trịnh
呂	Lữ / Lã	桌	Trác	羅	La	金	Kim
周	Châu	梁	Lương	翁	Ông	錢	Tiền
唐	Đường	梅	Mai	習	Tập	鐘	Chung
喬	Mãnh	楊	Dương	胡	Hồ	閻	Diêm
嚴	Nghiêm	歐陽	Âu Dương	范	Phạm	阮	Nguyễn
夏	Hạ	武	Võ / Vũ	莊	Trang	陳	Trần
姚	Diêu	段	Đoàn	葉	Diệp	陶	Đào

中文	越南文	中文	越南文	中文	越南文	中文	越南文
姜	Khương	毛	Mao	董	Đổng	陸	Lục
孔	Khổng	江	Giang	蔡	Thái	霍	Hoắc
孫	Tôn	汪	Uông	蔣	Tưởng	韓	Hàn
宋	Tống	沈	Thẩm	蕭	Tiêu	顏	Nhan
尤	Vưu	洪	Hồng	薛	Tiết	顧	Cố
崔	Thôi	涂	Đồ	蘇	Tô	馬	Mã
巫	Vu	游	Du	袁	Viên	馮	Phùng
康	Khang	湯	Thang	裴	Bùi	高	Cao
廖	Liêu	溫	Ôn	記	Ký	魏	Nguy
張	Trương	潘	Phan	詹	Chiêm	魯	Lỗ
彭	Bành	王	Vương	謝	Tạ	黃	Hoàng / Huỳnh
徐	Từ	田	Diền	譚	Đàm	黎	Le
戴	Đái / Đới	留	Lưu	賈	Giả	龔	Cung

4. 越南語常見的縮寫

正式縮寫		
縮寫	全稱	中文名詞
CHXHCNVN	Cộng hòa Xã hội Chủ nghĩa Việt Nam	越南共和主義社會
ĐCS	Đảng Cộng Sản	共產黨
TW	Trung ương	中央
BCH	Ban chấp hành	委員會
QĐND	Quân đội nhân dân	人民軍隊
UBND	Ủy ban nhân dân	人民委員會
VNDCCH	Việt Nam Dân chủ Cộng Hòa	越南共和民主
VNCH	Việt Nam Cộng Hòa	越南共和

正式縮寫		
縮寫	全寫	中文名詞
LHQ	Liên hợp quốc	聯合國
THPT	trung học phổ thông	高中
THCS	trung học cở sở	國中
BTC	ban tổ chức	承辦單位
HTX	hợp tác xã	合作社
CLB	câu lạc bộ	俱樂部
BĐS	bất động sản	不動產
TTCK	thị trường chứng khoán	股市
Cty	công ty	公司
TNHH	trách nhiệm hữu hạn	責任有限（公司）
KCN	khu công nghiệp	工業區
KCX	khu chế xuất	自由經濟區
Tp	thành phố	城市
đ/c	địa chỉ	地址
v/v	về việc	關於
v.v.	vân vân	等等
VN	Việt Nam	越南
HN	Hà Nội	河內
TP.HCM	Thành phố Hồ Chí Minh	胡志明市
SG	Sài Gòn	西貢
CMND	chứng minh nhân dân	身分證
BHYT	bảo hiểm y tế	健康保險
BHXH	bảo hiểm xã hội	社會保險

網路縮寫		
縮寫	全寫	中文名詞
k / ko / hok / kg	không	不、不要
đc / đk	được	好、可以
r	rồi	了
vs / w	với	跟、和
j	gì	什麼
ntn	như thế nào	怎麼樣
uh / ohm	ừ	嗯
bik / bit	biết	知道
bnhiu	bao nhiêu	多少
lun	luôn	馬上、順便
hp	hạnh phúc	幸福
tc	tình cảm	感情
đt	điện thoại	手機、電話
qdinh	quyết định	決定
qtqt	quá trời quá đất	（流行語）超級
ng	người	人
ngta	người ta	人家
hnay	hôm nay	今天
hqua	hôm qua	昨天
h / g	giờ	點、時鐘
t	tôi	我
b	bạn	你
a	anh	我、你
e	cm	我、你

網路縮寫		
縮寫	全寫	中文名詞
ace	anh chị em	兄弟姊妹們
vk	vợ	老婆
ck	chồng	老公
ngiu	người yêu	情人
2	hi	（英文）你好
tks	thanks	（英文）謝謝
kcc	không có chi	沒關係
sr	sorry	（英文）對不起
bb	bye	（英文）再見
g9	good night	（英文）晚安
snvv	sinh nhật vui vẻ	生日快樂
f-	ph-	子音「ph」寫成「f」
w-	qu-	子音「qu」寫成「w」
-ng	-g	尾音「ng」寫成「g」

5. 越南各省名稱與車牌區號

在越南要打市話到某個省前，要先打區號後再加打電話號碼才行。

越南車牌開頭兩個數字代表每個省的車牌區號。

序號	越南名字	中文名字	電話區號	車牌區號
北部				
1	Bắc Cạn	北洴	209	97
2	Bắc Giang	北江	204	13、98
3	Bắc Ninh	北寧	222	13、99
4	Cao Bằng	高平	206	11

序號	越南名字	中文名字	電話區號	車牌區號
5	Điện Biên	奠邊	125	27
6	Hà Giang	河江	219	23
7	Hà Nam	河南	226	90
8	Hà Nội	河內	024	29～33、40
9	Hải Dương	海陽	220	34
10	Hải Phòng	海防	225	15、16
11	Hòa Bình	和平	218	28
12	Hưng Yên	興安	221	89
13	Lai Châu	萊州	213	25
14	Lạng Sơn	諒山	205	12
15	Lào Cai	老街	214	24
16	Nam Định	南定	228	18
17	Ninh Bình	寧平	229	35
18	Phú Thọ	富壽	210	19
19	Quảng Ninh	廣寧	203	14
20	Sơn La	山羅	212	26
21	Thái Bình	太平	227	17
22	Thái Nguyên	太原	208	20
23	Tuyên Quang	宣光	207	22
24	Vĩnh Phúc	永福	211	88
25	Yên Bái	安沛	216	21
中部				
26	Bình Định	平定	256	77
27	Bình Thuận	平順	252	85
28	Đà Nẵng	峴港	236	43

越南語發音

母音
子音
介音
尾音

基礎文法與構句

最常用的分類單字

最口語的日常短句

情境模擬生活會話

附錄

序號	越南名字	中文名字	電話區號	車牌區號
29	Đắk Lắk	多樂	262	47
30	Đắk Nông	多農	261	48
31	Gia Lai	嘉萊	269	81
32	Hà Tĩnh	河靜	239	38
33	Khánh Hòa	慶和	258	79
34	Kon Tum	崑嵩	260	82
35	Lâm Đồng	林同	263	49
36	Nghệ An	義安	238	37
37	Ninh Thuận	寧順	259	86
38	Phú Yên	富安	257	78
39	Quảng Bình	廣平	232	73
40	Quảng Nam	廣南	235	92
41	Quảng Ngãi	廣義	255	76
42	Quảng Trị	廣治	233	74
43	Thanh Hóa	清化	237	36
44	Thừa Thiên - Huế	順化	234	75
南部				
45	An Giang	安江	296	67
46	Bà Rịa - Vũng Tàu	巴地頭頓	254	72
47	Bạc Liêu	薄遼	291	94
48	Bến Tre	檳椥	275	71
49	Bình Dương	平陽	274	61
50	Bình Phước	平福	271	93
51	Cà Mau	金甌	290	69
52	Cần Thơ	芹苴	292	65

序號	越南名字	中文名字	電話區號	車牌區號
53	Đồng Nai	同奈	251	60、39
54	Đồng Tháp	同塔	277	66
55	Hậu Giang	後江	293	95
56	Kiên Giang	堅江	297	68
57	Long An	隆安	272	62
58	Sóc Trăng	朔莊	299	83
59	Tây Ninh	西寧	276	70
60	Thành phố Hồ Chí Minh	胡志明市	028	50～59、41
61	Tiền Giang	前江	273	63
62	Trà Vinh	茶榮	294	84
63	Vĩnh Long	永隆	270	64

6. 台灣各縣市名稱

中文名字	越南文名字	中文名字	越南文名字
基隆	Cơ Long	台南	Đài Nam
台北	Đài Bắc	高雄	Cao Hùng
新北	Tân Bắc	屏東	Bình Đông
桃園	Đào Viên	台東	Đài Đông
新竹	Tân Trúc	花蓮	Hoa Liên
苗栗	Miêu Lật	宜蘭	Nghi Lan
台中	Đài Trung	澎湖	Bành Hồ
南投	Nam Đầu	金門	Kim Môn
彰化	Chương Hóa	綠島	Lục Đảo
嘉義	Gia Nghĩa	連江	Liên Giang
雲林	Vân Lâm		

台灣廣廈 國際出版集團
Taiwan Mansion International Group

國家圖書館出版品預行編目（CIP）資料

自學越南語 看完這本就能說！（QR碼行動學習版）/ 宋忠信著.
-- 初版. -- 新北市：語研學院出版社, 2023.03
面；　公分
ISBN 978-626-96409-8-0（平裝）
1.CST：越南語　2.CST：讀本

803.798　　　　　　　　　　　　　　　112000763

LA PRESS 語研學院
Language Academy Press

自學越南語 看完這本就能說【QR碼行動學習版】

作　　　者／宋忠信　　　　　　　編輯中心編輯長／伍峻宏・編輯／王文強
審　　　訂／麥美雲　　　　　　　封面設計／林珈伃・內頁排版／東豪印刷事業有限公司
錄影及配音／范瑞薔薇、阮蓮香　　製版・印刷・裝訂／東豪・�億・弼聖・明和
配　　　音／陳金龜

行企研發中心總監／陳冠蒨　　　　線上學習中心總監／陳冠蒨
媒體公關組／陳柔彣　　　　　　　數位營運組／顏佑婷
綜合業務組／何欣穎　　　　　　　企製開發組／江季珊、張哲剛

發　行　人／江媛珍
法 律 顧 問／第一國際法律事務所 余淑杏律師・北辰著作權事務所 蕭雄淋律師
出　　　版／語研學院
發　　　行／台灣廣廈有聲圖書有限公司
　　　　　　地址：新北市235中和區中山路二段359巷7號2樓
　　　　　　電話：（886）2-2225-5777・傳真：（886）2-2225-8052
讀者服務信箱／cs@booknews.com.tw

代理印務・全球總經銷／知遠文化事業有限公司
　　　　　　地址：新北市222深坑區北深路三段155巷25號5樓
　　　　　　電話：（886）2-2664-8800・傳真：（886）2-2664-8801
郵 政 劃 撥／劃撥帳號：18836722
　　　　　　劃撥戶名：知遠文化事業有限公司（※單次購書金額未達1000元，請另付70元郵資。）

■出版日期：2023年03月　　　ISBN：978-626-96409-8-0
　　　　　　2024年08月4刷　　版權所有，未經同意不得重製、轉載、翻印。